பேரிரைச்சல்

பேரிரைச்சல்

முத்துச்செல்வன்

எழுத்து பிரசுரம்

Title: Periraichal
Author's Name: S. Muthuselvan

Published by Ezutthu Prachuram

Ezutthu Prachuram
(An imprint of Zero Degree Publishing)
No. 55(7), R Block, 6th Avenue,
Anna Nagar,
Chennai - 600 040

Website: www.zerodegreepublishing.com
E Mail id: zerodegreepublishing@gmail.com
Phone: 89250 61999

Ezutthu Prachuram First Edition: December 2022
ISBN: 978-93-95511-20-9
TITLE NO EP: 392

Cover Design & Layout: Vijayan, Creative Studio

நினைவிற்கு...

ரெங்கசாமி ராமாயி
வீரப்பன் வெள்ளையம்மாள்
வேல்முருகன் சுந்தரம்

இரைச்சல்களின் மௌனம்

குறுகிய காலத்தில் எழுதப்பட்ட நாவல் தற்போது வாசிப்பில் வந்து நிற்கிறது. வாசகன் புனைவாளனாக உருமாறும் சூழல்களின் விவரணைகள் மாய யதார்த்தங்களினூடே பயணிக்கிறது. ஒரு காலகட்டப் பகுதியில் நிகழும் நிகழ்வுகளுக்கு மத்தியில் கால வேறுபாடின்றி முக்கியமான எழுத்தாளுமைகள் சிலர் புனைவில் வந்து காலவெளியில் கரைந்துபோகின்றனர். கிட்டத்தட்ட இருபத்தைந்து எழுத்தாளுமைகள் நாவல் எழுதிக்கொண்டிருக்கும்போது அவர்களாகவே வந்தவர்கள். யாரையும் வலுக்கட்டாயமாக நாவலுக்குள் அழைத்து வரவில்லை. இன்னும் சிலரைக் கொண்டுவர இயலாத வருத்தம்தான் இருக்கிறது.

இலக்கிய பரிச்சயம் கொண்டவர்களுக்கு மட்டுமே புரியும் அப்பகுதிகள், இலக்கியப் பரிச்சயமற்ற புதிதாக வாசிப்பில்

நுழைந்திருப்பவர்களுக்குச் சட்டென்று அந்தப் பகுதிகள் புரிந்து கொள்வதில் தடுமாற்றம் நிகழ வாய்ப்பிருக்கிறது. அவர்களுக்காக இங்கே அது குறித்து விளக்கம் கூற ஆரம்பித்தால் புனைவை வாசிக்கும் வாசிப்பின்பம் கிடைக்காது போய்விடும். எனவே தேடிக் கண்டடைவதுதான் சிறப்பு.

பெரும்பாலும் முன்னுரைகளில் உள்ளே நுழைவதற்கான ஆயத்தங்களை ஏற்படுத்துவது மரபு. அது வாசகனை அவமதிக்கும் செயலாகவே படுகிறது. இது புனைவிற்கு மட்டுமே பொருந்தக்கூடிய கருத்து. முன்னுரை எழுதுவதில் நாவலில் உள்ள சங்கதிகளைப் பிட்டு வைப்பதில் விருப்பமில்லை. விமர்சனங்களில் மதிப்புரைகளில் அவற்றைப் பந்தி வைப்பது வேறு. ஒரு முன்னுரையில் விளக்கமளிப்பது வேறு.

எனவே சொல்லாமல் சொல்லும் உத்தியில் சில விஷயங்களை மட்டும் கோடிட்டுக் காட்டுவதே நலம்.

தி.ஜானகிராமன் எழுதிய முதல் நாவல் 'அமிர்தம்'. நாவலில் சபேசமுதலியாரின் மகன் நடேசன் மீது அமிர்தத்திற்குக் காதல் மயக்கம். தாசிப்பெண் அமிர்தம். அவளை விரும்பும் சபேசமுதலியார். அதனால் அவள் எடுக்கும் முடிவு என நாவல் போகும். தி.ஜா. எழுதிய 'மோகமுள்' பெரும்பாலோர் அறிந்தேயிருப்பர். வயது முதிர்ந்த யமுனா மீது மையல் கொள்ளும் பாபு. இருவருக்குமான உணர்ச்சிக் குவியல்கள் நாவலின் போக்குகளை நிர்ணயிக்கும். 'அம்மா வந்தாள்' நாவலின் அலங்காரம் தண்டபாணி கதாபாத்திரங்களில், அம்மா அலங்காரம் பணம் படைத்த சிவசு மீது ஈடுபாடு கொள்ளும் மனச்சூழலில் விரியும் விளைவு மூன்று குழந்தைகள். சிவசுவின் மனைவி ரங்கம். மேற்படி மூன்று நாவல் கதாபாத்திரங்களும் சந்தித்துப் பேசுவதைப் பேரிரைச்சல் நாவலின் மைய பாத்திரங்கள் எதிர்நோக்கும் சில நிமிட கணத்தை சம்பந்தப்பட்ட நாவல்களை வாசித்திருந்தால் மட்டுமே உணரமுடியும். எனவே துளியாக வரும் அந்தப் பகுதியைக் கடந்து போக மேற்படி விளக்கவுரை.

அதேபோல் காப்ரியேல் கார்சியா மார்க்கேஸ் எழுதிய

தனிமையின் நூறு ஆண்டுகள் புதினத்தின் முக்கிய பாத்திரம் 'ஹோசே அர்காதியோ புயேந்தியா'வின் வருகையுடன் அதைப் படைத்து எழுதியவரும் கலந்து உலவும் வெளி பேரிரைச்சலில் மின்னலென வந்து போகிறது. புயேந்தியா புதிதாக நிர்மாணித்த உலகு மகோந்தா கிராமம்.

பிரபல வார இதழில் பிரபஞ்சன் எழுதிய தொடர்கதையில் வந்த நாயகியின் பெயர் சுமதி. அச்சு இயந்திரத்தின் நசுக்கலுக்கிடையே படைப்பாளன் மாட்டிக்கொண்டதன் விளைவு அவர் அத்தொடரை அப்படியே நிறுத்திவிட்டார். சுமதி நடுச்சாலையில் அவரை நம்பி நின்றுவிட்டது காலத்தின் வடு. கற்பனைக் கதாபாத்திரம் என்றாலும் படைப்பாளனின் உயிர்தானே அதுவும்.

ஜியென் என்றழைக்கப்பட்ட ஜி. நாகராஜன், 'ழ' சிற்றிதழ் நடத்திய மதுசூதன் எனும் இயற்பெயர் கொண்ட ஆத்மாநாம், துணைப் பதிப்பாசிரியராகவும் இருந்த ஆதவன், தனது கோடி ரூபாய் சொத்துக்களனைத்தையும் சேவை நிறுவனங்களுக்கு உயில் எழுதிய சூடாமணி என வரும் எழுத்தாளுமைச் சித்திரங்களினூடே 'பேரிரைச்சல்' என்னதான் சொல்ல வருகிறது. அது வாசிக்கும் ஒவ்வொரு மனங்களின் வாழ்வானுபவத்தை சார்ந்து புரிந்துகொள்ளக்கூடிய விஷயம். அவரவர்களின் அனுபவம் அவரவர்களுக்கானது.

கதையில் நகர்ந்தெழும் உணர்வுகள் வார்த்தைகளின் ஒலி ஒழுங்கோடு ஒன்றிணைவதே படைப்பின் முன் நிற்கும் சவால். வாசகனுக்கு அவை கடத்தும் மன எழுச்சி அடுத்த கட்டம்.

காமத்தின் சாயலும் காதலின் சாயலும் இரண்டறக் கலந்திருக்கும் மனித வாழ்வின் சிடுக்குகளைத் தத்துவ விசாரணையின்றி காட்சிகளின் வழியே வாசிப்பவனை இழுத்துச் செல்கிறது 'பேரிரைச்சல்'. அவன் அதில் கண்டடைவதே அவனுக்கான உளப்பாடு.

எழுதி வயிற்றுப் பிழைப்பை ஓட்ட முடியுமா முடியாதா என்பது எழுதிக்கொண்டிருக்கும் தமிழ் எழுத்தாளனைத்தான்

கேட்கவேண்டும். எழுத்தை மட்டும் நம்பியிருப்பவனை கேட்க வேண்டும். பிழைப்பிற்கு வேறொன்றைப் பற்றிக் கொண்டிருப்பவர்களிடம் அல்ல. கேட்க நினைப்பதைக் கேட்க வேண்டியவர்களிடம்தான் கேட்க வேண்டும்.

ஸீரோ டிகிரி பப்ளிஸிங் தமிழரசி அறக்கட்டளை நடத்திய நாவல் இலக்கியப் போட்டியில் இந்த முறை 'பேரிரைச்சல்' நாவல் இடம்பிடித்துள்ளது. முதல் முறையில் இடம் பிடித்த நாவல் 'முன் பக்கங்கள்'. எனது முதல் இரண்டு நாவல்களும் போட்டியில் கவனம் பெற்று எழுத்து பிரசுரத்தில் வெளியானது குறித்து மகிழ்ச்சி.

இந்த முறை நாவல் போட்டியை இணைந்து நடத்திய ஜே.எம். பி. மோட்டார்ஸ், ரெப்ரோ இந்தியா அமைப்பிற்கும் ஸீரோ டிகிரி பப்ளிஸிங், எழுத்து பிரசுரத்துக்கும் நன்றிகள் பல.

பதிப்பாளர்கள் ஆர்.காயத்ரி, ராம்ஜீ நரசிம்மன் இருவருக்கும் மனமார்ந்த நன்றி.

"நாவலுக்கு முன்னுரையா?"

குரல் வந்த திசையில் இடது தோளில் துண்டை போட்டிருந்து நின்றிருந்தவரின் இடது கை இயல்புக்கு மாறாக இருந்தது. அவர் லேசாக சிரித்தார்.

"இயல்பாகப் புழங்கும் வார்த்தைகளை அமைதியான வாக்கியங்களாக எழுது."

"நீங்க?"

"சிறுகதைச் செல்வர் எனக் கொண்டாடிய இலக்கிய உலகம் நாவல் உலகில் முயன்று தோற்றவனாகக் கருதி விடப்பட்டவன்" சொல்லிவிட்டுச் சிரித்தார்.

"செல்லையா சார். ஸரஸாங்கி பெயரில் நீங்கள் எழுதிய..."

அவர் இடைபுகுந்து, "இல்லையில்லை... நான் பத்து வருடங்கழித்து நாவலின் பெயரை மாற்றி எனது சொந்தப் பெயரில் அடுத்த பதிப்பை வெளியிட்டுவிட்டேன். 'டாக்டர் அனுராதா'... கு.அழகிரிசாமி" என்றார்.

"சார்பதிவாளர் அரசு பணியின் எழுத்தர் பணியை வீசியெறிந்து

விட்டு எழுத்தாளப்பணியை வரிந்துகட்டிக்கொண்டீரே. பெரும் துணிச்சல்தான்."

"புது வீடு புது உலகம். மனதுக்குப் பிடித்த வாழ்வு"

"சக்தி காரியாலயத்திலிருந்தா வருகிறீர்?"

"அங்கிருந்துதான் விசுவனைப் பார்ப்பதற்காக?!"

"அவன் பேரிரைச்சலுக்குள் புகுந்திருப்பான். அது அவனின் தீராத விளையாட்டு."

வாசல்படியில் நிழலாடியது.

"தங்களுடன் வந்திருப்பது யார்?"

"உள்ளம் வேறு செயல் வேறு என வாழாத இலவச மருத்துவ சேவை செய்த மருத்துவன். எழுத்தை வசமாய் தோளில் சாய்த்துக்கொண்டவன்"

நீள் முகத்தோற்றத்தில் கண்ணாடியும் மிதமான தாடியும் கொண்ட மனிதன் நின்றிருந்தார். மாஸ்கோவின் புறநகர்ப்பகுதி மெலிகோவாவில் அறுநூறு ஏக்கருக்கு மேல் விவசாயப் பண்ணையை எழுதிச் சம்பாதித்து வாங்கிய படைப்பாளன். பல பள்ளிகளை உருவாக்கிய காயங்களால் காயப்படாத கலைஞன்.

"டால்ஸ்டாய் முத்தமிட்ட மனிதன். பல காதல்களில் நிரம்பி வாழ்ந்தவன். ஆண்டன் செகாவ்" என்றார் கு. அழகிரிசாமி.

"கதைகளில் துப்பாக்கி பயன்படுத்தப்பட்டால் கதை முடிவதற்குள் அது வெடித்துவிட வேண்டும்" கூறியபடியே உள்ளே வந்தார் செகாவ். வெளியே முன்பனிக்கால பனி அடர்ந்து பெய்ய ஆரம்பித்திருந்தது.

முத்துச்செல்வன்
ஆலமரத்துப்பட்டி
முசிறி

1
பழைய பேருந்து நிலையம்

ஒன்றோடு ஒன்று அடுத்தடுத்து நிறுத்தி வைக்கப்பட்டிருந்த சைக்கிள்கள் சடசடவென்று சரிந்து சப்தமெழுப்பின. திடீரென்று கேட்ட இரைச்சலால் அதிர்ந்த ரங்கராஜன் படித்துக்கொண்டிருந்த தினசரியை மேசையில் வைத்து விட்டு உட்கார்ந்த நாற்காலியைப் பின்தள்ளி கல்லாப்பெட்டியிலிருந்து எழுந்து வெளியே வந்தார். ஹோட்டலில் சாப்பிட்டுக் கொண்டிருந்தவர்களில் ஒரு சிலரும் சாப்பிட்ட கையோடு கடைவாசலுக்கு வந்து அவருடன் சேர்ந்து எட்டிப் பார்த்தனர். எதிர்ப்புறம் ஆனந்தா வாடகை சைக்கிள் கடையின் முன் நிறுத்தி வைக்கப்பட்டிருந்த முப்பதுக்கு மேற்பட்ட சைக்கிள்கள்தான் சாய்ந்து விழுந்திருந்தன. ஓடி வந்த வேகத்தில் சைக்கிள்கள் மேல் விழுந்திருந்த இருவரில்

ஒருவன் அதே வேகத்தில் எழுந்து ஒரு சைக்கிளை எடுத்து பெடலை அழுத்தி ஏறி மேற்கு திசை நோக்கிப் பறந்தான். அடுத்து வந்து விழுந்தவனும் அப்படியே செய்தான். இருவர் தலையிலும் பலத்த அடிபட்டிருக்க வேண்டும். அவர்கள் அணிந்திருந்த வெள்ளை முண்டா பனியனின் முதுகுபுறப் பகுதியில் ரத்தம் வழிந்து சற்று ஈரத்தோடு படர்ந்திருந்ததை ரங்கராஜன் பார்த்தார்.

"என்ன பிரச்னைன்னு தெரியலையே?"

முணுமுணுத்தவாறு சாப்பிடுவதை விட்டு வந்தவர்கள் சாப்பிடத் திரும்பினர். ரங்கராஜன் வாசலைவிட்டு இறங்கி டிபன் ரெடி என்று எழுதப்பட்டு முக்கோணமாக சாலையோரத்தில் நிறுத்தி வைக்கப்பட்டிருந்த போர்டுக்கு அருகே வந்தார். முன் வழுக்கை நெற்றியில் சிறு தீற்றலாக வைக்கப்பட்டிருந்த குங்குமம் காலை வெயிலில் மினுமினுத்தது. ஆனந்தா சைக்கிள் கடை ஓனர் சன்னாசி ரோட்டின் இருபுறத்தைப் பார்த்துவிட்டு அவரை நோக்கி வந்தார். கடையில் வேலை செய்பவர்கள் விழுந்திருந்த சைக்கிள்களை நிமிர்த்தி வைத்துக்கொண்டிருந்தனர்.

"அங்காளம்மன் கோவில் தெரு மாடியிலிருந்து பெரிய பெரிய ஜல்லிக்கல்லா பருசல்துறை ரோட்டுக் கடைங்க பக்கமா வந்து விழுகுதாம்"

"எம்மெல்யே தெருவுல்லே?"

"மாதா கோவிலு குத்தகை கடைங்க மேல கண்ணை வச்சிருப்பாப்லயாட்டுருக்கும்... அடிபட்டவனுங்க கள்ளத்தெரு ஆளுங்க. சண்டையில சைக்கிளைத் திருப்பிக் கொண்டு வருவானுங்களா... இல்லை பணத்தைக் கொண்டு வந்து நிப்பானுங்களான்னு தெரியலை?"

பத்து வருசமாக அசைக்க முடியாமல் ஆட்சியில் இருந்த பெரிய கட்சி. அதன் தலைவன் மறைவால் இரண்டாக பிளந்திருந்தது. அதில் ஒரு பிரிவில் நின்று வெற்றி பெற்றிருந்த இளவரசன் எதிர்க்கட்சி எம்மெல்ஏ என்ற போதிலும் தறிகெட்டு ஆடுவது போல்தான் தெரிகிறது. ரங்கராஜன் பாரம்பரியமாக காங்கிரஸ்

கட்சிக்காரர். தமது கதர் ஜிப்பா வெள்ளை வேட்டியைக் குனிந்து பார்த்துக்கொண்டார். ஏனோ சிரித்துக்கொண்டார். கல்லாப்பெட்டியில் உட்கார்ந்து வெற்றிலை பாக்கை நறுவிசாக எடுத்து ரோஸ்கலர் வாசனை சுண்ணாம்பை மெலிசாகத் தடவி மடித்து வாயில் அதக்கினார்.

"பெரீப்பா... பத்து இட்லி. கெட்டிச் சட்னியோட..."

விசுவனின் குரல் கேட்டு நிமிர்ந்தவர், மீதிச் சில்லறையோடு பார்சல் டோக்கனைக் கொடுத்துவிட்டு "எந்தப் பக்கமிருந்து வந்தேடா?" என்றார்.

"மாதா கோவில் வழியாத்தான்... கொஞ்ச மின்னாடி கல்லால அடிச்சிக்கிட்டாங்க பெரீப்பா... இப்ப போலீசு வந்துருக்கு."

பார்சலை வாங்கி வெளியே வந்தவனிடம் "சாக்கிரதையா போடே!" என்று சொல்லிவிட்டு தினசரியில் மூழ்கினார். விசுவனுக்கு நழுவுவது போலிருந்த லுங்கியைத் தளர்வாக்கி இடுப்பில் இறுக்கிக் கட்டினான். சில வாரங்களாகத்தான் லுங்கி கட்ட ஆரம்பித்திருந்தான். பிளஸ் ஒன் போகும்போது யாரும் 'டவுசர் பையா'ன்னு சொல்லிடக்கூடாது என்று முன் யோசனையோடு லுங்கியை வரித்துக்கொண்டான். தோசைக்கல்லில் இருந்து கரண்டி தட்டும் சப்த ஒலியோடு ரோஸ்ட் முறுவலின் மணம் வெளியே வந்தது. எஸ்ஸார் ஹோட்டலின் இடது புறம் லாட்ஜுக்கு செல்லும் குறுகிய வழி இருளடைந்து கிடக்கும். உள்ளே நுழைந்து இருளைக் கடந்து மாடிப் படிக்கட்டுகள் ஏறினால் இருபது அறைகள் கொண்ட விடுதி காற்றோட்டத்தோடு விரிந்திருக்கும். ரங்கராஜனின் மகன் திருமலையின் பொறுப்பில்தான் லாட்ஜ் நிர்வாகம் இருந்தது.

வலது புறம் கீழ்த்தளத்தில் அவரின் தம்பி வேல்சாமி புத்தகக் கடை பேன்ஸி ஸ்டேஷனரி அயிட்டங்களோடு கலவையாகக் கடை வைத்திருந்தார். எல்லா தினசரிகளும் மாத வார இதழ்களும் நிரம்பி கிளிப்களில் தொங்கிக்கொண்டிருக்கும். அரசியல் புலனாய்வு இதழ்களின் பரபரப்புக்கு மாயாவி

வீரப்பனும் ஆட்டோ சங்கரும் தீனி போட்டுக் கொண்டிருந்தனர். அங்கு அந்த மாத க்ரைம் நாவலை வாங்கிக்கொண்டு விசுவன் ரோட்டைக் கடந்தான். கடைக்கு அடுத்து அதனை ஒட்டியே செல்லும் சிமெண்ட் பாதை கள்ளத்தெருவுக்கான வழி. பாதைக்கு வலப்புறம் பேருந்து நிலையம். நகரின் வடக்கே இரண்டு கிலோ மீட்டர் தள்ளி பைபாஸ் ரோட்டில் புதிய பேருந்து நிலையம் வர இருப்பதாகச் செய்தி அடிபட்டதிலிருந்து பரபரப்பாக இயங்கும் இப்பேருந்து நிலையம் பழைய பேருந்து நிலையம் என்று முந்திரிக் கொட்டைத்தனமாக எப்படியோ அழைக்கப்பட சபிக்கப்பட்டிருந்தது.

பத்து நகரப் பேருந்துகள் நிற்கும் அளவிற்கான பேருந்து நிலையத்தின் இருபுறமும் பதினைந்து கடைகள் சுற்றுப்புற கிராம நகரவாசிகளால் ஜேஜேவென இரைச்சல் சத்தங்களோடு இருக்கும். டீ வடை பஜ்ஜி கடைகள், பேக்கரி, பூக்கடை, புத்தகக் கடைகள், பாடல் கேசட் கடைகள், பொரிகடலை வெற்றிலை பாக்குக் கடைகள், பேன்ஸி வளையல் பாசி பிளாஸ்டிக் கடைகள், லாட்டரிச்சீட்டு கடைகள் என ஜனங்களின் மனங்களுக்கு திகட்டாத கடைகள். பத்தாததற்கு பேருந்துகளின் ஹாரன் ஒலிகள் அவ்வப்போது அலறிக்கொண்டிருக்கும். மாலை நான்கு மணிக்குப் பிறகு தள்ளுவண்டிக் கடைகள் களைகட்ட ஆரம்பிக்கும். எந்நேரமும் இருக்கும் சிப்ஸ் வண்டிக்கருகிலேயே கடலை வறுக்கும் வாசத்தோடு எழும் வாணலியும் கரண்டியும் உரசும் ஒலி மீன் பொரிக்கும் மணத்தோடு சுண்டியிழுக்கும் வண்டிகளும் நிற்கும்.

பேருந்து நிலையத்தின் வெளிப்புறத்திலும் எத்தனையெத்தனை கடைகள். எல்லாவற்றிலும் நெருக்கியடிக்கும் மக்கள் கூட்டம்.

“எலே... சின்னவனே.. எருமப்பட்டி வண்டி கிளம்பிடுச்சுடா. இந்த வண்டியை விட்டா சாயங்காலம்தான் அடுத்த வண்டி. வெரசா வாடா...” மத்திய வயதுக்காரி வெளியே வரும் பேருந்தை நோக்கித் கையை நீட்டியபடி சாலையின் குறுக்கே ஓடினாள். கையில் தூக்கமுடியாத அளவு சுமை வேறு. டீயை சூட்டோடு வாயில் ஊற்றி அரக்கப் பரக்க அந்தச் சின்னவனும் சிறு மூட்டைச்சாக்கோடு பேருந்தை நோக்கி ஓடினான்.

ரங்கராஜன் ஹோட்டலின் சமையலறைப் பக்கம் சென்றார். அவர் வருவதைக் கண்ட சமையல் மாஸ்டர் நான்கு முட்டைகளை உடைத்து கிண்ணத்தில் ஊற்றினான். பொடியாக நறுக்கிய சின்ன வெங்காயத்தைக் கைப்பிடியளவு எடுத்து அதில் போட்டான். மஞ்சள் தூள் மிளகுத்தூள் அளவோடு கலந்து மொத்த சைஸிற்கு தோசைக்கல்லில் ஆம்லேட் போட ஆரம்பித்தான்.

“இன்னிக்காவது வருவானாய்யா... புரோட்டா மாஸ்டரு...”

“நேத்தே வந்திருக்கனுங்க... என்னன்னு தெரீயலீயே?”

பொண்டாட்டிக்கு உடம்பு சரியில்லைன்னு லீவுக்குச் சென்ற புரோட்டா மாஸ்டர் டேவிட் ஒரு வாரமாகியும் ஒரு தகவலும் சொல்லிவிடவில்லை.

இளவரசன் புரோட்டா மாஸ்டராகத்தான் ரங்கராஜனின் ஹோட்டலில் வேலைக்குச் சேர்ந்தான். ‘சோளம்பட்டிக்காரன் புரோட்டா போட்டான்னா குமரியைத் தொட்ட கணக்கா மெதுமெதுனு இருக்குய்யா’ என்றே கடைக்கு சாப்பிட வருபவர்கள் சப்புக்கொட்டி சொல்லிச் செல்வதுண்டு. சில மாதங்களிலேயே அவரிடமிருந்து பிரிந்து தனியே கடை போட்டான். அரசியலில் நுழைந்தான். காலம் உச்சாணிக்கொம்பில் திடீரென்று தூக்கி உட்கார வைத்துவிட்டது. சோழியர் சமூகத்தைச் சேர்ந்தவர்களுக்குதான் எந்தக் கட்சியும் சீட்டு தரும். அவர்கள்தான் சுந்தரபுரம் தொகுதியில் அதிகம். தலைவருடன் நடித்த ஐயரான ராகவனுக்கு நான்கு தொகுதி தள்ளி சுந்தரபுரம் தொகுதியை ஜெயலலிதா ஒதுக்கீடு செய்ய அவர் முகம் திருப்பிக்கொண்டு கட்சி தாவிவிட்டார். மாற்று வேட்பாளராக இருந்த இளவரசனுக்கு அடித்தது அதிர்ஷ்டம். முத்தரையர் சமூகத்தின் முதல் வேட்பாளனாகக் களம் கண்டான். அவன்தான் வேட்பாளர் என்று முடிவான அன்று இரவு ரகசியமாக ரங்கராஜனைச் சந்தித்து ஆதரவும் ஆசியும் வாங்கிச் சென்றான். ரங்கராஜன் இருந்த காங்கிரஸ் தனித்து நின்றது. இளவரசன் வெற்றி பெற்ற பிறகு ரங்கராஜன் பக்கம் எட்டிக்கூட பார்க்கவில்லை.

“அவன் இங்கதான் வேலை பார்த்தான் தெரியுமா?”

புரோட்டாவுக்கான மைதா மாவில் தண்ணீர், காய்ச்சாத பால், சிறிது எண்ணெய் என கலந்து பிசைந்தபடி கேட்டார். முதலாளி வேட்டியை மடித்துக்கட்டி மைதாவை எண்ணெய் தடவிய கையில் பதமாக உருட்டுவதைப் பார்த்த சிலோன்காரன் வாயடைத்துப் போயிருந்தான். இவன் வேலைக்குச் சேர்ந்து இன்றோடு பத்து நாளாகிறது. சீக்கிரம் புரோட்டா போட கற்றுக்கொள்ள வேண்டும் என்று நினைத்துக் கொண்டான்.

“காலம் என்ன நினைக்குதுனு தெரியாதுங்க... ஓட்டலு வச்சிருந்தவரு எம்மெல்யேன்னா நமக்குப் பெருமைதானுங்க...”

அவனை ஒரு கணம் உற்றுப் பார்த்தவர் மைதா மாவுருண்டைகளை சீராக வரிசைப்படுத்தி அலுமினிய ட்ரேயில் வைத்துவிட்டு நகர்ந்தார். சொம்புத் தண்ணீரால் வாயை அலசி கொப்புளித்துவிட்டு ஆம்லேட்டையும் ரோஸ்ட்டையும் பிட்டு ரசித்துச் சாப்பிட ஆரம்பித்தார். கல்லாப் பெட்டியில் திருமலை உட்கார்ந்திருந்தான். டீ மாஸ்டர் பில்டர் காபியைச் சூடு பறக்க திருமலை முன்பு கொண்டு வந்து வைத்தான். உள்ளே டேபிள்களில் ஆட்கள் நிறைந்து உட்கார்ந்திருந்தனர். மதிய சாப்பாட்டுக்கான முஸ்தீபுகளில் தலைமை சமையல் மாஸ்டர் சந்திரி அரக்கப் பரக்க ஓடியாடிக் கொண்டிருந்தான். சாம்பாரும் புளிக் குழம்பும் ரெடி. இன்றைய ஸ்பெஷல் மீன் குழம்பை ரெடி செய்துவிட்டால் மணி பனிரெண்டரை ஆகிவிடும். அப்புறம் மூன்றரை மணிவரை ஹோட்டலில் கூட்டம் ஜேஜே என்றிருக்கும்.

ஆனந்தா சைக்கிள் கடை ஓனர் சன்னாசியிடம் தலையில் ஆஸ்பத்திரி கட்டுப்போட்ட நிலையில் ஜம்புலிங்கமும் சாமியப்பனும் சைக்கிளுக்கான வாடகையைக் கொடுத்துவிட்டு “ஓரமா போனாலும் வினை யாரை விட்டுதுங்க...” என்றனர்.

“புரோட்டா தட்டிக்கிட்டிருந்தவனுக்கு வந்த வாழ்வ பாத்தீங்களா?”

“அதான்டா மண்டையைப் பிளந்துட்டானே... பதிலுக்கு ஏதும்

பண்ணாம விட்டீங்களே அதுவே பெரிய மனசுடா" என்றார் சன்னாசி.

"பத்துப் பதினைஞ்சு பேருக்காவது கல்லடி பட்டுருக்கும்..."

"மாதா கோவிலு பாதருதான் பாவம்ங்க... போலீசுங்க மட்டும் கொஞ்சம் லேட்டா வந்திருக்கணும்... ஆனா என்னைக்கிருந்தாலும் அவனுக்கு இருக்குதுங்க" என்று கறுவியபடி சென்றனர்.

விசுவன் ராமையா இன்ஸ்டிடியூட்டில் நுழைந்து அவனுக்கான டைப்ரட்டிங் டேபிளில் உட்கார்ந்து இங்கிலீஷ் டைப்பிங் பயிற்சி செய்ய ஆரம்பித்தான். அது மாடியில் இருந்தது. கற்கள் காலையில் பறந்து வந்ததால் ராமையா எல்லா ஜன்னல்களையும் சாத்தச் சொல்லிவிட்டார். டியூப் லைட் வெளிச்ச பளிச்சிடலில் கண்கள் கூச வேகமாக அடிக்க ஆரம்பித்தான். சரஸ்வதியக்கா அவன் டேபிளுக்கு வந்து "கீ போர்டை பாக்காம அடிச்சுப் பழகுங்க" என்றாள். மிகுந்த ஒல்லியாக இருந்தாள். அவள் கட்டியிருந்த புடைவையிலிருந்து பிஸ்கெட் சென்ட் வாசம் மூக்கைத் துளைத்தது. விசுவனுக்கு மிகவும் பிடித்திருந்தது. அவளின் நகரும் சரசரப்பை உணர்ந்தபடியே டைப்ரைட்டிங் ஹேண்டிலைத் தள்ளினான். சிறிது நேரத்தில் அடுத்த ஒருமணி நேரத்திற்கான டைப் அடித்தலுக்கு சுதா அவன்முன் வந்து சுருட்டிய வெள்ளைப் பேப்பரை ஆட்டியபடி நின்றாள். கிட்டத்தட்ட டான்ஸ் ஆடிக்கொண்டிருந்தாள் என்றுதான் சொல்ல வேண்டும். அவள் வந்தாலே விசுவனுக்கு மனதில் தடதடப்பு ஏற்பட்டு குப்பென்று வியர்த்துவிடுகிறது. அவளின் மென்மையான விரல்கள் அவன் தோள்பட்டையில் அழுந்தியது. நீலத்தாவணியின் நுனி கன்னப்பரப்பில் உரசியது.

"டயம் முடிஞ்சுடுச்சு..." மெலிதாக சுதாவின் குரல் ஒலித்தது.

அவன் மேலுதட்டில் அரும்பு மீசையை மீறி குப்பென்று வியர்வைத்துளிகள் பூத்தது. அவளை ஒட்டி உரசியவாறே எழும்படி இருந்தது. மற்றவர்கள் பார்ப்பார்களோ என்று சங்கடம் வளர்ந்தது. அவளோ அசட்டையோடு தனது முதுகு

நகரும் அவன் முகத்தில் அழுந்த நாற்காலியில் உட்கார்ந்தாள். தொண்டையில் எச்சில் விழுங்க சரஸ்வதியக்கா டேபிளை நோக்கி நகர்ந்தான். அவள் டேபிளில் இல்லை. டைப்ரைட்டரின் கீ தட்டல்களின் சப்தங்கள் அறையின் நாலா திசையிலிருந்தும் தட் தட்டென்று தெறித்து ஒலித்துக்கொண்டிருந்தன. திரும்பி சுதாவைப் பார்க்கலாமா என்று யோசித்தான். வெடவெடவென்ற ஒல்லி உருவத்தில் வெள்ளைத் தேகத்தோடு அவன் பின்பறம் வந்து அவ்வளவு பேர் பார்க்க அவனை இறுக்கமாக கட்டிப் பிடித்தாள்.

“விசுவா... யாரும் இல்லாத டேபிள்ட்ட நின்னு கனா காண்றியா... சார் ரூமுக்குக் போடா”

அறையின் வாசலைக் கடக்கும்போது திரும்பி சுதாவைப் பார்த்தான். அவள் அமைதியாக டைப்படித்துக் கொண்டிருந்தாள். மாடி வராண்டாவின் முதல் அறையில் ராமையா கால்களை டேபிளில் உயர்த்தி நீட்டியபடி நாற்காலியில் சாய்ந்து தளர்வாக உட்கார்ந்தவாறு த இந்து பேப்பரைப் புரட்டிக் கொண்டிருந்தார். வாயில் வெற்றிலையைச் சிவப்பு நிறச்சாறு தெரிய அதக்கிக்கொண்டிருந்தார். அவர் முன்னிருந்த இரு பெஞ்சுகளில் சரஸ்வதியக்கா மூன்று பேருக்கு ஆங்கில சுருக்கெழுத்துப் பயிற்சி அளித்துக்கொண்டிருந்தாள்.

“வாடா... செல்லக்குட்டி. கீழே போய் ஒரு கவுளி வெத்தலையும் லாடம் பாக்கும் வாங்கிட்டு வா... கணக்குல எழுதிக்கச் சொல்லுடா” என்றார் விசுவனைப் பார்த்து.

டைப்படித்த பேப்பர்களை சரஸ்வதியக்காவிடம் கொடுத்துவிட்டு மாடிப்படி இறங்கி வெத்தலைக்கடைக்குச் சென்றான்.

இன்று டைப்படித்த பேப்பர்களில் பிழைதிருத்த அடித்தல்கள் குறைவாக இருந்தது கண்டு திருப்தியடைந்தான்.

“ஷார்ட்ஹேண்ட்டும் கத்துக்குடா” என்றவர் வெத்தலையை வாங்கி கையடக்க சில்வர் பெட்டியில் வைத்துக்கொண்டார்.

காலையில் இட்லியோடு சாப்பிட்டு மீதமிருந்த கெட்டிச்சட்னியை

ரசம் சாதத்துக்குத் தொட்டுச் சாப்பிட்டான். தூக்கிச் சொருகிய பாவாடை சட்டையோடு கலையரசி பூவரச மர நிழலில் தெருப்பிள்ளைகளோடு பாண்டியாட்டம் ஆடிக் கொண்டிருந்தாள். இந்தக் கோடை விடுமுறை முடிந்ததும் அவள் எட்டாம் வகுப்பிற்குச் சென்று விடுவாள். பூக்களை சரம் தொடுத்துக்கொண்டிருந்த அம்மாவிடம் சொல்லிவிட்டு பழைய பேருந்து நிலையம் வந்தான். எஸ்ஸார் ஹோட்டலின் டெலிபோனில் எண்களைச் சுழற்றினான்.

“எதுத்த கடைக்காரரைக் கூப்பிடறீங்களா... நான் அவரு பையன்தாண்ணே பேசறேன்...”

“ஏன்டா இன்னுமாடா புறப்படலை நீ...” அப்பாவின் குரல்.

“நீங்கதானே போன் செஞ்சு கேட்டுட்டு வான்னிங்க?”

“சைக்கிள்ல வராதே... பஸ்ல வா...”

“போன் செஞ்சு கேட்டுதான் போவுணுமா என்ன செந்தக்கடைக்கு? நம்ம கடைன்னு உரிமையோட போவுணும்டா” என்றார் பெரீப்பா ரங்கராஜன். வாய் வெற்றிலைச் சிவப்போடு மென்றுகொண்டிருந்தது.

ஆற்றுப்பாலம் தாண்டி ரயில்வே கேட்டுக்கு அருகில் விசுவனின் அப்பா தணிகைநாதன் சின்னதாக மளிகைக் கடை வைத்திருந்தார். மூன்று ரோடு சந்திப்பு என்பதால் இரண்டு வருடங்களுக்கு முன் நான்கு கிலோ மீட்டர் தள்ளி இங்கு வந்து வியாபாரத்தைச் செழிக்க வைத்திருந்தார். அதற்கு முன் உள்ளூர் பீஆரெஸ் மளிகைக் கடையில்தான் வேலைக்கு இருந்தார். எத்தனை நாளைக்குத்தான் ஒருவரிடம் கைகட்டி சேவகம் செய்துகொண்டிருக்க முடியும். சத்திரத்துக்கு கடைக்கான சரக்குகளைப் போடச் செல்லும் போதெல்லாம் விசுவனை வரச்சொல்லுவார். காலையிலேயே காலைக்கும் மதியத்துக்கும் ஏதேனும் பழையதோ கிளறியதோ சாப்பிட சந்திரமதி கட்டி வைத்திருக்கும் அடுக்கு டிபன் கேரியரை எடுத்துக்கொண்டு கிளம்பிவிடுவார். மழையோ வெயிலோ எதுவானாலும் பழகிப்போய்விட்டது. சொந்தக்கடை தரும் உற்சாகமே தனி.

சாலையோரத்தில் மரப்பெட்டியில் விற்கும் பழக்கடை பூக்கடைகளின் நறுமணத்தை இழுத்தபடி பேருந்து நிலையத்தின் உட்புறம் வந்தான். பேருந்து நிலைய பிளட்பார சிமெண்ட் தரையில் சணல் சாக்கை விரித்துப் பரப்பியிருந்த புத்தம் புதிய பாலகுமாரனின் நாவல்களைப் பார்த்தபடி கடந்தான். அதன் வாங்கும் விலை அவனுக்குக் கைகூடவில்லை இதுவரை. வாழைத்தட்டுக் கூடையில் ரஸ்தாளி பூவன் கற்பூரவல்லி வாழைப்பழங்களை விற்கும் அம்சவேணி ஓரப்பார்வையோடு புருவமுயர்த்தி சிரித்தாள். எண்ணெய் தடவிய கை கால்கள் பளபளவென்று கறுத்த தேகத்தில் அவனைச் சுண்டியிழுத்தது. ஒரு பழத்தை எடுத்து உரித்துச் சாப்பிட்டான். அவள் அவனைவிட குறைந்தது பதினைந்து வருடங்களாவது மூத்தவளாக இருப்பாள். ஒருமுறை எருமப்பட்டி டவுன் பஸ்ஸிலிருந்து தூய வெள்ளை நிற வேட்டிச் சட்டையோடு இறங்கிய நபர் விடுவிடுவென்று அவளை நெருங்கி தோள்பட்டையைத் தட்டி நகர்ந்து கள்ளத்தெரு பாதையில் திரும்பினார். அம்சவேணியும் சில நிமிடங்கழித்து பழத்தட்டை அப்படியே விட்டுவிட்டு சேலையைச் சரிசெய்தவாறு அவர் சென்ற பாதையை நோக்கி நடைபோடுவதைப் பார்த்திருந்தான். ஒதுங்கிய மாராப்பில் பிதுக்கிடும் மார்பகங்களை ஊடுருவியவன் பார்வையைச் சட்டென்று திருப்பி நகர்ந்தான். அவளும் எடுத்த பழத்திற்குக் காசு எதுவும் கேட்கவில்லை.

எஸ்ஸார்பிகே டவுன் பஸ் '...செந்தூரப்பூவே.. செந்தூரப்பூவே... சில்லென்ற காற்றே... என் மன்னன் எங்கே?" இதமான பாடல் ஸ்பீக்கரில் அதிர உள்ளே நுழைந்தது. சுந்தரபுரம் குளித்தலை வேளகாநத்தம் என முப்பது கிலோ மீட்டர் தூர அளவு கொண்ட மூன்று ஊர்களையும் நாள் முழுக்கப் பல்வேறு டிரிப்புகளில் சுற்றும் ஒரே தனியார் நகரப்பேருந்து. சத்திரத்தில் ஏகப்பட்ட தனியார் டவுன் பஸ்கள் இருப்பதைக் கவனித்திருந்தான். இங்கு மட்டும் தனியார் நகரப் பேருந்துகளுக்கு எதற்கு அனுமதி? விடை தெரியாத கேள்வியாக அவன் முன் எழுந்தது. முகம் பார்க்கும் பளபளப்பில் சில்வர் மினுமினுப்போடு பஸ் இருந்தது. பத்து நிமிடம் கழித்துதான்

கிளம்பும். ஏறி உட்கார்ந்தான். "ஆவாரம் பூவு ஆறேழு நாளா... நீ போகும் பாதையில் காத்திருக்கு... என் நுனி மூக்கு ஏனின்று வேர்த்திருக்கு..." சுதா அவனோடு கைகோர்த்து பேருந்து நிலையத்தைச் சுற்றி கேசம் நெற்றியில் பறக்க சுழன்றாடினாள். அவனுக்குள் சில்லென்றிருந்தது. அவள் கண்களையே பார்த்துக் கொண்டிருந்தான். பேருந்து ஜன்னல் கம்பியில் கன்னத்தை அழுந்த வைத்திருந்தவனின் பார்வை தன்னையே பார்க்கும் நெடு நெடுவென உயரத்தில் சட்டையை இன் பண்ணியிருந்த மனிதரைக் கவனித்தது. அவருக்கு அருகில் வெண்தாடி மனிதர் ஒருவரும் நெற்றியில் இட்ட நீண்ட திருமண்ணோடு வேட்டி சட்டையில் நிற்பதையும் கண்டான். எங்கேயோ பார்த்த உணர்வு பிடறியில் தட்ட சட்டென்று எழுந்தான். '...கண்களை மூடவிட்டு இன்பக்கனவில் நான் மிதப்பேன்...' பாடலில் மிதந்தவாறு இறங்கி நெருங்கினான். "நீங்க..." என்று இவன் ஆரம்பிப்பதற்கு முன்னரே "திருப்பஞ்சைலி பஸ் எப்ப வரும்? ரெண்டு மணி நேரமா காத்திருக்கேன்..." என்றார் சட்டையை இன் பண்ணியிருந்தவர்.

"சார் நீங்க...?"

"ரங்கராஜன்"

"ரைட்டர் சுஜாதா தானே நீங்க?"

"நான் ஜெகதாபி ரகுபதி ரெங்கராஜு" வெண்தாடிக்காரரின் குரலைக்கேட்டு அவர் பக்கம் பார்வையைத் திருப்பினான்.

சந்திரகாந்தாவும் ராஜாம்பாளும் மேலே எழுந்து வந்தனர். இருபத்திமூன்று பதிப்புகளில் எழுபதாயிரம் பிரதிகளின் விற்பனை மன்னன் தன் வெண்தாடியை நீவி விட்டுக்கொண்டார்.

இருவரும் அவனைப் பார்த்து வாய் திறவாது சிரித்தனர்.

"திருவல்லிக்கேணி கோவிந்தன் வருகிறான் நான் கிளம்பறேன்" என்ற ஜே.ஆர்.ஆர் வந்த புல்லட்டில் ஏறி உட்கார பேருந்து நிலையம் அதிர புல்லட் கிளம்பியது.

கோர்ட் கேஸ் என்று அலையவிட்டு, சிறைத்தண்டனையும்

பெற்றுத் தந்த இலக்கியத் திருட்டுக் குற்றச்சாட்டின் பின்னணி என்ன என்று கேட்க நினைப்பதற்குள் அவர் திடுமெனக் கிளம்பிவிட்டாரே என்கிற மனத்தவிப்பு விசுவனுள் நுழைந்தது.

“நிறையப் படிப்பீங்களோ?”

அவன் மனக்குரலைக் கேட்டுவிட்டாரா?

கார் வைத்திருக்கும் ஒரே எழுத்தாளர் என்று கதைமலர் கிசுகிசுவில் படித்ததாக நினைவு குறுக்கே ஓடியது. இங்கே பஸ்ஸுக்காக ரொம்ப நேரம் கால்கடுக்கக் காத்திருந்திருக்கிறாரே என்றிருந்தது. இவரிடமாவது நிறைய கேட்போம். ஏனோ நைலான் கயிறு நாவல்தான் முதலில் கண்முன் விரிந்தது. கணையாழியின் கடைசிப் பக்கங்கள் புரண்டெழுந்தன. தீவிர இலக்கியத்தைக் கைகாட்டிக்கொண்டே வெகுஜன இலக்கியத்தில் காலூன்றியது ஏன்? அப்படியே ஜீனோம், ஏன் எதற்கு எப்படி.....? அறிவியலைத் தவிர எழுதும் எழுத்துக்களில் வெளிப்படும் சவடால்தனம்... என ஒவ்வொன்றாக வரிசைகட்டி நின்ற நொடிகளில் அவருக்கான பேருந்து வந்து விட துள்ளி ஏறியவர் உள்ளே நுழைந்து ஜன்னல் வழியே குனிந்து அவனைப் பார்த்தார். விசுவன் அவரைப் பார்த்து தன்னிச்சையாகக் கையசைத்தான்.

2
சுந்தரபுரம் கைகாட்டி

நான்கு வழிச்சாலை சந்திக்கும் இடத்தின் கிழக்குப் பக்கம் அண்ணா பெரியார் சிலைகள் இரவு நேர வெளிச்சப் புள்ளிகளோடு கறுப்பில் மினுமினுத்தன. இளவரசன் கட்சிக் கரைவேட்டியோடு சாலையைக் கடந்து பஸ் நிறுத்தத்தின் அருகில் நின்ற அம்பாஸிடர் காரில் ஏறினான். கடையைச் சாத்திவிட்டு காவிரி ஆற்றுப் பாலத்தில் வீசும் காற்றின் தழுவலோடு மோதி வேகு வேகுவென சிங்காரத்தோப்பு வழியாக கைகாட்டியைத் தணிகைநாதன் நெருங்கியிருந்தான். காரில் ஏறிய இளவரசன் தணிகைநாதனைத் பார்த்தான். ஒரு காலை சாலையில் வைத்து கார் கதவை திறந்து பிடித்தபடி “தணிகைநாதா” என்று கூப்பிட்டான். பழசை மறக்காமல் கூப்பிடுகிறானே என்று உள்ளுக்குள் மகிழ்ந்தவன் சைக்கிளிலில் இருந்து இறங்கி காரை நெருங்கினான்.

காருக்குள் பெண்ணுருவம் நிழலென உட்கார்ந்திருப்பது பார்வையில் தட்டுப்பட்டது. "திடீர்னு கல்யாணம் பண்றதுன்னு முடிவு பண்ணிட்டேன். காலையிலே மலைக்கோவில்ல கல்யாணம் வந்துடு" என்றான் இளவரசன். அந்தக் குரலில் எந்தவிதமான உணர்வும் வெளிப்படவில்லை. கடந்து சென்ற லாரியின் வெளிச்சத்தில் உள்ளே உட்கார்ந்திருப்பது பத்மா காபித்தூள் ஓனரின் கடைசி மகள் என்பது தெரிந்தது. உள்ளுக்குள் அதிர்ந்தாலும் தன்னிச்சையாக தலையாட்டினான். பீயாரெஸ் மளிகைக் கடையில் ஓட்டலுக்காக பலசரக்குகள் வாங்க வரப்போக இருந்த காலத்தில் இளவரசன் ஜாலியாகப் பேசிப் பழகிய பழக்கம் ஏதேச்சையாகக் கண்டவுடன் தன்னிடம் சொல்ல வைத்துவிட்டது என்று நினைத்துக்கொண்டான். கிட்டத்தட்ட பத்து வருட காலத்துக்குப்பின் ஆட்சியைப் பிடித்திருந்த திமுக அரசை இரண்டே வருடத்தில் கலைத்துவிட்டனர். இந்த முறை நேரிடையாகவே இரட்டை இலைச் சின்னத்தில் இளவரசனுக்கே சீட்டு என்று பேசிக்கொண்டனர்.

"பழசை மறக்காமல் கூப்பிட்டு பேசினாருக்கும்?" என்று மீண்டும் கேட்டாள் சந்திரமதி. விசுவனும் கலையரசியும் ஆடைகளின் கலைதலோடு தூக்கத்தில் இருந்தனர்.

"மீண்டும் ஜெயிச்சுட்டா யாரு என்ன சொல்லமுடியும். காபித்தூளு ஓனரே எம்மெல்யே மாப்பிள்ளைன்னு கோதாவுல திரிவாப்ல யாரு கண்டா?"

"என்ன இருந்தாலும் ரெண்டாந்தாரமா... அதுவும் சாதி மாறி வீட்டுக்குத் தெரியாம. காருக்குள்ள குறுகுறுன்னுல்ல உட்டகார்ந்திருச்சு..."

"நல்லா படிச்ச புள்ளே... அவங்க வீட்டு மாடிலே குடியிருந்தப்பவே பத்திக்கிச்சு போலிருக்கு... முத சம்சாரம்தான் பாவம்.."

விசுவன் புரண்டு படுத்தான். விசுவனை பிளஸ்டூ ரிசல்ட் வந்த பிறகு காலேஜ் படிப்புக்குச் சேர்த்துவிட வேண்டும். இன்ஜினியரிங் படிக்கப்போகிறேன் என்கிறான் அசால்ட்டாக.

எப்படியாவது படிக்க வைத்துவிட வேண்டும் கொஞ்சம் செலவு இருக்கிறது. இளவரசன் கூப்பிட்டதும் ஏதும் தனது கஷ்டத்தைக் கண்டு சுளுவாக ஒரு வழி காண்பிப்பான் என்றுதான் மனது நினைத்தது. ஆரம்பத்தில் இருந்த வியாபார உத்வேகம் தற்போது குறைந்து மனதில் ஒரு சலிப்பு றெக்கை கட்டி அடிக்கிறது. அப்படி என்ன வழிதான் இளவரசன் தனக்குக் காண்பித்து விட முடியும் என்று மனம் குறுக்குக்சால் ஓட்டியது. மாதா கோவில் குத்தகைக் கடைகள் சில இளவரசன் கட்டுப்பாட்டில்தான் இருக்கிறது. ஆனால் மளிகைக் கடை வைக்க அவை தோதுபடாது. வியாபாரம் செய்வதைத் தவிர தனக்கு வேறு ஒண்ணும் தெரியாது. பார்ப்போம் மீண்டும் எம்மெல்யே ஆனால் ஏதேனும் உதவி கேட்க வேண்டும். எம்மெல்யேவாக இருந்த கடந்த இரண்டு வருடத்தில் ஒருமுறைகூட சந்திப்போ பேச்சோ எதுவும் நடந்ததில்லை. ஆனால் இளவரசன் மனதில் தான் இருப்பது கண்டு இனம்புரியாத உற்சாகம் தணிகைநாதனுக்கு எழுந்தது. காலையில் மலைக்கோயிலுக்குச் சென்றுவிட்டு கடையைத் திறக்கப் போவோம். கல்யாணப் பரிசாக என்ன கொடுக்கலாம் என்று நினைத்தவாறே தூங்கிப்போனான். நடு இரவு தாண்டி சந்திரமதியை உசுப்பினான். ‘அய்யோ பிள்ளைங்க முழிச்சுக்கப்போகுதுங்க’ என்கிற கிசுகிசுப்போடு சந்திரமதி அவனின் முயங்கலுக்கு ஈடுகொடுத்து புயங்களை ஆரத்தழுவினாள்.

முழுப்பரீட்சை முடிந்ததும் கடைக்கு வந்துவிட்டான் விசுவன். கடையிலிருந்து அப்பாவுக்குத் தெரியாமல் நூறு ரூபாயாவது எடுக்காமல் வந்ததில்லை. அது பஸ் நிலையத்தின் சாக்கு விரிப்பில் இருந்த பாலகுமாரன் புத்தகங்களாக வீட்டுக்கு வரும்போது மாறியிருக்கும். வார இதழ்களின் அட்டைப் படங்களை கழட்டினால் எல்லாம் ஒன்றுபோலவே இருப்பதாக அவ்வப்போது தோன்றினாலும் மூன்று நான்கு இதழ்களையாவது வாங்காமல் விட்டதில்லை. வேல்சாமியின் புத்தகக் கடையில் பாக்கெட் சைஸ் கணையாழி, பலவிதமான மாத நாவல்கள் நூறு ரூபாயில் உருமாறியிருக்கும். பெரீப்பா என்றே அழைத்துப் பழகிப்போன ரங்கராஜனின் எஸ்ஸார்

ஹோட்டலில் வாரம் ஒருமுறை மாட்டுக்கறி வறுவலோடு மதிய சாப்பாட்டையும் அந்த நூறு ரூபாய் மாற்றிக்காட்டி அவனை வேறு உலகத்துக்கு அழைத்துச் சென்றது.

ஒருமுறை அம்சவேணி வெற்றிலைச்சாறு ஒழுகும் வாயோடு அவனை விழுங்குவதுபோல் பார்த்தாள். வருடம் ஏற ஏற அவள் மெருகு குலையாமல் கறுப்பு தேகத்தில் கர்லாக் கட்டை போலிருந்தாள். அவன் பாக்கெட்டில் இருந்த நூறு ரூபாயைப் பார்த்தவள், “ஒரு ஐம்பது கடானாத் தர்றது?” என்று கேட்டாள். அவன் திகைத்த விநாடியில், “வட்டி போட்டுக்கோ” என்றாள். அவன் பேசாது ஒரு வாழைப்பழத்தை உரித்து வாயில் வைத்தான். பஸ் ஹாரன் ஒலிகள் காதைத் துளைத்துக் கொண்டிருந்தது. “என்ன மைனரு ஏதும் பேச மாட்டீங்கறீரு... இங்கனக்க தரவேணாம்... வீட்டுக்கு வந்து தர்றது? முன்னாடிப் போங்க பின்னாடியே வர்றேன்” என்றாள். அவனுக்குள் ஒரு சிலிர்ப்பு ஓடி மறைந்தது.

வேல்சாமி புத்தகக் கடை சிமெண்ட் பாதை வழியே வேகமாக நடந்தான். அவர் தன்னையே பார்த்துக்கொண்டிருப்பதாக மனது குறுகுறுத்தது. அம்சவேணி பின்னாலேயே வந்துவிட்டாள். அவள் வீடு இருந்த தெரு மதிய வெயிலில் வெக்கையுடன் ஆளரவமற்று அமைதியாக இருந்தது. வீடு பூட்டப்படாமல் வெறுமனே சாத்தப்பட்டிருந்தது. தள்ளித் திறந்தான். உள்ளே நுழைந்த வேகத்தில் விசுவனைக் கட்டிப்பிடித்தாள். வெற்றிலைபாக்கு எச்சில் வாசம் வீசியது. அவள் மேலுதட்டில் பூனை ரோமங்கள் வியர்வைத் துளிகளோடு பார்வைக்கு நெருக்கத்தில் இருந்தது. அவள் மார்பக அழுந்தல் மெத்தென்று இருந்தது. முதல் ஸ்பரிசம் நிகழ்ந்த அன்று வந்த வழி திரும்பாது பார்வதி நகர் வழியே சென்று தா.பேட்டை ரோட்டுக்கு வந்து கைகாட்டிக்குத் திரும்பி வீடடைந்தான். வெறும் கட்டியணைத்துத் தழுவல்தான். வேறு ஒன்றும் நிகழவில்லை. வந்ததும் குளித்தான்.

“ஏன்டா... குளிக்கிறதுன்னா ஆத்துக்குப் போயிருக்கலாம்ல... ஒரு நா விட்டு ஒருநாதான் தெரு பைப்ல தண்ணீர் வுடறானுங்க...” என்றாள் அம்மா. அவள் கட்டி வைத்திருந்த பூ மாலைகள் பூப்பந்துகளை எடுத்துக்கொண்டு சைக்கிளில் கைகாட்டிக்குச்

சென்றான். அண்ணா சிலை பக்கமிருந்த மூன்று பூக்கடைகளில் மாலைகளை ஒப்படைத்துவிட்டு மல்லிகை முல்லைப் பூப்பந்துகளை ஒப்படைக்க பேருந்து நிலையத்துக்கு சைக்கிளை அழுத்தினான். தேர்தல் பிரச்சார ஆட்டோக்கள் இரட்டை இலைக்கும் உதயசூரியனுக்குமாக குறுக்கே மறுக்கே ஸ்பீக்கர் அலறல்களில் ஓடிக்கொண்டிருந்தது.

கைகாட்டி சந்திப்பு முக்கில் ராஸா ஸ்வீட் கடை வாசலுக்கு வந்தான். எதிர்த்தபுறம் பஸ் நிறுத்தத்திற்கு சுதா வரும் நேரம். அவன் அமர்ந்திருந்த கடை படிக்கட்டிலிருந்து பார்த்தால் ராமையா டைப்ரைட்டிங் இன்ஸ்டிடியூட் மாடியும், இடதுபுறம் கழுத்தைத் திருப்பினால் அவள் நிற்க வரும் பஸ் நிறுத்தமும் தெரியும். நீலத்தாவணியில் அவள் மாடி வராண்டா வழியே வருவதை வடக்கேயும் கிழக்கேயும் மேற்கேயும் செல்லும் பல்வேறு வாகனங்களுக்கு மத்தியில் இரைச்சல்களினூடே பார்த்தான். அவன் இருந்த இடத்துக்கு அருகே ரோட்டுக்கு விளிம்பில் சைக்கிளில் இளநீர்களைக் கட்டி காலையில் வியாபாரத்துக்கு வந்தவர் வீட்டுக்குக் கிளம்பத் தயாரானார். ஸ்வீட் கடைக்கு அருகில் இருந்த டீக்கடையிலிருந்து வாழைக்காய் பஜ்ஜி சுடும் வாசனை வீசியது. அவன் மெல்ல எழுந்து டீக்கடையைத் தாண்டி பொரிகடலை பட்டாணி விற்கும் தவசிப்பிள்ளை கடைக்கு முன் வந்தான். எதிரே சாலையைத் தாண்டினால் வாழைப்பழம் காய்கறிகள் விற்கும் மூன்று கடைகள். அதை ஒட்டி போலீஸ் குவர்ட்டர்ஸ். அங்கு துறையூரிலிருந்து வரும் பஸ்களும் இவன் நிற்கும் தவசிப்பிள்ளை கடைபக்கம் சத்திரத்திலிருந்து வரும் பஸ்களும் நிற்கும். மேற்கேயிருந்து சத்திரத்துக்குச் செல்லும் பஸ்கள் அண்ணா பெரியார் சிலை பக்கம் நிற்கும். சுதா அங்கு சென்று நிற்பதைக் கண்டு புருவம் உயர்த்தினான். வழக்கமாக போலீஸ் குவார்ட்டர்ஸ் பக்கம்தானே நிற்பாள். என்னாச்சு? சாலையைக் கடந்து காய்கறி பூக்கடைகளைத் தாண்டி அண்ணா சிலை பக்கம் நெருங்குவதற்குள் மேற்கிலிருந்து வந்த பஸ்ஸில் சுதா இவனைப் பார்த்தபடி ஏறினாள். இரண்டு வருடங்களாகப் பார்த்தபடிதான் இருக்கிறான். எப்போதாவது 'இந்த முறையாவது ஹையர் பாஸ் பண்ணிடுவீங்களா?' 'ஏன் மேத்ஸ் குரூப் எடுக்காம

அக்கவுண்ட்ஸ் எடுத்தீங்க. ரெட்டைச்சடையிலே நல்லாருக்கீங்க. எந்த காலேஜ் சேரப்போறீங்க.' அவள் எதற்கும் பதில் பேச்சுப் பேசினதேயில்லை. பள்ளி விட்டதும் அமலா மேல்நிலைப்பள்ளி வாசலில் முதன்முறையாகச் சென்று நின்றபோது பள்ளி விட்டு வரும் பெண்களை வரவேற்க ஒரு விடலைக் கும்பலே தினமும் குவிவதைக் கண்டு திகைப்பாக இருந்தது. இவன் நிற்பதை கலையரசி பார்த்துவிடக்கூடாதே என்றே படபடப்பாக இருக்கும். அப்படியிருந்தும் ஒருமுறை எப்படி பார்த்தாளோ அம்மாவிடம் போட்டுக் கொடுத்துவிட்டாள். "ஏன்டா படிச்சு அந்த மனுசனோட சுமையைக் குறைக்க வழியைப் பார்ப்பியா.. இப்பவே அரிப்பு எடுத்து திரியறவன்" என்று கத்தினாள். அத்தோடு அங்கு செல்வதை நிப்பாட்டினான். டியுசன் டைப்ரைட்டிங் க்ரைம் நாவல் லைப்ரரி என திரிந்தான். ரெபிடெக்ஸ் தமிழ் வழி ஆங்கிலம் கற்பிக்கும் புத்தகத்தை எந்நேரமும் அம்மாவின் முன் புரட்டி உதார் விட்டுக் கொண்டிருந்தான். சுதாவின் நினைவு தட்டுப்பட்டால் இப்படி வந்து கைக்காட்டியே கதி என்று நிற்பான். அவன் சட்டைப் பாக்கெட்டில் அவளைக்குறித்தான கவிதை வரிகளடங்கிய பேப்பர் இன்றும் இருந்தது. காலம் அவனுக்கான பக்கங்களில் சுதாவை குறித்து ஏதேனும் எழுதியிருக்கிறதா இல்லையா? இந்த பிளஸ்டூ விடுமுறையாவது கைக்கொடுக்கும் என்று பார்த்தால் வழி மாறி நின்று வந்த பேருந்தும் அவனுக்கு வில்லனாக மாறிவிட்டதாக நினைத்தான். கைத்தட்டி யாரோ கூப்பிடுவதாக உணர்ந்து ஓசை வந்த திசைக்கு அண்ணாந்தான். ராமையா வெற்றிலையை குதப்பிக்கொண்டு மாடி வராண்டாவில் நின்று அழைத்தார். இதை எப்படி கவனிக்காமல் விட்டேன். எப்போதிலிருந்து கவனித்தாரோ தெரியவில்லையே?

"லோயர் ஹையர் முடிச்சிட்டோம்னு திரியாதேடா... அப்பப்ப வந்து ஜாப் டைப்பிங்க் முடிச்சு கொடுத்து பிராக்டிஸ் பண்ணிக்கோடா..."

புன்முறுவலுடன் நின்றவனிடம் "எஸ்ஸார் ஓட்டல்ல நாலு புரோட்டா முட்டைக் குருமா வைச்சு வாங்கி வாடா... இந்த கண்ணன் பையலை இன்னும் காணோம்" என்றவர் அவனிடம்

பணத்தைத் திணித்தார்.

ஹோட்டலில் திருமலையண்ணன்தான் இருந்தார். ஆட்டோ சங்கரின் கிளுகிளுப்பு யூகச்செய்திகளில் மெய் மறந்து லயித்திருந்தார். புரோட்டாவை கட்டி பார்சலை விசுவனிடம் தந்த சிலோன்காரன் “டேவிட் மாஸ்டர் கூப்பிடறாரு” என்றான்.

திருமலை “இவனையும் கெடுத்து வைச்சு தொலைக்காதீங்கடா” என்று இவனைப்பார்த்து சிரித்தான். சிலோன்காரன் “ஏண்ணே விசுவத்துக்கு பல்லே முளைக்கலேயாட்டுருக்கும்” என்று பூடகமாகச் சொல்லி வாயெல்லாம் பல்லைக் காட்டினான். காபிக்காரை படிந்த பற்கள். பார்சலை டேபிளில் வைத்துவிட்டு சிக்கன் குழம்பு வாசத்தை இழுத்தபடி சமையலறை பக்கம் சென்றான். டேவிட் அவனைத் தனியே அழைத்து ஏதோ தணிவாக கேட்பதை கல்லாப்பெட்டியிலிருந்தே திருமலை கவனித்தான்.

தேர்தல் பிரச்சாரத்துக்குக் சென்ற கரைவேட்டிக் கும்பல் ஹோட்டலில் நுழைந்த சமயத்தில் பார்சலை எடுத்துக்கொண்டு வெளியேறினான் விசுவன். இளவரசனுக்காக கூட்டணிக் கட்சியில் இருப்பதால் ஓட்டுக்கேட்க ரங்கராஜனும் இணைந்து செல்லும்படியாக இருக்கிறது. மாதாக் கோவில் கடைகள் விவகாரத்தினால் ஜம்புலிங்கமும் சாமியப்பனும் இளவரசனுக்கு எதிராக உதயசூரியனுக்காக வேலைசெய்து கொண்டிருந்தனர். திருச்சபை மூலம் பத்துக் கடைகள் இளவரசன் கண்ட்ரோலில் வரும்படி பேசி பாதர் பிரச்னையை இரண்டு வருடமாக நீறுபூத்த நெருப்பாக ஆறப்போட்டு வைத்திருக்கிறார்.

சைக்கிளை கைகாட்டியிலிருந்து தள்ளியபடியே டேவிட் தன்னிடம் தணிந்த குரலில் பணிவாகக் கேட்டதை நினைத்தபடியே நடந்தான். அம்சவேணியிடம் பணம் கொடுத்த விஷயம் சில மணி நேரத்திற்குள் டேவிட்டுக்குத் தெரிந்து விட்டிருந்தது. உண்மையிலும் தான் வட்டிக்கு விடுவதாக அவள் மூலம்தான் அவன் நினைத்திருக்க வேண்டும். அவள் தன்னை கட்டியணைத்ததையும் சொல்லியிருப்பாளா? ‘வாரவாரம் கட்டுற மாதிரி கொஞ்சம் பணம் தேவைப்படுது விசுவா கிடைக்குமா?’

அப்பாவிடம் கேட்டு பைனான்ஸ்தான் விட்டுப் பார்க்கலாமா?

பிளஸ்டூ ரிசல்ட் வந்த மாலை பேப்பர்களில் நண்பர்கள் அமளிதுமளிப்பட்டார்கள். பள்ளி வளாகத்தில் அந்தி சாயும் நேரத்தில் பள்ளி கிளார்க் மதிப்பெண் விவரங்களைச் சொல்லிக்கொண்டிருந்தார். விசுவனுக்கு எதிர்பார்த்த மதிப்பெண்கள் வரவில்லை. இம்ப்ரூவ்மெண்ட் எக்ஸாம் எழுத அவனும் ஜீவிதனும் முடிவெடுத்தனர். அன்று இரவு நாளைக் காலை விடிந்தால் மார்க் விவரம் எல்லோருக்கும் தெரிந்து துக்கம் விசாரிக்காத குறையாக விசாரிக்கக்கூடும். 'இந்த மார்க்குக்கு வடுகபட்டி காலேஜ்ல பியெஸ்ஸி மேத்ஸ் கூட கிடைக்காது. இந்த லட்சணத்துல எங்கே இன்ஜினியரிங் சீட்டு கிடைக்கப் போகுது?' தான் பாஸாகிவிட்டது குறித்தான மகிழ்ச்சியே வீட்டிற்குப் போதுமானதாக இருந்தது. மதிப்பெண்கள் விவரத்தைப் பற்றி மூச்சுவிடவில்லை. காலை விடிந்தபோது தெருவே அரக்க பரக்க அல்லாடுவதுபோல் வித்தியாசமாக இருந்தது. விடியலிலேயே புறப்பட்ட தணிகைநாதன் போன வேகத்தில் திரும்ப வந்தான். "ராஜீவ்காந்தியை கொன்னுட்டாங்களாம்" என்று படபடத்தார். காவல் வாகனங்கள் போவதும் வருவதுமாக இருக்க பேருந்து நிலையத்தின் பகுதியிலும் கைக்காட்டியிலும் சாலைகள் வெறிச்சோடியிருந்தன.

தேர்தல் முடிவில் அதிபெரும்பான்மையில் ஜெயலலிதா ஆட்சியை பிடித்திருந்தார். இளவரசனை எதிர்த்து போட்டியிட்டிருந்த அனைவருமே டெபாஸிட்டை இழந்திருந்தனர். விசுவனோடு பிளஸ்டூ இம்ப்ரூவ்மெண்ட்டுக்கு விண்ணப்பித்தவர்களுக்கு தேர்வு விவரம் குறித்த தகவல் வந்திருந்தது. விண்ணப்பத்தோடு மதிப்பெண் பட்டியலையும் அனுப்பியிருந்தனர். எல்லோருக்கும் திருப்பி அனுப்பபட்ட மதிப்பெண் ஷீட் விசுவனுக்கு மட்டும் அனுப்பபடவில்லை. பி.எஸ்ஸி. மேத்ஸ் படித்துக்கெண்டே இம்ப்ரூவ்மெண்ட் எழுதுவோம் என்று எடுத்த முடிவில் வடுகபட்டி காலேஜ் அட்மிஷனுக்கு மார்க் ஷீட் தேவையாயிற்றே? தணிகைநாதன் அவனைக் கோபத்தில் திட்டினான். "ஒரிஜினலை யாராவது அனுப்புவாங்களா? தறுதலை..." ஆனால் இவன் அனுப்பியதைப்போல்தான் எல்லோரும் அனுப்பியிருந்தனர்.

அவர்களுக்குத் திருப்பி அனுப்பிய தேர்வாணையம் இவனைச் சுற்றில் விட்டுவிட்டது.

திருமலையண்ணன் லாட்ஜுக்கு அருகில் புதிதாக ஆரம்பித்திருந்த புரபஷனல் கூரியர் சர்வீஸ் சுதர்சனம் மூலம் சென்னைக்கு அவனை கூரியர் வாகனத்தில் அனுப்ப ஏற்பாடு செய்தார்.

தபால் பார்சல் கட்டுகளோடு முதன்முதலாக மெட்ராஸுக்குள் நுழைந்தான். கூரியர் சர்வீஸில் இருந்தவர்கள் அவனை அரசு பாடநூல் நிறுவனம் இருந்த வளாகத்தின் ஒரு பகுதிக்குள் கூட்டிச்சென்று விட்டனர். குழுமியிருந்த மனித கூட்ட நசநசப்பில் அவனுக்கான கல்வி மாவட்ட டேபிளை நெருங்கினான். விசாரித்த பெண்மணி அலட்சியமாக அகலமான டேபிளை சுட்டிக்காட்டினார். அந்த டேபிள் முழுக்க சுருட்டி ரப்பர் பேண்ட் போட்ட தினுசில் மார்க்ஷீட்கள் வேறு சான்றிதழ்கள் என குவித்து வைக்கப்பட்டிருந்தன. தேடியெடுத்து காலையில் வந்திறங்கிய கூரியர் ஆபிஸிற்கு வந்தான்.

“இவ்வளவு தூரம் வந்துட்டு மெட்ராஸைச் சுத்திப்பாக்காம போறதா? போய் பாத்துட்டு வாங்க... மார்க்ஷீட்டை பத்திரமா அந்த டிராவில வச்சிடுங்க...” என்றவர்கள் தூங்க ஆரம்பித்துவிட்டனர். இரவு பத்துமணிக்கு மேல்தான் இங்கிருந்து தபால் பார்சல்களோடு கூரியர் வாகனம் கிளம்பும். முதலில் மெரீனா பீச்சுக்குச் சென்றான். எம்ஜியார் சமாதியில் பளிங்குக் கல்லில் தங்கள் காதை வைத்து ஏதோ ஓசை கேட்பதாகக் சொன்னவர்களை விசித்திரமாக பார்த்தான்.

அண்ணா சமாதியைக் கடந்து கடற்கரை மணலில் கால்கள் புதைய நடந்தவனின் பார்வையில் குடையை நிழலாக பாவித்து ஆணும் பெண்ணும் அந்த மொட்டை வெயிலில் சரசமாடுவது பட்டது. முகத்தோடு முகமாக இருந்தவர்கள் யாரைப்பற்றியும் கவலை கொள்ளவில்லை. திரும்பின பக்கமெல்லாம் ஜோடிகளாக அனல் வெயிலில் தங்களை மறந்து இருந்தனர். அம்சவேணியின் வெற்றிலை வாடையே என்னவோ போலிருந்தது. இப்படி முகத்தோடு முகத்தை

உரசி சளி வியர்வை தோல் வாசத்தை எப்படித்தான் சகித்துக் கொள்கின்றனரோ என்றிருந்தது விசுவனுக்கு.

இரண்டு திரையரங்கம் ஒன்றாக இருந்த வளாகத்தில் நுழைந்து டிக்கெட் எடுத்தான். ‘கற்பூர முல்லையா கேப்டன் பிரபாகரனுக்குத்தானே டிக்கெட் கேட்டேன்’. ஒவ்வொருவரையாகக் கேட்டு டிக்கெட்டை மாற்றித் திரையரங்கில் நுழைந்தபோது ஏ.ஸியின் சில்லிப்பு அவனை அணைத்தது. படம் ஏற்கனவே தொடங்கிவிட்டிருந்தது. “...கண்ணால நூறு வலை போடுகிற பொம்பளை... உள்ளூர ஊறுதடி தேன்போல...” திரையில் ஆடும் பிம்பங்களைப் பார்த்துத் தட்டுத்தடுமாறி சீட்டைத்தேடி உட்கார்ந்தான். “கொழுந்து வெத்தலை எடுத்து எடுத்து கொழுந்தன் கையில கொடுத்து கொடுத்து...” திரையரங்கின் பிரம்மாண்டம் சுந்தரபுரத்தின் அபிராமி தியேட்டரை விரலைவிட்டு ஆட்டியது “...கட்டழகு பெட்டகமே.. பொட்டு வைச்ச ரத்தினமே.. நித்திரையே வுட்டுப்புட்டு...” திரையில் பிம்பங்களும் அவ்வளவு தெளிவாக இருந்தது. “...கூட உங்க கூட ஒரு மாலை போடட்டுமா...” ஆடும் நடிகையின் இடுப்புப் பிரதேசத்தையே வெறித்துக் கொண்டிருந்தான்.

“என்னங்க இவ்வளவு தூரம் வந்து சினிமாவுக்கா போனீங்க... நம்ம ஊர்லேயே பாக்கலாங்களே அதெல்லாம்...” என்றனர் கூரியர் ஆபிஸில் இருந்தவர்கள். சங்கடப்பட்டு நெளிந்தவன் சாலைக்கு வந்தான்.

சாலை விளக்குகள் எரிய ஆரம்பித்திருந்தன. அவனுடன் இணைந்து சுதா தாவணி நுனி பறக்க கைகோர்த்து ஆடியபடி வந்தாள். அவளிடமிருந்து வீசிய நறுமணம் அந்திநேரக் காற்றில் விசுவனை மிதக்க வைத்தது. மாத வார தின இதழ்கள் தொங்கிய டீக்கடை பெஞ்சில் உட்கார்ந்து சூடான டீயை இதமாக வாயில் உறிஞ்சினான். சுதாவிடம் இந்தமுறை கடிதம் எழுதியாவது தெரிவித்துவிட வேண்டும். ஒரு துணிப்பையைச் சுமந்தபடி வந்த வயதானவர் பெருமூச்சோடு அவனருகில் அமர்ந்தார். ஒற்றைநாடி தேகம். அரைக்கைச் சட்டை. குறுகலான நீண்ட முகத்தின் குழிவான கண்களில் கோபம் மென்மையாகத்

தெறித்தது. கையில் துணிப்பை சற்று கனத்துடன் இருந்தது. பார்த்த முகமாக இருந்தது.

“அய்யா... இந்த ஊருங்களா?”

“இல்லை... சின்னமனூர். வத்தலகுண்டு பக்கம்.”

துணிப் பையில் புத்தகங்கள் இருப்பது டியுப்லைட் வெளிச்சத்தில் தெரிந்தது. அவன் புத்தகங்களை உற்றுப் பார்ப்பதைக் கண்டார். “படிக்கிற பழக்கம் உண்டா?” என்றவர் ஒரு புத்தகத்தை எடுத்துத் தந்தார். ‘எழுத்து’ ஐந்தாம் ஆண்டு. ஐம்பது காசு.

“அம்பது பைசாவா? ரொம்ப பழைய புத்தகங்களா?”

“இன்றைய தினம் நாளைக்குப் பழையதுதானே!” என்றார்.

பக்கத்தினைக் கவனித்தான். இருநூற்றி இருவத்தியாறு. ஆனால் இருபது பக்கங்கள்தான் புத்தகம் இருக்கும்.

“கையில் வைச்சிருக்கிறது அறுவதாவது இதழ்... பக்கங்கள் தொடர்ச்சியாக வரும். ஒன்றாவது பக்கம் முதல் இதழில் இருக்கும்.”

அவனுக்கு கணையாழியில் ஏதோ ஒரு செய்தியில் படித்த சில வரிகள் மின்னலிட்டன.

“அய்யா நீங்க சி.சு.செல்லப்பாதானே?”

அவர் அவனை உற்றுப்பார்த்தார். இதழின் முதல் பக்கத்தில் அவர் பெயர் இருப்பதை அப்போதுதான் கவனித்தான். இறுதிப் பக்கத்தில் சி.எஸ்.செல்லப்பா என்று ஆங்கில எழுத்தில் அச்சடிக்கப்பட்டிருந்ததையும் வியப்புடன் கவனித்து நிமிர்ந்தான். அதற்குள் அவர் புத்தகத் துணிப்பையோடு எழுந்து நகர்ந்திருந்தார்.

“அய்யா... சின்னமனூர் அய்யா...” என்றழைத்தான்.

அவர் வேகமாக நடையைப் போட்டிருந்தார்.

காளையொன்று வாடிவாசல் தட்டிக் கதவை முட்டி மோதித் தள்ளித் திமிறி வெளியே பாய்ந்தது.

★★★

3

காவல்நிலையப் பேருந்து நிறுத்தம்

மாலை நேர சந்தடியில் சாலை முழுக்க ஒரே இரைச்சல் காடாக இருந்தது. நாற்பதடி உயர கட்-அவுட்டில் ஜெயலலிதாவும் எம்ஜியாரும் அருகருகே வீரநடை போட்டு உறைந்து நின்றனர். மணல் ஏற்றி வந்த லாரி காவல்நிலையத்தினை ஒட்டியிருந்த குறுகிய சாலையில் திரும்ப பிரயத்தனப்பட்டுக் கொண்டிருந்தது. நிறுத்தத்தில் வந்து நின்ற பேருந்து கிளம்புவதற்கு லாரி இடைஞ்சலாக இருக்க பஸ் ஹாரன் விடாமல் அலறியது. காவல் நிலையத்திலிருந்து விசில் பறந்து வர ஹாரன் படக்கென்று நின்றது. ஈரம் நிறைந்த மணல், லாரியிலிருந்து ஆற்று நீரைச் சொட்டுச்சொட்டாக சாலையில் ஊற்றிக்கொண்டிருந்தது. சைக்கிள்களும் பைக்குகளும் மாட்டுவண்டிகளும் அந்த டிராபிக்கில் நீ முந்தி நான் முந்தியென

தள்ளு முள்ளு பண்ணிக்கொண்டிருக்க அவைற்றைக் கடந்து விசுவனும் ராஜவேலுவும் காவல் நிலையத்தின் பின்புறம் இருந்த வாணரப்பேட்டைக்குப் செல்லும் வீதியில் நுழைவதற்காக சாலையிலிருந்து இடதுபுறம் திரும்பினர்.

“இருப்பாரா என்னன்னு தெரியலையே?” என்றான் ராஜவேல்.

சீமானூர் பிரபுவைச் சந்தித்து ஆற்று மணல் எடுப்பதிலிருக்கும் சிக்கல் விஷயமாகப் பேச ராஜவேலுவுடன் விசுவனை இளவரசன்தான் அனுப்பியிருந்தான். காலேஜ் அட்மிஷன் விஷயமாக உதவி கேட்பதற்காக இளவரசனிடம் அப்பாதான் அவனை அனுப்பியிருந்தார். “செஞ்சுக்கலாம்டா... இவருக்கு பிரபு இருக்கும் இடத்தைக் காட்டிட்டு வா.” மணலூர் ஏரியாவில் ஆற்று மணலை எடுப்பதற்கு உயரமான ஆற்றுக்கரையை உடைத்தால்தான் லாரிகள் உள்ளே செல்ல முடியும். கரையை உடைக்கக் கூடாது என ஊர்க்காரர்கள் தகராறு செய்கின்றனர். எம்மெல்யே இளவரசனிடம் மணல் குத்தகை எடுத்திருந்த ராஜவேல் தேடி வந்து முறையிட்டான். இளவரசனின் அக்காள் பையன்தான் பிரபு என்றாலும் இருவரும் முறைத்துக்கொண்டிருப்பதாகவே சுந்தரபுரத்தில் பேச்சு அடிபட்டுக்கொண்டிருந்தது. இளவரசன் இரண்டாம் திருமணம் செய்து கொண்ட பிறகுதான் அவர்களிருவரும் சரிவரப் பேசிக்கொள்வதில்லை. ஆனால் அரசு காண்ட்ராக்ட் எடுக்கும் விஷயத்தில் இருவரும் சமரசமாக இருப்பதாகத்தான் தோன்றுகிறது. இல்லையென்றால், ‘அவனைப் பாரு’ என்று அனுப்பியிருப்பாரா?

“சீமானூரைச் சேர்ந்த பிரபு சாரைப் பார்க்க வந்துருக்கோம்.”

கூல்டிரிங்ஸ் கடைக்காரர் எதிர்த்த கட்டடத்தின் மாடியைக் காட்டினார்.

“ஒரு நாளைக்கு மூனோ நாலோன்னுதான் லாரிங்க வருது. காண்ட்ராக்ட் எடுத்த தொகையையாவது எடுத்துற முடியுமான்னு தெரியலை தம்பி. இதுல ஊர்க்காரங்க தொல்லை பெரும் இம்சையா இருக்குதுங்க” என்றான் ராஜவேல். பிரபு

அறையிலிருந்த நபரை நான்கு டீ வாங்கி வா என கீழே அனுப்பினான்.

“பரமத்தி பக்கம் மணல் தரமா கிடைக்கிறதால லாரிங்க அங்கிட்டுதான் அள்ளப் போகுதுங்க. உங்க பிரச்னையைத் தீர்க்க மணலூர்ல ராமலிங்கத்துக்குத் தகவல் சொல்லிவுட்றேன்.”

“உங்க மாமா நேரா தலையிட்டா பிரச்னை தீந்துடும். அப்படி செய்ய மாட்டாங்களா?

“ஓட்டுக் கிடைக்காதே?! சூதனமாத்தான் இதை அணுகணுங்க..”

அவர்கள் தொடர்ந்து பேசிக்கொண்டிருக்க டீயைக் குடித்துவிட்டு விசுவன் மட்டும் அங்கிருந்து கிளம்பி காவல்நிலைய பஸ் நிறுத்தம் அருகே வந்தான். சாலையின் எதிர்ப்புறமிருந்த மெடிகல் ஷாப்பிலிருந்து மருந்து மாத்திரைகளை வாங்கிக்கொண்டு சுதா இறங்குவது தெரிந்தது. மனசுக்குள் சிறகுகள் படபடத்தன. அவள் ஆல்வார் ஆஸ்பத்திரி இருக்கும் திசை நோக்கி நகர்வதாக உணர்ந்தான். சைக்கிள் பைக் கார்களின் வேகத்தை தடுத்துக் குறைத்து குறுக்காக ஓடி அவளை நெருங்கினான். அவன் மூச்சிறைப்போடு வருவது கண்டு திகைத்தாள்.

“என்னாச்சுங்க?”

“பெரிம்மாவுக்கு உடம்பு சரியில்லைங்க” என்றாள்.

“காலேஜ் சேர்ந்திட்டீங்களா?”

“ம்ம்... பி.காம். இந்திரா காலேஜ்ல...”

“சத்திரம் லேடிஸ் காலேஜ்லயா... ஏங்க வடுகபட்டில சேரலீயா?”

“நீங்க அங்க சேர்ந்திருந்தா நானும் அங்கதான் படிக்கணுமா?” அதட்டுவதைப் போல் கேட்டாள். பேசும்போது அவள் உதடுகள் சுழிவது கிறக்கத்தைத் தந்தது.

“நா.. நான் இஞ்சினியரிங் படிக்க டிரைப் பண்ணிட்டிருக்கேன்” என்றான் இடது கையால் சட்டைக் காலரைப் பின்னுக்குத் தள்ளி. மேற்கொண்டு பேச்சுக் கொடுத்தால் வடுகபட்டிக்கே ததங்கினத்தோம் போடுவதை உளறிக்கொட்டிவிடுவோம் என்று

“பெரிம்மாவை நல்லாப் பாத்துக்குங்க” என்று நகர்ந்தான். கிளம்பும்போது “ஏங்க உங்க மணலூர்ல மணலை எடுக்க வுடமாட்டீங்கிறீங்களாமே அப்படியா?” என்று அவளிடம் கேட்டான். அவள் இடது கை சுட்டுவிரலால் தலையைக் கீறி உதடுகளைப் பிதுக்கினாள்.

“எங்கப்பாகிட்டே கேட்டுச் சொல்றேன்.”

“உங்கப்பாகிட்டேயா... அவர் பேரென்ன?

“தியாகராசன்...”

“அவரு என்ன பெரிய பிஸ்தாவா” என்று கிண்டலாகக் கேட்டான்.

“என்ன நக்கலா? சீரியஸா கேக்கிறன்னு நினைச்சுப் பேசிட்டுருக்கேன்.” சாலையென்றும் பார்க்காமல் கையை ஓங்கினாள். சிரித்தபடி நகர்ந்தான்.

எம்மெல்யே அலுவலகத்தை நோக்கி நடையை எட்டிப்போட்டான். அதற்குள் இளவரசன் எங்கோ கிளம்பி விட்டிருந்தான். ‘எம்மெல்யே... நாளைக்கு காலேஜுக்கே நேரா வந்துடச் சொன்னாருப்பா உன்னை’. நேர்முகத்தேர்வுக்கு ஒரு நாள் தள்ளிப் போனதில் அவனை வெயிட்டிங் லிஸ்டில் கல்லூரி நிர்வாகம் வைத்துவிட்டது. வடுகபட்டி காலேஜுக்கு வந்த கிராக்கியைப் பாருடா என்றிருந்தது அவனுக்கு. ஒருவேளை கிடைக்காது போனால் என்ன செய்வது என்று இளவரசனிடம் அவனை அனுப்பி வைத்தார் அப்பா தணிகைநாதன். மீண்டும் ஆல்வார் ஆஸ்பத்திரி பக்கம் வந்தான். சுதாவை கண்கள் தேடியபோது டேவிட் ஓட்டலுக்குத் தேவையான பலசரக்குகளை மூட்டைகட்டிக் கொண்டு சைக்கிளில் எதிர்ப்பட்டான்.

“விசு... ஓட்டலுக்கு வருவேன்னு பார்த்தேன்” என்றவன் வட்டிக்காசை கொடுத்துவிட்டுக் கிளம்பினான். படிக்கப் போய்விட்டால் வட்டித் தொழிலைச் செய்ய முடியுமா என்று யோசனையாக இருந்தது. நான்கு பேரிடம் ஆறாயிரம் வரை வட்டிக்கு விட்டிருந்தான். தணிகைநாதனுக்கு முதலில்

விருப்பம் இல்லை. பிறகு இவன் போக்கிற்கே விட்டுவிட்டான். ஆற்று மணல் லோடை ஏற்றிக்கொண்டு மாட்டுவண்டிகள் தொடர்ந்தாற்போல் நாலைந்து சென்றன. டிராபிக்கில் சாலை திணறியது. அகலமான சாலைதான். போலீஸ் ஸ்டேஷன் மட்டும்தான் சாலையிலிருந்து சற்று உள்ளே தள்ளியிருந்தது. அதன் வாசலுக்கும் சாலைக்கும் இடையில் விசாலமான இடம் இருந்தது. மற்றவர்கள் தங்கள் கடைகளை சாலை விளிம்பு வரை நீட்டியிருந்தனர். ஒவ்வொரு கடைக்கு முன்னாலும் தினமும் வந்து கடை போடுபவர்கள் இருந்தனர். பழக்கடை, வாட்ச் ரிப்பேர் கடை, பஜ்ஜி போண்டாக்கடை, குடை ரிப்பேர் சரிசெய்பவர், லாட்டரிச் சீட்டு விற்பவர் என்று சாலையே நெருக்கடியாக இருந்தது. ஸ்டேஷனின் பக்கவாட்டுச் சுவர் பக்கம் கீற்றுக் கொட்டகையில் பழைய புத்தகங்கள், இதழ்களில் வந்த தொடர்களின் பைண்டுகள், விற்காத புத்தம் புதியதான பல்வேறு மாத நாவல்கள், பாடல் கேசட் புதியவைகளும் பதிவு செய்த கேசட்டுகளும் கலந்த கலவையாகக் கடையை வைத்திருந்தார் தாமோதரன். பாலகுமாரன், இந்திரா, பார்த்தசாரதி, ராஜேஸ்குமார், பிகேபி, சுபா, ஜெயகாந்தன், செம்மலர், தாமரை, சதங்கை என புத்தகங்கள் காற்றில் பழைய நெடியுடன் படபடத்துக்கொண்டிருக்கும். தாமோதரன் ரகசியமாக புகைப்படங்களடங்கிய பாலியல் புத்தகங்களையும் வாடகைக்கு விட்டுக்கொண்டிருந்தார்.

மழைக்காலத்தில் தற்காலிக சாலையோரக் கடை வைத்திருப்பவர்களின் பாடுதான் பரிதாபமாக இருக்கும். ஆனால் எல்லாக்கடை முன்னாலும் நாலைந்து பேராவது எந்நேரமும் வியாபாரம் செய்து கொண்டுதான் இருந்தார்கள். கைகாட்டியிலிருந்து நேர்கோடாக ஒரு கிலோமீட்டர் வந்து பின் திரும்பிய வளைவில் போலீஸ் ஸ்டேஷன் இருந்தது. அப்பா இங்கே கடை போடாமல் ஏன் பாலம் தாண்டி ரயில்வே கேட் அருகே கடை வைக்கும்படி ஆனது. “இங்கட்டுல்லாம் வாடகை சாஸ்திடா. அதுவுமில்லாம பெரிய கடைங்க மூணு இருக்கு’. கடைக்குச் சென்று அப்பாவிடம் எம்மெல்யே சொல்லியிருந்த விஷயத்தை கூறவேண்டும்.

'ராஜீவோடு வந்த ஏழு சூட்கேஸ்கள் பணம் எங்கே?' கொட்டை எழுத்துக்களில் அலறும் வால் போஸ்டர்கள் சற்று முன் ஒட்டிய ஈரத்துடன் இனம் புரியாத சுரீரை ஏற்றிக்கொண்டிருந்தன. ராஜீவ் படுகொலையின் பரபரப்புச் செய்திகள் வந்திருந்த அரசியல் வார இதழ்களை வாங்க பஸ் நிலையம் நோக்கி நடக்க இருந்தவனை யாரோ கூப்பிடும் சத்தம் கேட்டுத் திரும்பினான். ராஜவேல்.

"என்ன தம்பி ரெண்டு பேரும் போங்கு காட்டறாங்க. மாமனும் மச்சானும் கமிசனுக்காக மணலூர்க்காரங்களைத் தூண்டிவிடறாங்களோ என்னவோ? ஏன்டா குத்தகை எடுத்தம்னு இருக்கு? யாருக்காவது குத்தகையைத் திருப்பி விட்டுட்டு எருமப்பட்டிக்கே போயிடலாம் போல இருக்கு."

"பிரபுண்ணே எல்லாம் சரிபண்ணிடுவாருங்க" என்றான்.

"நீங்க என்ன படிக்கிறீங்க?"

சொன்னான். "அடடா" என்ற ராஜவேல் "பேசாம டென்த் மார்க்கை வைச்சு பாலிடெக்னிக் சேர்ந்துடுங்க... கழுதை என்ஜினியரிங்கா நீங்களான்னு பாத்துடுவோம்"

"நீங்க என்ன படிச்சிருக்கீங்க?"

"அந்த படிப்பு கிடக்குது தம்பி... நினைச்சதெல்லாம் வாழ்க்கையில நடந்துடுதா என்ன? போக்கத்தவனுக்கு ஒம்பது வேலை. அதுக்குன்னு படிக்காம இருந்துடாதீங்க..." என்றவன் வந்த பஸ்ஸில் ஏறினான்.

எருமப்பட்டிக்கும் மணலூருக்கும் முப்பது கிலோமீட்டர் தூரமாவது இருக்கும். அங்கிருந்து வந்து மணல் குத்தகை எடுத்து சம்பாதிக்கிறானே என்று உள்ளூர் ஆட்கள் நினைக்கிறார்களோ என்னவோ?

சுதா போல் தெரிய சாலையின் மறுபக்கம் வந்தான். அந்தப் புடவைக்காரி அவள் இல்லை. டாக்டரிடம் மருந்துகளை காண்பித்துவிட்டு பெரியம்மாவைக் கூட்டிக்கொண்டு கிளம்பிவிட்டாள் போலிருக்கிறது. சுதாவைப் பார்க்கலாம்

என்று மறுபடியும் வந்து அவளைக் காணாதது மனதை அழுத்தியது. ராஜவேல் சொன்னது குறித்து மண்டைக்குள் பலவித யோசனைகள் கிளம்பி அவன் மனதைச் சுழன்று அடித்துக்கொண்டிருந்தன. சுதாவும் அவன் கரங்களைப் பிடித்து இழுத்துக் கொண்டிருந்தாள். அவள் அருகாமை பல வருடல்களை மனதினுள் ஏற்படுத்தி மிதக்க வைத்தது.

கடையில் கூட்டமிருக்க அப்பா தனியாளாக சமாளித்துக் கொண்டிருப்பதைக் கண்டான். வியாபாரம் ஓய்ந்திருந்த சமயம் வாழ்க்கையில கவனமா இருக்கணும்டா விசுவா என்றார் அப்பா.

“ஈசியா போயிருக்க வேண்டிய விஸயம். இப்ப பாரு அவன்ட்டெயெல்லாம் போய் நிக்க வேண்டியிருக்கு.”

தனக்கு சமானமாக இருந்த ஒருவன் சாதி பலம் கட்சி பலம் துணையால் அதிகார எல்லைக்குப் போய்விட தன் நிலைமை இப்படிக் கிடக்கிறதே என அப்பா நினைக்கிறாரா? மனம் கசப்பை உணர்ந்தது.

ஆனால் இளவரசன் தயவால்தான் கடைசிநேரத்தில் அட்மிஷன் கிடைத்து கல்லூரிக்குச் சென்றான். இரண்டாம் நாளே இலங்கைத் தமிழர் பிரச்னை பூதாகரமாக வெடித்து கல்லூரியில் ஸ்டிரைக் ஆரம்பித்தது. இம்ப்ரூவ்மெண்ட் எழுதிய தேர்வும் அவனைக் கைகழுவி விட நொந்துபோயிருந்தான். இரு வாரங்கழித்து ராஜவேல் கூறியிருந்தபடி அப்ளை செய்திருந்த பாலிடெக்னிக்கிலிருந்து விசுவனுக்கு அழைப்புக் கடிதம் வந்திருந்தது. உறுதிப்படுத்தாத நேர்முகத்திற்கான அழைப்பு. பொறியியல் படிப்பில் இடம் கிடைத்தவர்கள் பாலிடெக்னிக்கிலிருந்து டிஸ்கண்டினியூ ஆகியிருந்தனர். அந்த இடங்களை நிரப்ப தாமதமாக விண்ணப்பித்திருந்த விசுவனைப் போன்றவர்கள் வந்திருந்தனர். ஏழு இடங்களுக்கு பதின்மூன்று பேர் ஒருவர் முகத்தை ஒருவர் பார்த்தபடி முகவாய் கட்டையைத் தேய்த்தபடியிருந்தனர். அப்பாவுக்கும் தனக்கும் பரம்பரைச் சொத்து என்று ஏதாவது இருக்கிறதா என்ன? படிப்புதான் வாழ்க்கையை அடுத்த கட்டத்துக்கு அழைத்துச்

செல்லக் காத்திருக்கிறது. இந்த வருடம் பத்தாவது படிக்கும் கலையரசி இன்னும் மேற்கொண்டு அவள் படிக்கும் காலம் வரும்போது தான் ஒரு நல்ல வேலையில் சேர்ந்துவிட வேண்டும். அவன் முறை வந்து உள்ளே கூப்பிட்டனர்.

ஒரு மாதத்திற்கு முன்னரே வகுப்புகள் ஆரம்பிக்கப்பட்டு விட்டதால் அவன் உடனே பாலிடெக்னிக் படிப்பிற்குச் சேரும்படி இருந்தது. வடுகபட்டி காலேஜில் எழுதிக் கொடுத்து மாற்றுச் சான்றிதழை வாங்கினான். அன்றே ஒரு வார்த்தை எதற்கும் எம்மெல்யே இளவரசனிடம் கூறிவிடலாம் என்று தேடிச்சென்றான். அலுவலகம் பரபரப்பாக இருந்தது. சில நாட்களுக்கு முன்தான் விமான நிலையம் வந்த மத்திய அமைச்சரைத் தாக்கும் இளவரசனின் கலவர போட்டோக்கள் அரசியல் வார இதழ்களில் பிரசுரமாகி ஜெயலலிதாவின் சிறப்பு கவனத்துக்கு இளவரசன் உள்ளாகியிருந்தான். அறையைவிட்டு பத்துப் பனிரெண்டு பேருடன் இளவரசன் வெளியே வந்தான். விசுவனைக் கண்டு ‘சேர்ந்துட்டேயில்லே... நல்லா படி’ என்று விறுவிறுவென காரில் ஏறினான். தான் வேறு படிப்பு படிக்க வடுகபட்டியிலிருந்து நீங்கிவிட்டேன் என்பதை, கூட்டத்தின் நெருக்கடியில் சொல்ல முடியவில்லை. இவ்வளவு பரபரப்பு ஏன்?

“ஒரு அமைச்சரை திடீர்னு அம்மா நீக்கிடுச்சு. அடுத்து அதே இனத்துல இருக்கிறது இளவரசன்தான். அண்ணே கூடிய சீக்கிரம் அமைச்சராகப் போறாரு தம்பி.”

வாயடைத்துப் போனார்கள் அங்கிருந்த சுந்தரபுரவாசிகள். ‘இளவரசனுக்கு சுக்ரதசை சுத்திச் சுத்தி அடிக்குதுய்யா’ காலம் சிலருக்கு பொற்காசுகளைத் திகட்டத் திகட்ட அள்ளித்தரும் போலிருக்கிறது. எம்மெல்யே அலுவலகத்தை விட்டு போலீஸ் ஸ்டேஷன் வழியாக வந்தான். பேருந்து நிறுத்தத்தின் அருகில் திருமலையண்ணனும் பெரியப்பா ரங்கராஜனும் கோபத்துடன் பேசிக்கொண்டு நிற்பதைப் பார்த்தான். நிறுத்தத்தில் பஸ் ஒன்று வந்து நின்றது. அரக்கப்பரக்க ஆல்வார் ஆஸ்பத்திரி வழியாக சைக்கிளில் வந்த சிலோன்காரன் எடுத்து வந்திருந்த

ஹேண்ட்பேக்கை ரங்கராஜனிடம் கொடுத்துவிட்டு சைக்கிளைத் திருப்பி ஏறியவன் விசுவனைப் பார்த்தான். நெருங்கி வந்தவனிடம் விசாரித்தான்.

“போலீஸ் ரெய்டு வந்துடுச்சு... லாட்ஜ்ல...”

ஹோட்டலுக்கு சாப்பிடவோ பார்சல் வாங்கவோ போன சமயங்களில் மஞ்சள் பூசிய கறுத்த தேகப் பெண்களை ஊருக்கே புதியதான ஆண் முகங்கள் கூட்டிக்கொண்டு லாட்ஜ் படிக்கட்டுகளில் ஏறுவதை பலமுறை பார்த்திருக்கிறான். அரசியல் இதழ்களில் ஆட்டோ சங்கரின் புராணங்கள் மூளையில் படிந்திருந்த பசை இன்னும் காயவில்லை. பெண்ணுடல் கால காலத்துக்கும் போதைதான் போலிருக்கிறது. அங்கு நடிகைகள் அரசியல்வாதிகள் அதிகாரிகள். இங்கு ஏழைக்கேத்த எள்ளுருண்டைகள். சிக்கல்கள். ஏமாந்தவன் மாட்டுகிறான். பலம் உள்ளவன் வெள்ளையும் சொள்ளையுமாக அதிகார பகட்டோடு வலம் வருகிறான். டேவிட் ஒருமுறை ‘தெலுங்கு மலையாளம்னு ராத்திரி பத்துமணிக்கு மேலே லாட்ஜ்ல ஒரே மஜாவாதானிருக்கு’ என்று சொல்லியது நினைவுக்கு வந்தது. ரங்கராஜ் பெரியப்பாவுக்கு இதெல்லாம் தெரிந்துதான் நடக்கிறதா என்று அப்போது நினைத்தான். அபிராமி திரையரங்கில் வரும் காலைக்காட்சிப் படங்களுக்கு உள்ளூரில் இருப்பதால் போய் பார்க்கத் தடுமாற்றமாக இருக்கிறது. இதில் எந்தத் துணிச்சலில் லாட்ஜுக்குச் செல்வது. பெண்கள் பள்ளியின் வாசலுக்குச் சென்றதற்கே அம்மா அரிப்பு எடுத்தவனே என்று கரித்துக் கொட்டினாள். சரசமாடச் சென்றுவிட்டதாக அறிந்தால் என்ன சொல்வாளோ? அம்சவேணியிடம் வட்டிக்குப் பணம் கொடுத்த விஷயம் அறிந்த அம்மா ஒரு தினுசாக ‘அவளா?’ என்று வார்த்தைகளை இழுத்தாள். வெறும் ஐம்பது அவளுக்கு எந்த விதத்தில் உதவும் என்று இரண்டாயிரம் தந்திருந்தான். அம்சவேணி பண கொடுக்கல் வாங்கலில் அதற்குப் பிறகு அவனுக்கு எந்த சமிக்ஞையும் தரவில்லை. அந்தக் கட்டிப் பிடித்தலுக்குப்பின் அவனுக்கும் இந்த மூன்று மாதத்தில் குறுகுறுப்பாகத்தான் மனம் சஞ்சலப்படுகிறது. பிறகு வந்த

இரவுகளில் அம்சவேணி பல தினுசுகளில் அவன் மனசில் ரங்கராட்டினம் ஆடினாள். அவ்வளவு பெரிய திமுசுக்கட்டை உடம்புக்காரி பாவாடை சட்டையில் அவனைக் கட்டிலில் தள்ளிச் சாய்த்து கிறக்கத்துடன் நாவை சுழட்டி ஒரு கையால் அவன் சட்டைக்காலரைப் பிடித்துத் தூக்கினாள். இன்னொரு இரவு அவனைத் தன் கக்கத்தில் தூக்கிக்கொண்டு இடுப்பு மடிப்பில் அவனுக்குக் கிச்சுக் கிச்சு மூட்டினாள். விசுவன் தலையைச் சிலுப்பிக்கொண்டான். சுதாவுக்குத் தெரிந்தால் என்னவாகும். சுதாவிடம் எப்படியாவது ஒருதலைக் காதலை சொல்லி இருதலைக் காதலாக ஆக்கவேண்டும்.

திருமலையும் ரங்கராஜனும் சாலையைக் கடந்து போலீஸ் ஸ்டேஷனுக்குள் நுழைந்த சமயத்தில் அவர்களை விசுவன் நெருங்கினான்.

“ஒண்ணும் இல்லைடே நீ வீட்டுக்குப் போ” வெற்றிலை சிவந்த வாயுடன் ரங்கராஜனின் குரல் மெல்லமாகக் கசிந்தது.

ஆனால் அங்கேயே காவல்நிலையத்தின் வாசலில் நின்றான். நிலையத்தின் உள்ளேயும் வராண்டாவிலும் காக்கி உடுப்புகளும் ஆட்களின் நடமாட்டமும் இவன் பார்வைக்குத் தென்பட்டது. லாட்ஜ்ல வருமானம் இல்லை. பிராத்தலுக்கு விட்டாதான் சரிவரும் என்று திருமலை முடிவு செய்திருப்பதாக டேவிட் சொல்லியதும் நினைவுக்கு வந்தது. மாமூல் கொடுத்துமா ரெய்டுக்கு வந்துவிட்டார்கள். தன் கடையில் வேலை செய்த இப்போது காலம் அதிகாரத்தை அள்ளித் தந்திருக்கும் இளவரசனிடம் சொன்னால் பிரச்னை தீராதா என்ன? பொம்பளை பிஸினஸுக்கு எல்லாம் போய் தன் நிலையைத் தாழ்த்தி நிற்க மனம் வரவில்லையோ என்னவோ.

அப்போது வெளியே வந்த ரங்கராஜன் விசுவனைப் பார்த்து கையசைத்துக் கூப்பிட்டார். ஐம்பது ரூபாயை நீட்டியவர் “பேப்பர் ரெண்டு குயர் மூணு பால்பாயிண்ட் பேனா பக்கத்து டீக்கடையில போண்டாவோ பஜ்ஜியோ இருவது வாங்கிட்டு வா” என்றார்.

வாங்கிக் கொண்டு உள்ளே நுழைந்தான். ரங்கராஜனும் திருமலையும் கண்ணில் படவில்லை. பெண் காவலர் அமர்ந்திருந்த டேபிள் முன் ஒரு வயதானவர் நீண்ட குடையை தரையில் ஊன்றிப்பிடித்து மஞ்சள் பையை மடியில் வைத்தபடி சேரில் உட்கார்ந்திருந்தார். பெண் காவலர் தன் கையில் இருந்த புகார் மனுவை கால்களை அசைத்தபடி படித்துக்கொண்டிருந்தார். வேறு இரண்டு காவலர்களில் ஒருவர் போனில் பேசிக்கொண்டிருந்தார். மற்றவர் தன் முன்னால் இருந்த ஆண் பெண் கூட்டத்தினரிடம் குரலை உயர்த்தி சத்தமிட்டுக் கொண்டிருந்தார். ஒருவேளை உள்ளே இருப்பார்களோ என்று நகர்ந்தான். போனில் பேசிக்கொண்டிருந்த காவலர் முறைத்தபடியே அவனை சைகையால் போகாதே என்று தடுத்தார். வேறு வழியின்றி வரண்டா வாசல் ஓரமாக வந்து நின்றான். அவன் பார்வைக்கு அந்தப் பெரியவரும் பெண் காவலரும் தட்டுப்பட்டனர். சாலையிலிருந்து போகும் வரும் வாகனங்களின் இரைச்சல் உள்ளேயிருக்கும் அமைதியில் வித்தியாசமாக காதுகளில் நுழைந்தது.

“ரைட்டர் கூட தெளிவா எழுதியிருக்க மாட்டாரு... அச்சுக் கோத்த மாதிரி இருக்குய்யா... ‘பக்கத்து வீட்டு நபர் செய்யும் இசைப் பயிற்சியால் எழுத்துப்பணியைச் செய்ய இயலவில்லை’ ம்ம்ம்... இசையைக் கேட்டுக்கிட்டே எழுதலாமே?” பெண் காவலரின் குரலில் கேலி மிளிர்ந்தது.

“இசையறிஞனாக ஆகனும்னு நினைச்சேன்மா... காலம் அப்படி ஆகவிடலை. ஆனா பக்கத்து வீட்ல இசைக்கிற இசை காதுகளை இம்சிக்கிற இசையா இருக்குதும்மா!” என்று பெண் காவலரிடம் பெரியவர் சொன்னார். அவரை உற்றுப் பார்த்தான். முன் வழுக்கையில் நரையோடிய முடிக்கற்றைகள் காற்றில் மெல்ல அசைந்தன. மூக்குக்கண்ணாடியை வேட்டி நுனியில் துடைத்து மாட்டிக்கொண்டு குடையை இறுகப் பிடித்துக்கொண்டார். எழுதும் நபரா? நெருங்கிப் பார்க்க எண்ணினான் விசுவன்.

“பக்கத்து வீட்டுக்காரன்கிட்டே எல்லாம் அனுசரிச்சுதான்

வாழணும்ய்யா...” என்றாள் உணர்ச்சியற்று.

உள்ளேயிருந்து அழைப்பு வர பெண்காவலர் எழுந்து உள்ளே போனாள், விசுவன் பெரியவரை நெருங்கினான்.

“அய்யா நீங்க...?”

“இந்த இவளைப் பார்க்க வந்தவன்.”

அதற்குள் பெண் காவலர் வெளியே வந்துவிட நகர்ந்து வாசலுக்கு வந்தான். தான் கேட்டது அவருக்கு விளங்கவில்லையோ என்று நினைத்தான். ரங்கராஜனோ திருமலையோ வந்தால் கொடுத்துவிட்டு நகர்ந்துவிடலாம். கையில் வைத்திருந்த வாழைக்காய் பஜ்ஜியின் வாசம் அதிகரிக்கத் தொடங்கியது. அந்தப் பொட்டலத்தில் இருந்த எண்ணெய்ச் சுருட்டிப் பிடித்திருந்த வெள்ளைப் பேப்பரில் பட்டுவிடாமல் இருக்கப் பிரயத்தனப்பட்டான்.

குடை தரையில் உரச பெரியவர் வேட்டி நுனியைப் பிடித்தபடி வாசல் நோக்கி வந்தார். மஞ்சள் பையை இடது கையின் கக்கத்தில் வைத்திருந்தார்.

“என்ன பெரிசு முத்துமுத்தா கண்ணுல ஒத்திக்குற மாதிரி புகாரை எழுதியிருக்க. ஆனா இப்படிக்குன்னு இரண்டு இனிசியல் எழுத்தை மட்டும் கையெழுத்தா போட்டா யாருக்குப் புரியும்?”

பெரியவர் திரும்பி டேபிளைப் பார்த்தார்.

“கி.ரான்னா?” அவரைப் பார்த்துப் பெண் காவலர் புருவமுயர்த்தினாள்.

“கி.ராஜநாராயணன்”

பெரியவரின் குரல் மிடுக்கு விசுவனின் கண்களை வியப்பில் விரிய வைத்தது.

★★★

4

ஆற்றுப்படித்துறை

அம்சவேணி கொண்டுவந்த துணிகளோடு மலைத்துப்போய் நின்றாள். ஆடி வெள்ளி என்பதால் ஆற்றில் கூட்டம் நெருக்கித் தள்ளியது. மேட்டூரில் திறந்துவிட்ட அதிகமான தண்ணீரால் ஆறு சலசலத்து அலைபுரண்டு ஓடியது. பதினாறடி நீளத்தில் கருங்கல்லால் ஆன இருபது படிக்கட்டுகளிலும் பல்வேறு வயதுப் பெண்கள் பல தினுசுகளில் நெருக்கியடித்துத் துவைப்பதும் குளிப்பதுமாக இருந்ததோடு சிரிப்பாணியும் கத்தலுமாக ஒரே சத்தக்காடாகவும் சூழ்நிலையை மாற்றியிருந்தனர். கரையில் நின்றபடி படிக்கட்டுகளின் எந்த இடத்திற்குச் செல்லலாம் என்று யோசித்தாள்.

சந்திரமதி துணியை அடித்துத் துவைக்க கலையரசி வாங்கி ஆற்று நீரில் அலசிப் பிழிந்து பத்து படிக்கட்டுகள் துள்ளலோடு

ஏறி ஓரத்திலிருந்த படிக்கட்டுக்களுக்கான சிமெண்ட் கட்டையில் அவர்களுக்கான பிளாஸ்டிக் வாளியில் வைத்தாள். சிமெண்ட் கட்டைச் சுவரில் மூக்குப்பொடி விளம்பரம் பெரிய அளவில் நிறமிழந்து கிடந்தது. சந்திரமதி துவைத்து முடித்துவிட்டால் காலியாகும் துவைக்கும் பகுதிக்குச் செல்லலாமா? சென்றால் குளிக்க மட்டுமே செய்யலாம். துவைப்பது எப்படி? படித்துறை ஓரளவு காலியாக பத்துமணி ஆகிவிடும். வெயில் வேறு சுள்ளென்று அடிக்கிறது.

“ஏய்... என்ன நிக்கிறவ?”

பெண்கள் படித்துறையை ஒட்டியிருந்த ஆண்கள் படித்துறையிலிருந்து குரல் வந்தது. அரச மரமும் பிள்ளையார் சிலையும் மறைத்திருந்ததால் யாரென்று பார்க்க சற்று நகர்ந்தாள் அம்சவேணி. ஆண்கள் படித்துறையில் அவ்வளவாகக் கூட்டமில்லை. குளிக்கும் ஆண்கள், பெண்களின் படித்துறையைப் பார்த்தபடிதான் குளிக்கவேண்டும். படிக்கட்டுக்குக் கீழே நெஞ்சு உயர ஆழம் இருந்தது. அவளைக் கேள்வி கேட்டது யாரென்று தெரியவில்லை. உடல் முழுக்க சோப்பிட்டவன் சோப்பு நுரை பறக்க ஆற்றில் பாய்ந்தான். அவனாக இருக்குமா? இவள் பார்ப்பதை அறிந்தே தொந்தியோடு இருந்த ஒருவன் துண்டை விலக்கி தொடையிடுக்கை சோப்பால் வரட் வரட்டென்று தேய்த்துக் கொண்டிருந்தான். அவன் வாய் பிளந்து கொண்டிருந்தது. அம்சவேணி மாராப்பை இழுத்து விட்டுக் கொண்டாள்.

சட்டென்று ஆண்கள் படித்துறையின் ஓரத்தில் குளிக்க படிக்கட்டுகளில் இறங்கினாள். அதன் ஓரத்துக்கு ஒட்டியே பெண்கள் படித்துறை இருந்தது. இவள் அங்கிருப்பதைக் கண்ட பதினெட்டு வயது ஆயிஷா “என்னக்கா அங்கே போயிட்டே” என்று குறுகுறுப்போடு கெக்கலித்து சிரித்தபடி கேட்டாள். குளித்துக்கொண்டிருந்த சில பெண்களும் அவள் ஆண்கள் இடத்தில் இருப்பதை விசித்திரத்துடன் பார்ப்பதாக உணர்ந்தாள்.

ஆண்களின் பேச்சொலிகள் கருங்கல் படிக்கட்டுகளில் மோதி

உராய்ந்துகொண்டிருந்தது. "இல்லை மாமா நா பேசாமதான் இருந்தேன். சிகரெட் புகையை மூஞ்சியாண்டா வேணும்னு ஊதுனா... அதான் வுட்டேன் செவுனிலே" "அனிதா ஒயின்ஸ்ல ஏன் வாங்குறே சரக்கெல்லாம் விலை அதிகம்ல... கூட்டுறவு சொசைட்டி கடை யூனியன் ஸ்கூல்கிட்டே இருக்குல்ல அங்கனே வாங்க வேண்டிதுதானே... விலையும் கம்மி போதையும் சுள்ளுன்னு இருக்கும்" "இந்த போக விளைச்சல் எப்படின்னு தெரியலே... அவுசாரி பொழைப்பை விட மோசமாயிருக்கு விவசாயம் பாக்குறது" "மந்திரியானா நமக்கென்ன அள்ளித்தரப்போறானா... கெவர்மெண்ட் காசையும் கொள்ளையடிச்சுத் திங்க ஒரு மச்சம் வேணும்யா..." "எஸ்ஸாரும் காங்கிரஸ்ல இத்தன பத்து வருசம் இருந்து என்ன பிரயோசனம்... கடைக்கு வந்து பரோட்டா தட்டுனவனல்ல தூக்கி வச்சுட்டா ஆத்தா" "மெதுவாப் பேசுய்யா... மணல் லாரிலேய அடிச்சுத் தூக்கிடுவாய்ங்க... பத்திரிகை ஆபிஸுக்குள்ளே பூந்தே ரெண்டு பேரைப் போட்டுத் தள்ளிட்டானுங்க..." "இல்லை மாமா... மாயாவி வீரப்பனைப் பிடிக்கப் போன போலீசுகிட்டே எசகு பிசகா ஒற்றைக்கண் சிவராசன் மாட்டிக்கிட்டு சயனைட்டை கடிச்சிட்டானாம்..." "இவனுங்க ராசாபாசத்துல திமுக சீரழிஞ்சதுதான் மிச்சம்டே" "எல்லாரும் பாத்துக்கிட்டு இருக்கப்பவே ராசநடை போட்டு வூட்டுக்குள்ளே நுழையறான்... கெவர்மெண்ட் சம்பளம் எத்தனை கூத்தியாளையும் வச்சுக்கலாம்.. அவ மொலையும் இடுப்பும்..." "ஏய்... பாத்துப் பேசுப்பா பொம்பளை இருக்குதுல்ல."

அழகுநாச்சியம்மன் கோவிலைத்தாண்டி ஆற்றுக்கரையில் மேடேறி சைக்கிளில் சள்ளென்று பெண்கள் படித்துறைக்கும் அரசமரத்தடிக்கும் இடையில் வந்து நின்றான் விசுவன். இதுவரை பார்த்திராத யாரோ ஒருத்தி அவனைப் பார்த்தபடியே புடவையை அவிழ்த்து தரையில் விட்டாள். பாவாடை ஜாக்கெட்டோடு நெட்டி முறித்தபடி ஹுக்குகளைக் கழட்டினாள். நல்ல வடிவாக இருந்தாள். ஜாக்கெட்டை லாகவமாக கழட்டி ஆரஞ்சு நிறப் பாவாடையை ஏற்றிக்கட்டிவிட்டு அவனை மீண்டும் பார்த்து ஒரு குலுக்கலோடு படிக்கட்டுகளில் கும்பலை இடித்துத் தள்ளியபடி சடசடவென்று இறங்கி நீரில்

பாய்ந்தாள். பல நிற ஈரப்பாவாடைகளை ஏற்றிக் கட்டிய பெண்ணுடல்கள் நதி நீரின் சலசலப்போடு படித்துறைகளில் அலைந்துகொண்டிருந்தன. அந்தக் கூட்டத்தில் அம்மாவையும் கலையரசியையும் தேடினான்.

“விசு... கட்டையில வாளி இருக்கு பாரு”

கலையரசியின் குரல் மட்டும் வந்தது. துவைத்துப் பிழிந்த துணிகள் வாளியில் பிதுக்கலுடன் தெரிவதைப் பார்த்தான்.

“டேய்... சட்னு குளிச்சிட்டு வந்து துணியை எடுத்துட்டுப் போடா?”

கைலியை நெஞ்சில் முடித்து வைத்தபடி துவைக்கும் அம்மாவைப் பார்த்தான். சைக்கிளை நிறுத்திவிட்டு ஆண்கள் படித்துறை படிக்கட்டில் காலை வைத்தான். அம்சவேணி அவனை நமுட்டுச் சிரிப்புடன் பார்த்தவாறே துணியை ஓங்கியடித்துத் துவைத்துக் கொண்டிருந்தாள். அவளைக் கண்ட ஒரு விநாடி மனம் குறுகுறுப்புடன் திடுக்கிட்டது. அவனுக்குப் பழக்கமான ஆண்கள் அங்கு இல்லை என்பதை ஒரு பார்வையில் அறிந்தான்.

சிறுவயதில் ஆடையின்றிக் குளித்த முன் நினைவுகள் நதியோட்டத்தில் கலங்கலான பிம்பங்களாக மனதில் முகிழ்த்து எழுந்தன. ‘மணியை ஆட்டிக்கிட்டே வர்றான்க்கா’ என்று அம்மாவிடம் யாரோ வாய் கொள்ளாத சிரிப்புடன் சொல்வது கேட்டு வெட்கம் பிடுங்கித் தின்றது. புதிதாகத் திறந்துவிட்ட நீர் கலங்கலாகத் தாமரைத்தண்டுகள் மிதக்க ஓடிக்கொண்டிருந்த ஒரு பொழுதில் அப்பாவோடு கோவணம் கட்டி நீச்சல் பழகினான். புதிதாகத் திறந்துவிட்ட சேறு கலந்த நதி நீர் சில நாட்களுக்குப் பின் தெளிந்த நீராக ஓடும். தெளிவாகத் தெரியும் மீன்களின் துள்ளல்கள் நீர் ஊறிய கால்களைப் பதம் பார்க்கும். அவன் வயதையொத்த சிறுவர்களுடன் துண்டினையோ கைலி வேட்டியையோ பிடித்து நீருக்குள் அமிழ்த்தி மீன்கள் கும்பலாக நீந்தி வரும் விநாடியில் ஒரே மூச்சில் பிடித்துத் தூக்கி கரைக்கு ஓடி வருவர். ஆற்றுக்கெண்டை மீன்களை மசாலிட்டு பொரித்துச் சாப்பிட்டு ஏப்பம் விட்ட பொழுதுகளவை.

மீசை அரும்பிய வயதில் எல்லோரிடமிருந்தும் விலகியே தூரமாய் இருக்கும் ஈர மணல்திட்டை நோக்கிதான் குளிக்கச் செல்வான். குளித்து நிமிர்ந்தபோது ‘தனிகைநாதண்ணே பையன்தான்’ என்பதும் ‘நா யாரோ எவரோன்னு பாத்தேன்க்கா’ என்பதுமான இரு குரல்களை முதுகுபுறமிருந்து கேட்டான். நீராடியபடி இருந்தான். திரும்பிப் பார்க்கலாமா என்கிற யோசனையை அழித்தான். எப்படியும் உடம்புக்கு சோப்பைப் போட மணல் திட்டுக்குச் சென்றுதான் ஆக வேண்டும். இளம்பெண்கள் இருவரும் நமட்டுச் சிரிப்புடன் இருப்பதாக உணர்ந்தான். கண்களைத் தாழ்த்தியபடி சோப்பு டப்பாவைத் திறந்தான். ஈர மணல்திட்டைச் சுற்றிலும் தெளிந்த ஆற்று நீர் அமைதியான சிறு சுழற்சியுடன் ஓடிக்கொண்டிருந்தது. வேறு பக்கமும் செல்லமுடியாது. வயிற்றுப் பகுதியில் சோப்பிட்டவன் சட்டென்று அவர்களை ஏறிட்டுப் பார்த்தான். நீரில் அமிழ்ந்திருந்தவள் அவனைப் பார்த்தபடியே இடதுகை விரல்களை தனக்குள் அலைந்துகொண்டிருந்தாள். பளிச்சிடும் வெயிலின் தெளிவான நீரோட்டத்தில் ஸ்படிகமாக விரிந்தலையும் சிவப்புநிறப் பாவாடை. மடங்கிய தினுசில் நீரில் அலையும் வெண்ணிறக் கொலுசுக் கால்கள். அவள் பார்வை அவனை விழுங்கிக்கொண்டிருந்தது. அதிரும் மனதின் நரம்புகளிலிருந்து விடுபட்ட உணர்வுகள் இழைபிரித்து ஓடியது. அவளை இதற்கு முன் பார்த்ததில்லை. மற்றவள் சிறுகல்லில் அவனுக்கு முதுகை காட்டியபடி துவைத்துக் கொண்டிருந்தாள். மாநிறத் தோள்பட்டையில் கழுத்துக்குக் கீழே மிளகு சைஸ் மரு துல்லியமாக தெரிந்தது. நீரில் பாய்ந்தான்.

நீரில் கரையும் சோப்புக்கலந்த அழுக்கைத் தேடி மீன் கூட்டங்கள் அவன் தேகத்தை உராய்ந்தபடி சென்றன. சில கால் விரல்களைக் கடித்தன. சிறு கிள்ளல்கள். அவர்களைப் பார்த்தபடி திரும்பிக் குளித்தான். சிவப்பு நிறப் பாவாடைக்காரி திமிறும் மார்பை பாவாடையை நெகிழ்த்தி பின் இறுக்கிக் கட்டினாள். துவைத்தவள் “ஆம்பளை பக்கத்தில இருக்கான்” என்று மெல்லமாய் முகச்சுளிப்புடன் தலையசைவில் சொன்னாள். “பொம்பளைக்கு எடுப்பான மார்புதான்

அழகுடி” என்று நெஞ்சை நிமிர்த்தியவள், கைகளால் நீரை அள்ளி அவன் முகத்தில் வாரித் தெளித்தாள். கண்களில் பட்ட நீரைத் திரும்பித் துடைத்தவள் அவன் பார்வையில் பட்டதும் வெட்கத்துடன் சிநேகமாய் சிரித்தாள்.

முடி வெட்டிவிட்டு ஒரு நடுப்பகலில் ஆற்றுக்குக் குளிக்கப்போன அன்று பெண்கள் படித்துறையில் ஒருத்தி மட்டும் குளித்துக் கொண்டிருந்தாள். ஆண்கள் படித்துறையில் யாருமேயில்லை. பார்வதிபுரத்தில் அவளைப் பார்த்த ஞாபகம். இல்லை ராமையா டைப்ரைட்டிங் சென்டருக்குப் பயிற்சி எடுக்க வருபவளா?. அவனுக்குச் சற்று கூச்சமாக இருந்தது. வாளிப்பான ஒல்லி தேகத்தை அவள் வெங்காய சருகு போன்ற துணியால் மாராப்பு வரை ஏற்றிக்கட்டி முடிச்சிட்டிருந்தாள். இரு மார்புகளும் கறுப்புப் புள்ளியோடு வெளிப்படையாக வெயிலின் தயவில் தெரிந்தது. இரு கைகளின் கமக்கட்டை இடுக்குகளில் மயிர்கள் பளிச்சிட்டன. அவன் நீரில் இறங்கினான். அவள் அவனை கையசைத்துக் கூப்பிட்டாள். அவனுக்கு சிலிர்த்தது. ‘இங்கன வந்து குளிங்க’ என்று தனது இடத்தினைக் குறிப்பிட்டுச் சொன்னாள். அவளை விழுங்குவது போல் பார்த்தான். சோப்புப் பெட்டியையும் துண்டினையும் எடுத்துக்கொண்டு முழங்கால் அளவே இருந்த நீரில் இடுப்பு உள்ளாடையோடு அவளருகே சென்றான். அவனுக்கு இடம் விட்டு சற்று கிழக்கே தள்ளி படிக்கட்டில் உட்கார்ந்து துணியை அடித்துத் துவைத்து நீரில் அலசினாள். அலசிய நீர் ஆண்கள் படித்துறை வழியே ஓடும் நீரில் லேசான சிகப்பு அழுக்கோடு சுளித்துச் சென்றது. “பொம்பளையா மட்டும் பொறந்து தொலைக்கக் கூடாதுய்யா... மாசமான்னா இது ஒரு இம்சை” என்றவள் அவனைத் திரும்பிப் பார்த்தாள். அவனுக்கு சர்வ நாடியும் ஒடுங்கியது. ரொம்ப நாள் பழகியவர்களைப் போல் இருவரும் சேர்ந்தே குளித்துக் கரையேறினர். அழகு நாச்சியம்மன் கோயில் வரை ஒட்டியே நடந்து வந்தவள், ஆட்கள் நடமாட்டம் தட்டுப்பட பின் அவனிடம் கூறாமலேயே விலகி வாய்க்கால் தெருவழியே திரும்பிச் சென்று விட்டாள்.

ஆற்று நீர் படிக்கட்டுகளில் அலையடித்து மோதி பின்வாங்கி

மீண்டும் மோதி சலசலத்துக் கொண்டிருந்தது.

அம்சவேணிக்கு அருகிலேயே கைலியையும் சட்டையையும் கழற்றி நீரில் இறங்கி பெண்கள் படித்துறை பக்கம் சென்று கலையரசியைக் கூப்பிட்டான். அவன் குரல் கேட்டு சில பெண்கள் திரும்பினர். பச்சை நிறப் பாவாடையை தளர்த்தி வெண்ணிற மார்பு மேட்டை சோப்பிட்டு ஒருத்தி குளிப்பது முதல் பார்வையில் பட்டது. வயதான கிழவியொருத்தி வகையாக படிக்கட்டில் கால் நீட்டி உட்கார்ந்து தொடையழுக்கை நீரிட்டு தேய்த்துக் கழுவிக் கொண்டிருந்தாள். முதிர் இளம்பெண் புடவையைச் சுற்றி முடிச்சிட்டு குளித்தவள் நெஞ்சுப்பகுதி புடவை முடிச்சை அவிழ்த்து விரித்து எதையும் கண்டுகொள்ளாமல் நெஞ்சுயர நீரில் குனிந்து மார்புகளை லேசாக அசைத்தசைத்து சோப்புகளைக் கரைத்தாள். நீரில் அலைபாயும் மார்பகங்களை வெகு அருகில் பார்த்தான்.

நான்கைந்து சிறுவர்கள் படித்துறை சிமெண்ட் கட்டைச்சுவரின் உயரத்திலிருந்து ஆற்று நீரில் 'தொபுக்கடீர்' என்று விழுந்தனர். நீர் நாலாபக்கமும் சிதறியது. தெறித்த நீர் கண்களில் பட துடைத்த அம்சவேணி தன்னருகே படிக்கட்டில் உட்கார்ந்து சோப்பை உடம்பில் தேய்க்கும் விசுவனைப் பார்த்து, "நல்ல ஜட்டியா வாங்கக் கூடாதா?" என்றாள். அவன் கண்டு கொள்ளாது நீரில் பாய்ந்தான். அம்சவேணியின் யானை நிற பளபளப்பான மார்பகங்களை பளீர் வெயிலில் நீராடியபடியே பார்த்தான். அங்கிருந்த ஆண்களில் சிலரும் அவளைப் பார்த்தும் பார்க்காததைப் போல் பார்த்துக்கொண்டிருப்பதை விசுவன் பார்த்தான். அவள் பாவாடையை உயர்த்தி கறுத்த தொடையில் சந்திரிகா சோப்பால் நுரைத்த வெள்ளையை உருவாக்கித் தேய்ப்பதைப் பார்த்து படிக்கட்டுக்கு வந்தான். 'குளிக்கும்போது இவள் தன்னருகில் வந்து குளிப்பதை அம்மா பார்த்தால் வேறு வினையே வேண்டாம்' என்று படிக்கட்டுக்கு வந்தான். மாராப்பைத் தளர்த்தி சோப்பிட்டவள் "வடுகப்பட்டியை விட்டுட்டு அவ்ளோ தூரம் ஏன்?" அவள் படிப்பைப் பற்றிதான் கேட்டாள். முகத்தை சோப்பு நுரை பொங்க தேய்த்தாள்.

காலையில் ஐந்தரைக்குச் சென்றால் வீட்டுக்கு வர இரவு ஒன்பது மணியாகிவிடுகிறது. பஸ் ஸ்டாண்டு பக்கம் சென்றே சில வாரங்கள் ஆகிறது. 'ரொம்ப அலுப்பால்ல இருக்கும்?' என்ற அம்சவேணி நீரில் பாய்ந்தாள்.

வயதான நரைத்த மீசை அவளுக்கு மிக அருகில் வந்து குளித்தான். "பழ வேவாரம்லாம் பரவால்லையா" அவன் குரலில் இருந்த வித்தியாசத்துக்கு "எந்த பழத்தைச் சொல்றீக" என்றாள். "போடி இவளே" என்றபடி நரைத்த மீசை கரைக்கு வந்தது. ஒருவரையொருவர் அடித்துப் பிடித்து நீந்தியவாறு இவள் மீது வந்து மோதினர் சிறுவர்கள். அவளின் மெத்தென்ற கட்டிப்பிடித்தல் அந்தச் சிறுவனின் முகத்தில் வெட்கத்தை வரவழைத்தது. அவள் நீந்தி பெண்கள் பக்கம் சென்றாள்.

பெண்கள் படித்துறையில் துணிகளைத் துவைக்கும் ஒலிகளோடு பலவித குடும்ப சங்கதிகளும் அக்கம் பக்கத்து வீட்டு விஷயங்களும் பலர் வாய்களிலிருந்து புறப்பட்டு ஒன்றோடு ஒன்று மோதி நீரில் தெறித்து விழுந்துகொண்டிருந்தன. "கண்டாரோலி என்னமா வரிஞ்சு கட்டிக்கிட்டு வந்தான்றே?" "அத ஏன் கேக்கற மாரிக்கண்ணு ச்சீய்னு ஆய்டுது" "அவ ரொம்ப நாளா வயசுக்கு வராமல்ல இருந்தா பாவம்" "என்னக்கா மாமா நைட்டு புடிச்சு கடிச்சு வைச்சுட்டாரா...பல்லுத்தடம் தெரியுது" "போடி வெக்கங்கெட்ட மூதி" "நாலு நாளு பேசுணான்டி அப்புறம் லவ் லெட்டரை டுபுக்னு நீட்டறான்" "தங்கமக்கா உன் மருமவளுக்குப் பிள்ளை பொறந்துடுச்சா" "நாளு தள்ளிப்போச்சுன்னா என்னடி பன்றது?"

இளவட்டக் கூட்டம் ஒன்று வெகுநேரமாக பெண்கள் படித்துறைபக்கம் வட்டமிட்டுக் கொண்டிருந்தது. ஒரு கிழவிதான் கத்தினாள். "ஏன்டா அதான் அப்பிடியிப்படி பாத்தாச்சுல்ல... கண்ணால முழுங்கித் தின்னப்புறம் கரையேற வேண்டிதுதானே... சும்மைக்கும் வந்துட்டு வந்துட்டு போயிட்டு என்னத்துக்குடா எடுபட்டவனுங்களா..." மத்திய வயதுக்காரி "விரைக்க விரைக்க பாத்தாச்சு ஏதும் சொல்றோமா... பாத்தாச்சுன்னா போயி தொலைய வேண்டியதுதானே' என்றவள் நீரில் இறங்கினாள்.

பெண்கள் படிக்கட்டுக்கு எதிர்த்தோடும் நீரில் கடந்து சென்று அம்மாவிடம் துவைத்த கைலியை வாங்கினான். பல தினுசான வடிவங்களில் ஏற்றிக்கட்டிய பாவாடைகளிலும் கைலிகளிலும் வேட்டிகளிலும் இருந்து குலுங்கும் மார்புகளையும் வெயிலில் பளீரிடும் பல நிற புஜங்களையும் கண்கள் கண்டு அலைபாய்ந்தன. நீராடி நகர்ந்து வந்து முதல் படியேறிய அம்சவேணியின் பின்பக்கத்தை ஒரு விநாடி அழுத்திப் பிடித்தவன் படபடவென்று படிகளேறி துணி வாளியை கேரியரில் வைத்து சைக்கிளை எடுத்தான். அங்கிருந்து அம்சவேணியைப் பார்த்தான். அவள் துவைத்த துணிகளைக் குனிந்தபடி தோளில் போட்டுக் கொண்டிருந்தாள். வெட்கமிடும் அவள் கன்னக் கதுப்பு அவன் பார்வையில் பட்டது.

சைக்கிள் கேரியரிலிருந்து வாளி நழுவி நழுவி வந்ததால் இறங்கிப் பிடித்தபடி பருசல் துறை ரோட்டிலிருந்து வலது பக்கம் பிரியும் சிவன் கோவில் தெருவில் திரும்பினான் அவன் முன்னால் குளித்த ஈர உடைகளோடு இரு மூதாட்டிகள் மெல்லமாக நடந்து சென்றனர். குறுகிய தெரு. அவர்களை முந்திச் செல்லாது அவர்கள் பின்னயே மெல்லமாகச் சென்றான். ஒரு மூதாட்டி மூக்குக்கண்ணாடி அணிந்திருந்தாள். குளிக்கும்போது எங்கு கழட்டி வைத்தாள் என்று இவனுக்கு யோசனையாக இருந்தது. அவர்கள் ஏதோ பேசியபடி செல்வது காற்றில் மிதக்கும் சொற்களில் இருந்து செவி வழி உணர்ந்தான்.

“தேவதாஸிகளின் அருமையை சாஸ்திரங்களைப் புரட்டிப் பாக்குணுமா என்ன? யாரையாவது வைய வேண்டும்னா ‘தேவடியா மவனே’ என்கிறாங்களே அது போதாதா... ராஜம்?”

வார்த்தைகளை உக்கிரமாகச் சொல்லும் மூதாட்டியின் குரலைக் கேட்டு ஒருகணம் சைக்கிளை இழுத்துப்பிடித்தான்.

“ஆனாலும் சத்தியமூர்த்தி சாஸ்திரிகளை ஒரு பிடிபிடித்தீர்களே ராமாமிர்தம்மா அது காலத்துக்கு அழியாது.”

“உப்பளம், நீலகிரி காடுன்னு என்னென்னவோ பதிவு பண்றாப்ல தாஸிகளையும் ஆராயுடி ராஜம்.”

மாவட்டக் கிளை நூலகம் இருக்கும் தெரு வழியே நடை தொடர்ந்தது. வெள்ளி என்பதால் நூலகத்தில் பூட்டு தொங்கியது.

“நீங்க செய்றது பத்தாதா?”

“ஒருத்தி மட்டும் எதிர்த்துக் குரல் கொடுக்கிறது சாமானிய வேலையா என்ன?”

காலத்தின் வெளி நுனியிலிருந்து விசுவன் நூலக அலமாரிகளின் புத்தக வரிசைகளில் தென்பட்ட பழம் புத்தகத்தை வேகத்தோடு இழுத்து எடுத்தான். ‘தாசிகளின் மோசவலை அல்லது மதிபெற்ற...’ புத்தகத் தலைப்பை படித்து முடிப்பதற்குள் இழுத்த வேகத்தில் புத்தக வரிசைகளிலிருந்து சில புத்தகங்களும் ‘வேருக்கு நீரி’லிருந்து ‘குறிஞ்சித்தேனா’கச் சரிந்து விழுந்தன.

சைக்கிள் ஒன்று விழும் சத்தம் கேட்டு இரு மூதாட்டிகளும் லேசான அதிர்வுடன் திரும்பிப் பார்த்தனர்.

கேரியரிலிருந்து நழுவிய வாளியிலிருந்து விழுந்த பிழிந்து முறுக்கிய துணிகளை மண்ணைத் தட்டி எடுத்துக்கொண்டிருந்தான் விசுவன். நிமிர்ந்து வாளியைத் தூக்கி கேரியரில் வைத்தவன் பார்வையைத் திருப்பினான்.

இரு மூதாட்டிகளும் நின்று அவனையே பார்த்துக் கொண்டிருந்தனர்.

★★★

5
வண்டிகேட்

நான்கு வழி சந்திப்பு முனை. கிழக்கும் மேற்கும் சிறு நகரங்களையும் வடக்கு குக்கிராமத்தையும் தெற்கு ஆற்றுப்பாதையையும் நோக்கிச் சென்று கொண்டிருந்தது. சர்க்கரை ஆலைக்குச் செல்லும் வண்டிகேட்டை ஒட்டிய சாலையில் மூன்று நேஷனல் பர்மிட் பெரிய லாரிகளும் நான்கு டிராக்டர்களும் ஐந்தாறு மாட்டு வண்டிகளும் கரும்பு லோடுகளோடு ஆலைக்குள் நுழைய அனுமதிக்காக காத்துக்கொண்டிருந்தன. வண்டிகேட் பஸ் நிறுத்தத்தில் பஸ்ஸை விட்டு இறங்கிய விசுவன் மணி ஒன்பதரை ஆகி விட்டிருந்ததைக் கவனித்தான். ஒவ்வொரு ஊரிலும் நின்று நின்று வந்தால் ஒன்பதரை என்ன பத்துகூட ஆகும். உள்ளே நடந்தால் பத்து நிமிட நடை. ஆலை இயங்கும் பேரொலி இரைந்துகொண்டிருந்தது. குக்கிராமத்துக்குச்

செல்லும் பாதையில் வேகுவேகுவென்று நடந்தான். ஆளரவமற்ற சாலையில் அமைதியான காற்றைக் கிழித்துக்கொண்டு இரண்டு பறவையொலிகள் மிதந்து வந்தன.

பாலிடெக்னிக் வளாகத்தின் நுழைவாயிலை நெருங்கினான். மண் பாதையின் இருபுறமும் புங்கை மரங்கள் மெல்ல அசைந்துகொண்டிருந்தன. பஸ் பயணத்தில் இருக்கும்போதே புளியோதரையை ஸ்பூனில் சாப்பிட்டிருந்தான். நிர்வாக அலுவலகம் உள்ள கட்டடத்தின் வெளிப்புறம் இருந்த குடிநீர் டேங்கில் பைப்பைத் திறந்து ஆசைதீர தண்ணீர் குடித்தான். தாகத்தில் தொண்டைக்குழி ஏறி இறங்கியது. அலுவலகத்திலிருந்து கிளர்க் பழனிசாமி பைல் ஒன்றைப் புரட்டியபடி வெளியறுவதைப் பார்த்தான். எல்லா பில்டிங்குகளும் அங்கங்கே ஒலிக்கும் டியுட்டர்களின் மென்மையான சத்தங்களோடு பயங்கர அமைதியில் இருந்தது. காக்கை ஒன்று கரைந்தபடி பறந்து சென்றது.

முதல் வருட மாணவர்களுக்கான வகுப்பறைக் கட்டடத்தின் வாயிலை அடைந்தான். மூன்று செக்சனில் அவன் சி செக்சனில் இருந்தான். முதல் வருட படிப்புக்குப் பிறகுதான் மெக்கானிக்கா சிவிலா எலக்ட்ரிகல் அண்ட் எலெக்ட்ரானிக்ஸா என்பது தெரியும். உமாராணி மிஸ் ஆங்கில வகுப்பை நடத்திக் கொண்டிருந்தார். நிழல் அசைவைக் கண்டு திரும்பினார். அவனைப் பார்த்தவள் தனது கைக்கடிகாரத்தைப் பார்த்து என்ன என்று சைகையால் அவனிடம் கேட்டார்.

“மிஸ் அவன் லேட் அட்மிஷன்”

“அதனால லேட்டா வரணுமா?

அறுபது பேருக்கு மேல் அமர்ந்திருந்த மாணவர்கள் பக்கம் திரும்பி “சொன்னது யாரு?” என்றாள். யாரும் எழுந்திருக்கவில்லை. வெளியே நின்றிருந்தவன் முன் இருக்கையில் அமர்ந்திருக்கும் மூன்று மாணவிகளும் தன்னை விசித்திரமாகப் பார்ப்பதாக உணர்ந்தவன் அவர்கள் பக்கம் திரும்பவேயில்லை.

“இது ரெண்டாவது பீரியட்.... முதல் பீரியட் மேத்ஸ் முடிஞ்சிடுச்சு தெரியுமா?”

அமைதியாக மிஸ்ஸைப் பார்த்தான்.

அவனை உள்ளே அனுப்பினாள். ஆங்கில 'டேக்' கிராமர் வகுப்பு. கரும்பலகையில் எழுதியிருந்தவைகளுக்கு அவன் பதில்களை நோட்டில் எழுதிக்கொண்டிருந்தான். தனது வகுப்பில் அவன் பெரும்பாலும் இல்லாததை உமாராணி உணர்ந்தாள். எல்லோரையும் பார்த்தபடி ரவுண்டடித்தவள் அவனிடம் வந்தபோது விசாரித்தாள்.

"எல்லாமே சரியா எழுதியிருக்கீயே"

"மிஸ் காலேஜ்ல ஒரு மாசம் படிச்சிட்டு டிஸ்கண்டினியு பண்ணிட்டு வந்திருக்கான்" பின்னாலிருந்தவன் உரக்கச் சொன்னான்.

"சரவணா உன்ட்ட கேட்டா மட்டும் பதில் சொல்லு... உட்கார்" சிரித்தபடியே அவன் உட்கார்ந்தான்.

"இப்படிப் போயிட்டு வந்துட்டுருந்தா படிக்க முடியாது விசுவன்" என்றாள் உமாராணி மிஸ்.

விடுதி வசதி இல்லை.

மதியம் ஒரு மணிக்கு ஓட்டலில் சாப்பிட வண்டிகேட்டுக்கு வந்தான். இருந்த இரண்டு ஓட்டல்களிலும் மாணவர்களும் சர்க்கரை ஆலைக்கு கரும்பு லோடு கொண்டு வந்தவர்களுமாக கூட்டம் நெருக்கித் தள்ளியது. கூரையில் அமைந்த உயரம் குறைவான சற்று நீளமான ஓட்டல். இருபுறமிருந்த நீளமான மேசைகளில் பரிமாறப்படும் உணவுகளின் ஆவிபறக்கும் வாசனைகள் மனித வியர்வைகளோடு கலந்து வீசியது. உள்ளே ஒரே புழுக்கமாக இருந்தது. அவனை யாரோ கூப்பிட்டு தங்களிடத்தில் ஒடுங்கி உட்காரவைத்தனர். மூன்று புரோட்டாக்களை அவசர அவசரமாக குருமாவில் புரட்டி மென்று விழுங்கினான். சுந்தரபுரத்து எஸ்ஸார் ஹோட்டல் ருசி வரவில்லை. ஆம்லேட் மணமும் மீன் குழம்பு வாசமும் மின்னல் வேத்தில் கடந்தது. மணம் வேறு. ருசி வேறு. வகுப்பறைக்கு நுழைந்தபோது பிஸிக்ஸ்-தியரி சப்ஜெக்டை

நவலடியான் எடுத்துக் கொண்டிருந்தார். நாற்பது நிமிட உணவு இடைவேளை. இங்கிருந்து வண்டிகேட்டுக்கு ஓடுவதிலும் சாப்பிட இடம்பிடித்து உட்கார்வதிலும் சாப்பிட்டபின் ஓடி வருவதிலும் நிமிடங்கள் கரைந்து ஆவியாகி விடுகிறது. உண்ட களைப்பு வகுப்பில் கவனத்தைச் செலுத்தவே விடவில்லை.

அருகில் இருந்த சாமிநாதன் மாலை ஐந்து மணிக்கு வகுப்பு விட்டபின் வண்டிகேட்டிலிருந்து மேற்குத் திசை நோக்கி அழைத்துச் சென்றான். மாலை நேர வண்டிகேட் பகுதி சைக்கிள்கள் மொபட்டுகள் டிவியெஸ் பிப்டிகள் போக வர இருக்க ஆட்களும் மாணவ கூட்டங்களும் சென்றபடியும் வந்தபடியும் இருக்க அந்த இடமே ஓரே அல்லோலகல்லோலப்பட்டு அலைபாய்ந்து கொண்டிருந்தது. மேற்கிலும் கிழக்கிலும் செல்ல வேண்டிய ஊர்களுக்கான பேருந்துகள் வந்து நின்று ஹாரனை அலறவிட்டுக் கொண்டிருந்தன. ஐந்து நிமிட நடைக்குப் பின் சப்த இரைச்சல்கள் குறைந்து மறைந்திருந்தன.

“நீங்க எந்த ஊர்?” என்றான் விசுவன்.

“மதுரை பக்கம் அலங்காநல்லூர். ஒரு பதினைஞ்சு பேரு படிக்க வந்திருக்கோம்.”

அப்பாடி என்றிருந்தது விசுவனுக்கு. நூறு கிலோமீட்டருக்கு அப்பாலிருந்து படிக்க வந்திருக்கின்றனர்.

“எங்க ஊரைக் கேள்விப்பட்டிருக்கீங்களா?”

“என்னங்க... ஜல்லிக்கட்டுக்கு பேமஸானது... கேள்வி கிண்டல் பண்ற மாதிரி இருக்குங்க!” என்றான் விசுவன்.

“யேய்... சாமி என்ன புது கிராக்கியா?” நோட்டுப் புத்தகங்களை அணைத்தபடி வந்த தாவணிப்பெண் சாலைக்கு மறுபக்கமிருந்து கேட்டாள். அவள் தனது வகுப்பில் முன் இருக்கையில் அமர்ந்திருப்பதைப் பார்த்திருக்கிறான். மற்ற இரு பெண்களின் முகம்கூட நினைவில் பதியவில்லை. கெமிஸ்ட்ரி பிஸிக்ஸ் லேபில் சிலமுறை அவனைக் கடந்து செல்வர். பாண்ட்ஸ் பவுடர் வாசம் வியர்வையோடு கலந்து வீசும்.

"பல்லை உடைப்பேன்... அவர் காலேஜ் டிஸ்கண்டினியு பண்ணிட்டு வந்திருக்காரு... மரியாதை... மரியாதை" என்றான் சாமிநாதன்.

இவனிடம் திரும்பி "எங்க பக்கத்து ஊரு... சுபத்ரா என் மாமன் பொண்ணு கொஞ்சம் வாய் ஜாஸ்தி" என்றான்.

"அவங்களும் தங்கிதான் படிக்கிறாங்களா?"

"ஆமாமாம்... தங்கி சமைச்சுதான் நிறைய பேர் இங்கே படிக்கிறாங்க.. வண்டிகேட்ல ஒரு முப்பது பேரு இருப்பாங்க... மோகனூர்ல கிடப்பாய்ங்க ஒரு ஐம்பது அறுபது பேருகிட்ட...."

உரக்கடைக்கு அருகில் இருந்த வீட்டுக்குச் சென்று கம்பி கேட்டைத் தட்டினான் சாமிநாதன். தெற்கே பார்த்து சாணிபோட்டு மெழுகியிருந்த பரந்த வெளியைப் பார்த்து நின்றிருந்தனர். இரண்டு எருமை மாடுகள் கட்டப்பட்டிருந்தன. கரும்புச் சருகுகளை மென்றுகொண்டிருந்தன. மேற்குத் திசை பார்த்துக் கட்டப்பட்டிருந்த வீட்டில் இருந்து பனிரெண்டு வயது மதிக்கத்தக்க சிறுவன் வந்தான். அவன் பின்னே இளம் வயது வெள்ளைநிறப் பெண் வந்தாள். மூக்குக்கண்ணாடியுடன் இருந்தாள்.

"கவண்டரில்லையாக்கா?"

"கரும்புத் தோட்டத்துக்குப் போயிருக்காரு"

"ரூம் கேட்டு வந்திருக்காப்டி.... சுந்தரபுரமாம்."

புல்லட்டில் மிதமிஞ்சிய கறுப்பு நிற தேகத்தில் பளீர் வெள்ளையிலான வேட்டி ஜிப்பாவுடன் கவுண்டர் வந்தார். 'என்பேரு ராமசாமி கவுண்டர் உங்க பேரு' என்று கேட்டபடி அவனை வீட்டின் கிழக்கே ஆறடி சந்தில் அழைத்துச் சென்றார். சாமிநாதன் ரோட்டைப் பார்த்திருந்த அவன் அறைக்கு சென்றுவிட்டான். அறைக்குள் நாலைந்து பேர் உடைகளை கழட்டி மாற்றி சத்தமிட்டுப் பேசிச் சிரித்துக்கொண்டிருப்பது தெரிந்தது.

தென்னங்கீற்று கரும்புச்சருகு வைக்கோல் பிரி

பனைமட்டையென கலந்துகட்டிய கூரையில் இரண்டு அறைகளாகத் தடுக்கப்பட்டிருந்தது. அதன் வாசல் கதவு உரக்கடைக்கு பின்னால் இருந்த வீட்டுச் சுவரைப் பார்த்தபடி இருந்தது. அறையில் குண்டு பல்ப் மாட்டப்பட்டிருந்தது.

வாடகை அட்வான்ஸைக் கூறியவர் "படிக்குற பசஙோல்லீயா என்ன கேக்கீறது" என்றார். அவரிடம் மேற்கொண்டு பேசிவிட்டு வண்டிகேட்டுக்கு வந்தான். காட்டுப்புத்தூர் வழியாக போகாமல் நாமக்கல் வழியாக சுந்தரபுரத்தை வந்தடைந்தபோது எட்டரை மணியாகியிருந்தது.

பஸ் ஸ்டாண்டிலேயே இறங்கிக்கொண்டான். பேருந்து நிலையத்தின் உள்புறம் இருட்டும் வெளிச்சமும் சரிபங்காக பரவியிருந்தது. நாலைந்து நகரப் பேருந்துகள் நின்றிருப்பது இருள் பிம்பங்களாகத் தெரிந்தன. அம்சவேணி வாழைப்பழம் விற்குமிடத்தில் இருள் அப்பிக்கிடந்தது. எஸ்ஸார்பிகே பஸ் பளிச்சிடும் உள் லைட்டுகளோடு பளபளப்பாக மினுமினுத்து கடைசி டிரிப்பிற்காக நின்றுகொண்டிருந்தது. பஸ்ஸிலிருந்து அதிரும் பாடல் ஒலி சாலையைத் தொட்டு எஸ்ஸார் ஹோட்டலைத் தாண்டும் வரை ஒலித்துக் கரைந்தது. '...போடா எல்லாம் விட்டுத்தள்ளு... பழசையெல்லாம் சுட்டுத் தள்ளு... புதுசா இப்ப பொறந்தோம்னு எண்ணிக் கொள்ளடா டோய்...' அங்காளம்மன் கோயில் பின்புறம் இருந்த காலி நிலத்தில் ஐம்பதுக்கு மேலிருக்கும் ஆனந்தா வாடகை சைக்கிள்களை நிறுத்தி தட்டிக்கதவை பூட்டும் சத்தம் கேட்டது. சன்னாசியும் கடையில் வேலை செய்பவர்களும் அங்கிருப்பது மங்கலான டியூப் லைட் வெளிச்சத்தில் தெரிந்தது. கைகாட்டியை நெருங்கினான். வீட்டிற்கு தனது மொபட்டில் மகனுடன் கிளம்பிய டைப்ரைட்டிங் இன்ஸ்டிடியுட் ராமையா இவனைப் பார்த்ததும் நின்று விசாரித்தார். அவர் பையன் கண்ணன் "இப்ப பாலிடெக்னிக்குக்கு அப்படியொன்னும் வேல்யுசன் இல்லை" என்றான். விசுவனுக்கு என்னவோ போலிருந்தது. ராஸா ஸ்வீட் கடையைக் கடந்தான். சுதாவை பார்க்கும் அந்த நிலையான இடம் இருளில் அவனைக் கண்சிமிட்டி அழைத்தது.

இனி சுதாவைப் பார்க்க முடியுமா? காலம் நேரம் எதுவும் எந்த வகையிலும் ஒத்துழைப்பு தராத அவலச்சுவை நாவில் ஊறிக் கசந்தது. அவளின் தாவணி நுனி ஒருபோதும் இனி சாமரம் வீசாது. ஒருதலையாகவே ரோஜா இதழ்கள் காற்றில் பிய்ந்து சிதறிப் பறந்தன. மாதா கோவில் திருப்பத்தில் அண்ணாந்து பார்க்கும்படியான வானுயர ஜெயலலிதா கட் அவுட் சீரியல் லைட்டுகளின் மினுங்கலோடு இருந்தது. அமைப்பு.. இளவரசன் எம்.எல்.ஏ சுற்றுலாத்துறை அமைச்சர் என்பதைப் பார்த்தபடியே சாலையை விட்டு இறங்கி வீட்டிற்குச் செல்லும் புதுத்தெருவில் நுழைந்தான். தெரு டியூப் லைட்டுகள் மங்கிய ஒளியை உமிழ்ந்துகொண்டிருந்தன. வீட்டுத் திண்ணையில் பூக்கடைக்காரர் கொடுத்துச்சென்ற தாழம்பூ மரிக்கொழுந்து மல்லிகை சாமந்திப் பூக்களின் வாசம் கலந்து கட்டி வீசியது. அம்மாவிற்கு நாளை பூக்கள் கட்டும் மாலைகள் தொடுக்கும் வேலை நிறைய இருக்கும் போலிருக்கிறது. தான் அருகில் இருந்தால் கூடமாட ஏதேனும் உதவியாக இருக்கும். கலையரசி பள்ளிவிட்டு வந்து உதவினால்தான் உண்டு.

“என்னடா சீக்கிரம் வந்துட்டே?” என்றாள் அம்மா.

ரூட் மாறி வந்த விவரத்தைக் கூறினான்.

“இனி இப்படியே வாண்ணா” என்றாள் கலையரசி.

“சரிப்படாது... நா அங்கனக்க தங்கிப் படிக்கலாம்னு இருக்கேன்” என்றான்.

சந்திரமதி அவனை ஏறிட்டுப் பார்த்தாள்.

“அப்ப ரெண்டு மாசமா சிரமத்தோடதான் போயிட்டு வந்துட்டிருக்கியாடா?”

கேட்கும் அம்மாவிடம் எதைப் பதிலாகச் சொல்வது? பேசாமல் வடுகபட்டியிலேயே படிப்பைத் தொடர்ந்திருக்கலாமோ என்றுதான் பெரும்பாலும் சிந்தனை ஓடுகிறது. கடையை சாத்திவிட்டு வரும் அப்பாவின் சைக்கிள் வந்து நிற்கும் ஒலியசைவு கேட்டது.

“பணம் எவ்வளவு வேணுன்டா?”

சொன்னான்.

“சட்டைப் பையிலே எடுத்து வைக்கிறேன். காலையில எடுத்துக்க”

தலையணைப் போர்வையை ஒரு நாளும், சட்டை பேண்ட் கைலி துண்டுகள் ஒரு நாளுமாக எடுத்துச்சென்று அறையில் வைத்தான். கூடவே தாமோதரன் பழைய புத்தகக்கடையில் வாங்கிப் படிக்காத இலக்கிய புத்தகங்களையும் அட்டைப் பெட்டியில் வைத்தான். இரண்டு மூன்று ஜூனியர் போஸ்ட் இதழ்கள் படிக்காமல் வைத்திருப்பதைக் கவனித்தான். விளம்பரமேயில்லாமல் வரும் பத்திரிகை. ‘முப்பது நாளில் மலையாளம் கற்பது எப்படி?’ புத்தகத்தை ஆசையுடன் தடவிப் பார்த்தான். இதைக் கற்றுக்கொண்டபின் தெலுங்கு இந்தி கன்னடம்னு பன்மொழி வித்தகனாக ஆகிவிட வேண்டும். அறையில் தங்கியிருப்பவன் யாரென்று தெரியவில்லை. ஸ்டவ் அடுப்பு ஒன்றிருந்தது. இரண்டு பாட்டிலில் மண்ணெண்ணெய் மூலையோரத்தில் இருந்தது. கொடியில் ஆடைகள் திக்குக்கு ஒன்றாய் கலைந்து தொங்கிக் கொண்டிருந்தன. விரித்த வாக்கில் பாய் இருந்தது. மூன்றாவது நாள் மாலையில் வகுப்பு விட்டு நேராக அறைக்கு வந்து தங்கும் படலத்தைத் தொடங்கினான். அறையில் பாலகிருஷ்ணம்பட்டி சந்திரசேகர் இருந்தான். முதல் வருடம் ஏ செக்சன் என்றான். மூன்றாம் வருடம் படிக்கும் துறையூர் வீரையன் தஞ்சாவூர் பாஸ்கர் பக்கத்து அறையில் இருந்தனர். குண்டு பல்ப் வெளிச்சம் சோகையாக ஒளிர்ந்து கொண்டிருந்தது. நிமிடங்கள் கரைய கரைய மனசினுள் பெரும் பள்ளம் விழுந்து பெரிதாகிக்கொண்டிருப்பதைப் போல் இருந்தது. வாங்கி வந்திருந்த அரசியல் வார இதழ்களில் ராஜிவ் படுகொலை புலனாய்வுச் செய்திகளே நிரம்பியிருந்தன. மாயாவி சந்தனக் கடத்தல் வீரப்பன் கர்நாடகா வனத்துறை அதிகாரி ஸ்ரீநிவாஸைத் தலையை வெட்டி பாதி எரித்த செய்தியும் இணையாக பக்கங்களை ஆக்ரமித்து இருந்தன. மாத நாவல்களையும் புரட்டிவிட்டு எதையும் சரியாகப் படிக்காமல் சலிப்போடு வைத்தான். மனதில் விழுந்த பள்ளம் நிரம்புவதாகத் தெரியவில்லை. பி.இ., படிக்கும் கனவு டிப்ளமோ

பக்கம் இழுக்கவில்லை. ராஜவேலை சந்தித்த பொழுதுதான் சுழற்றியிழுத்து தன்னை வண்டிகேட்டில் விட்டுவிட்டது என்று நினைத்தான்.

“என்ன சாப்பிட வரலையா?” என்றபடி பாஸ்கர் வந்தான்.

“ஓட்டல்ல அக்கவுண்ட் வச்சிட்டிங்களா?”

சந்திரசேகர் சமைக்க ஸ்டவ் பம்பை இழுத்து அடித்துக் கொண்டிருந்தான்.

சிமெண்ட் கட்டடத்தில் இயங்கிய ஓட்டலுக்கு பாஸ்கர் அழைத்துச் சென்றான்.

“அந்த ஹோட்டல்லதான் மதியம் சாப்பிடுவேன்.”

“அங்க கசகசன்னு இருக்கும். இது கொஞ்சம் நீட்டா இருக்கும்.”

அக்கவுண்ட் நோட்டில் பெயர் அட்ரஸ் இவனையே எழுதச்சொன்னார் ஓட்டல் அண்ணன். இரண்டு புரோட்டாவும் ஆம்லேட்டும் சாப்பிட்டுவிட்டு எழுந்தான்.

“அவ்வளவுதானா போதுமா?” என்றான் பாஸ்கர்.

நோட்டில் இவனையே சாப்பிட்ட கணக்கை எழுதி வைக்கச் சொல்லிவிட்டு ஓட்டல் அண்ணன் சமையலறைப் பக்கம் சென்றார். அக்கவுண்டில் சாப்பிடுபவர்கள் எல்லோரும் அவர்களாகவேதான் நோட்டில் சாப்பிட்டதை எழுதி வைத்தனர். படிப்பவர்கள் ஏமாற்றமாட்டார்கள் என்கிற நம்பிக்கையா?

வண்டிகேட் இரவு எட்டு மணிக்கே வெறிச்சென்றிருந்தது. ஆலை இயங்கும் சத்தம் மட்டும் காற்றைக் கிழித்து ஒலித்துக் கொண்டிருந்தது. லோடு ஏற்றிய நிலையில் நாலைந்து லாரிகள் தள்ளித் தள்ளி நின்றுகொண்டிருந்தன. மாலையிலும் மதியத்திலும் இருந்த பரபரப்பு இல்லாமல் மயானக்காடாய் இருந்தது. பரமத்தியிலிருந்து மோகனூருக்குச் செல்லும் நகரப்பேருந்து வந்து நின்றது. அதிலிருந்து சுபத்ராவும் வேறொரு வெள்ளைநிற குண்டுப் பெண்ணும் இறங்கினர். இருவரும் சி செக்சன்தான். சரியாகப் பார்த்ததுமில்லை. பேசியதுமில்லை. எல்லோருக்கும்

காக்கிச்சட்டை யூனிபார்ம். இப்போது தாவணியில் இருளில் தெரிந்தாலும் இரு பூக்களைப் பார்ப்பது போலிருந்தது.

“என்ன சாப்பிட வந்தீங்களா?” சுபத்ராவின் குரல்தான். தன்னைத்தானா? சந்தேகத்துடன் திரும்பிப் பார்த்தான். யாருமில்லை. தன்னிடம்தான் கேட்கிறாள்.

“ஆமாம்... சாப்பிட்டாச்சு. நீங்கள்லாம்...?”

“வேலூர்க்கு ட்ரெஸ் எடுக்கப்போனம் வரும்போது அங்கேயே சாப்பிட்டுட்டோம்...”

“நீங்க எந்த ஓட்டல்ல அக்கவுண்ட்?”

“அக்கவுண்டா... நாங்க சமைச்சு சாப்பிடறோம். ஓட்டல்ல சாப்பிடறது கட்டுப்படியும் ஆகாது. உடம்புக்கும் ஆகாது” என்றாள் சுபத்ரா

“ஆசையாயிருந்தா புரோட்டா பார்சல் வாங்குவோம்” என்றாள் வெள்ளைநிற குண்டுப்பெண்.

“நீங்க எந்த ஊரு?”

“இங்கேர்ந்து நாப்பது கிலோமீட்டர்ல இருக்கேன்.”

“நாப்பது கிலோமீட்டர்ன்றது ஊர்பெயரா?”

தெரியாமல் கேட்கிறாளா? கிண்டலுக்குக் கேட்கிறாளா? இருளில் முக உணர்வை அறிய முடியவில்லை.

“சுந்தரபுரங்க.”

“அப்படிச் சொல்லுங்க... செகண்ட் இயர் எலக்ட்ரானிக்ஸ் சோபனாவோட ஊரா நீங்க?!”

தன் ஊரைச் சேர்ந்த ஒருத்தி அவர்கள் அறையில் தங்கிப் படிக்கிறாளா? அவனுக்கு ஆச்சரியமாக இருந்தது.

“இல்லையில்லை... ரூமுக்கு எங்க சீனியரைச் சந்திக்க வருவாங்க... அவங்க மோகனூர்ல அத்தை வீட்ல தங்கிப் படிக்கிறாங்க.”

தெரிந்த முகமா தெரியாத முகமா என்று நேரில் பார்த்தால்தான் தெரியும்.

பேசிக்கொண்டே அவர்கள் பிரிந்து சென்றனர். போகும்போது “எங்க பேரைக் கேக்கவில்லையே” என்றாள்.

விசுவன் நின்றான்.

“உங்க பேரு சுபத்ரா. அவங்க பேரு....?!”

“இவ பேரு வளர்மணி. உடுமலைப்பேட்டை. கூப்பிடும்போது சுருக்கமா வளர்னு கூப்பிடாதிதீங்க... குண்டுமணின்னு கூப்பிடுங்க”

வளர்மணி சுபத்ராவை படீர் என்றடித்தாள். அவர்கள் ஒருவரையெருவர் இடித்து அடித்துத் தள்ளிக்கொண்டு சிரித்தபடி விலகிச் சென்றனர். அவர்களின் செய்கை அவன் மனசை லேசாக்கியதைப் போல் உணர்ந்தான்.

அறைக்குச் செல்லும் சந்தில் சுதா இடுப்பில் கைகளை வைத்துக்கொண்டு அவனை முறைத்தாள். ‘என்னை விட்டுட்டு அவள்ககிட்டே என்ன குழையல் வேண்டிக்கிடக்கு.’ அவளின் நீல தாவணி இருளில் நிறம் தப்பி காற்றில் ஆடியது. அவளுள் நுழைந்து வெளியேறி சந்தில் நடந்தான்.

அறையில் சந்திரசேகர் குழம்பைத் தாளிக்கும் நெடி காரத்துடன் அடித்தது. உருளைக்கிழங்கையும் கொத்தமல்லித் தழைகளையும் போட்டு சாம்பார் போல் ஒன்றை வைத்தான். சிறிது சாப்பிட கட்டாயப்படுத்தினான். நன்றாகத்தான் இருந்தது.

“ஓட்டல் சாப்பாடு ஒத்துக்குமா?” என்றவனிடம் மத்திசமாக தலையசைத்தான்.

வார முடிவில் ஊருக்குப் பயணப்படத் தோதுபட்ட மாணவர் கூட்டம் வண்டிகேட்டில் அலைமோதியது. வெகு தொலைவில் இருப்பவர்கள் மாதத்திற்கு ஒருமுறை இல்லைன்னா ரெண்டு மாதத்துக்கு ஒருமுறையோ ஊருக்குச் செல்வோம் என்றார்கள்.

“வண்டாண்டா மரணகோபால்.”

நாமக்கல்லுக்குச் செல்லும் லொடக்கு டவுன்பஸ் ராஜகோபால் கிராமத்துச் சாலையில் சென்று திரும்பிப் பின்னோக்கி வந்து

நின்று உறுமியது. எல்லோரும் அடித்துப் பிடித்து ஏறினர்... அப்போது காட்டுப்புத்தூர் வழியாகச் செல்லும் பேருந்து வந்து நின்றது. ஒருகணம் தடுமாறினான் விசுவன். சந்திரசேகர் அவனைத் தூக்காத குறையாக வண்டியில் ஏற்றினான். ஒரு நிமிடத்தில் பஸ் மோகனூருக்கு வந்து அடுத்த விநாடியே நாமக்கல் சாலையில் கிட்டத்தட்ட பறந்தது. பெண்கள் அமர்ந்திருந்த பக்கம் மாணவர்கள் கூட்டம் நெருக்கியடித்து கடலை போட்டுக் கொண்டிருந்தது. விசவனுக்கு இடம் கிடைக்கவில்லை. பேருந்து பறக்கும் வேகத்துக்குக் கையில் வைத்திருக்கும் பையோடு நிலையாய் நிற்க முடியவில்லை. தோள்பட்டையோடு தோள்பட்டையாக இடித்து நெருக்கிக்கொண்டு கூட்டத்தினர் வியர்வை மணத்தோடு சுவாசத்தை இழுத்துவிட்டுக்கொண்டிருந்தனர். கம்பியில் சாய்ந்து நின்று இறுக்கமாகப் பிடித்துக்கொண்டான்.

“கேபியார்... எழுதறவன் சட்டையை உரித்துக் கொண்டேயிருக்கணும்.”

முதுகுபுறம் சற்று வேகத்துடன் குரலை உயர்த்தி யாரோ பேசுவதைக் கேட்டுத் திரும்பி சீட்டைப் பார்த்தான். இருவர் அமரும் சீட்டில் தாடியும் லேசான முன்வழுக்கையும் கொண்டவர் தீர்க்கமான பார்வையில் அருகில் அமர்ந்திருந்தவரிடம் சொல்லிக்கொண்டிருந்தார்.

“எழுத்துப் பணின்றது அழகுத்தொண்டுடா பிக்ஷு.”

“உன் சொல்லுக்கு கனகாம்பரத்து வாசனைதான்டா” என்றவர் உதட்டைப் பிதுக்கினார். கேபியார் என்று அழைக்கப்பட்டவர் வாய்விட்டுச் சிரித்தார்.

“எப்படி பக்தியில்லாதவன் கோவில் அதிகாரியா இருக்கிற மாதிரியா?

“போடா கரிச்சான்... சாப்பிட வேணாமா? வயித்துப்பிழைப்புடா.”

த்துவாடி ஆர்ஜ அலுவலகக் குடியிருப்பு பஸ் ஸ்டாப்பில் பிரேக்கடித்து வண்டி நின்றது.

“பிக்ஷு நான் வரேன்டா” என்று அவர் எழுந்தார்.

தாடியைத் தடவிக்கொண்டே “பாதியிலேயே பயணத்தை ஏன்டா முடிக்கிறே சித்த பேசிண்டே போலாமே” என்றார் அமைதியாக. கேபியார் பேசாமடந்தையாக மாணவ கூட்டத்தில் நீந்திச் சென்று இறங்கினார்.

காலியான இருக்கையில் யாரும் உட்காரவில்லை. விசுவன் அவர் அருகில் அமர்ந்தான்.

“அய்யா நீங்க கவிதை எழுதறவரா?”

“யாரு செல்லப்பா சொன்னானா? பிடிவாதக்காரன். அப்படியெல்லாம் ஒண்ணுமில்லை?!”

பிச்சமூர்த்தின்னா புதுக்கவிதை புதுக்கவிதைன்னா பிச்சமூர்த்தி. கணையாழியின் தாள்கள் காற்றில் பறந்தன.

பேருந்து வேகத்துக்கு ஈடு கொடுக்கும் விதமாக உரக்க “அய்யா அப்படின்னா அவர் கு.ப.ரா தானே” என்று கேட்டான்.

அவர் அமர்ந்தபடியே அசைந்து சிரித்து தாடியைத் தடவிக்கொண்டார்.

அப்போது விசுவனின் காலில் இரும்புச்சங்கிலி நெருடுவது போலிருக்க குனிந்து சீட்டுக்கு அடியில் பார்த்தான். அவர் காலில் அச்சங்கிலி பிணைக்கப்பட்டிருந்தது. கண்டவனின் கண்களில் அதிர்ச்சி ரேகைகள் பரவி மிரண்டன.

“அய்யா!”

“பைத்தியம் பிடித்துவிட்டதாம். அடிக்கவும் செய்கிறார்களாம், எனக்கும் ஒன்றும் தெரியவில்லை. நான் சந்தோசமாகத்தான் இருக்கேன். மனிதனுக்குள்ளே கலைஞனும் கலைஞனுக்குள்ளே மனிதனும் இருக்கிறான். எப்போதும்போல சந்தோசமாகத்தான் இருக்கிறேன்.”

அசுர வேகத்தில் சென்ற பேருந்து ஜன்னல் வழியே வீசிய காற்று இருவர் முகத்திலும் படபடவென அடித்தது.

★★★

6
பாலிடெக்னிக் வளாகம்

காலை எட்டே முக்கால் மணி வெயில் முகத்தில் சுள்ளென்று அடித்தது. இரண்டு இட்லியும் ஒரு தோசையும் தேங்காய் சட்னி சாம்பாரோடு சாப்பிட்டான். டிபன் பாக்சில் நான்கு புரோட்டாக்களை பிய்த்துப் போட்டு குருமாவை ஊற்றினான். மதியம் லொங்கு லொங்குவென்று ஓடிவந்து சாப்பிட்டு ஓடுவது எதற்கு என்று கட்டிச் சென்றுவிடுவான். காலையிலேயே புரோட்டா போடுவது ஆச்சரியமாக இருந்தது.

சாரி சாரியாக ஆண்களும் பெண்களுமான கூட்டம் கத்தி சிரித்து இடித்துத் தள்ளியபடி சென்றது. வளாகத்தின் மண் சாலையில் புழுதி பறந்தது. சில டியுட்டர்கள் நடந்து முன் செல்லபின் தொடரும் மாணவர் கூட்டம் சத்தமிடாமல் பம்மிச் சென்றது. இடைவெளியும் தோராயமாக இருந்தது. இருசக்கர வாகனங்களின் சத்தமும் கடந்து சென்றன.

முற்பகல் இடைவேளையில் முதல் வருட மூன்று செக்சன் மாணவர்களும் சிவில் மெக்கானிகல் எலக்ட்ரானிக்ஸ் துறைகளின் இரண்டாம் மூன்றாம் வருட மாணவர்களும் கலந்து கட்டி நெருக்கித் தள்ளி சிரிப்பும் கும்மாளமுமாக ஒரே சத்தக்காடாக கழிவறை இருந்தது. “அவளை நினைச்சாலேயே ஜட்டி ஈரமாயிடுது... முக்காமணி நேரம்ல பாத்துக்கிட்டு கிடக்கணும்” “பிரியா ஒத்துக்கமாட்டேங்குது மாப்ளே” “லேகா மேடம் கறுப்புக் கண்ணாடி போட்டுக்கிட்டு வருதே எதுக்குன்றே?” “பெங்களூர்ல தமிழனுங்கன்னாவே அடிச்சு நொறுக்கறானுங்களாம் மாப்ளே... காவிரிப் பிரச்சனை நடுவர் மன்றத் தீர்ப்புன்னு ஒரே அக்கப்போரு...” “பாண்டியன்ல மாமூ, செம சீனு... வக்காலி அஞ்சு ஷோவும் கும்பல் பிச்சுத் தள்ளுது...” பினாயில் வாடையும் மூத்திர வாடையும் யாரோ பிடிக்கும் சிகரெட் வாடையும் குறுகிய இடத்தில் மூக்கைப் பிறாண்டியது. கை கால் அலம்பி வெளியே வந்தான் விசுவன்.

பிரின்ஸ்பால் அறைக்கு எதிரே நிர்வாக அலுவலகமும் அதற்கு அருகில் லைப்ரரியும் இருந்தது. லைப்ரரியில் துறை சார்ந்த ஆங்கில புத்தகங்கள் நிரம்பி இருந்தன. ஆங்கில தமிழ் தினசரிகளோடு பிரபல வார இதழ்களும் நீளமான மேசையில் சிதறிக் கிடந்தன. புத்தக அலமாரிகளில் இரு மாணவிகள் ஏதோ புத்தகத்தை ‘இது இல்லைடி’ என்கிற சத்தத்தோடு தேடிக்கொண்டிருந்தனர். காக்கிச் சீருடையில் முகம் திருப்பியிருந்தனர். இங்கிலீஸ் டூ எடுக்கும் இளங்கோ சார் எதிர்ப்பட்டார். அவர்தான் நூலகத்திற்கும் பொறுப்பு என்றார். ‘சரியாகப் பயன்படுத்திக்கிறதில்லை எவனும்’ என்று சலித்துக்கொண்டார்.

பெண்கள் கழிவறைப் பகுதியில் இருபது வரையிலான பெண்கள்தான் இருப்பதாக இங்கிருந்து பார்க்கும்போது தென்பட்டவர்களை வைத்து யூகித்தான். தன் செக்சனில் சுபத்ரா வளர்மணி ரேகா ரம்யா நான்கு பேர். பி செக்சனிலும் ஏ செக்சனிலும் சேர்த்து நாலைந்து பெண்கள் படிப்பது தெரிந்தாலும் பெயர்கள் தெரியவில்லை. வகுப்பில் நுழையும்போது பிஸிக்ஸ் பிராக்டிகல் எடுக்கும் வேலுச்சாமி

சிரிப்பாக ஏதோ சொல்லிக்கொண்டிருந்தார். “காலையிலேயே சால்னாவோட பரோட்டோவை புரட்டி அடிச்சா என்ன வரும். மசமசன்னுதான் இருக்கும். எல்லாம் பிளஸ்டூல படிச்சதுதான். டென்த் மட்டும் படிச்சவங்களுக்குப் புரியலைன்னா பிரதீபா நோட்ஸை வாங்கிப் படிச்சுக்கப்பா... தெரிஞ்சவங்க அவங்களுக்குச் சொல்லிக் கொடுங்க... மத்தியானம் பிஸிக்ஸ் லேப்ல டவுட்டைக் கிளியர் பண்ணிக்கலாம்.” என்றவர் சேரில் உட்கார்ந்து சாய்ந்தார். மாணவர்களின் சத்தம் உயர்வது போல் தெரிய “ஏம்பா கொஞ்சம் ஃப்ரியா விட்டா சந்தக்கடை இரைச்சலை உண்டு பண்ணறீங்க” கப் சிப்பென்று அமைதியானார்கள்.

சுபத்ரா விசுவனை நோக்கி வந்தாள். அவள் அருகிலிருந்த சாமிநாதனிடம் “மாமா சார்கிட்டே கேட்டியா?” என்றாள். அவளின் காக்கிச்சட்டையின் தோள்பட்டைப் பகுதி விசுவனின் மூக்கை உரசியது. பவுடர் மணம் வீசியது. “தரேன்னிருக்காரு... சாயங்காலம் போம்போது கூப்பிட்டுத் தருவாரு. வாங்கித் தரேன்.” வேலுச்சாமி சார் அங்கிருந்தபடியே பார்த்தார். பின் சேரில் வகையாக சாய்ந்து உட்கார்ந்துகொண்டார். சுபத்ரா அவள் இருக்கைக்குச் சென்றாள். “என்ன விஷயம் சாமி?” என்றான். ‘வேலுச்சாமி சார் அவசரத்துக்குப் பண உதவி பண்ணுவார். அந்தப் பிள்ளை கேட்டுருந்துச்சு. வாங்கித் தரேன்னேன்” என்றான். “வட்டிக்கா?” என்று கேட்ட விசுவனிடம் “ச்சேச்சே... வட்டில்லாம் கேட்கமாட்டாரு” என்ற சாமி அவன் தோள்மீது கையைப் போட்டுத் தளர்வாக சாய்ந்தான்.

டெஸ்க்கில் இருந்த நோட்டும் பேனாவும் விசுவனைக் குறுகுறுவென பார்த்தது. மற்றவர்கள் படிப்பதும் கதையடிப்பதுமாக இருந்தனர். பேனாவை எடுத்துச் செலவு கணக்கை எழுதத் தொடங்கினான். இந்த வார ஹோட்டல் சாப்பாடு பஸ் போக்குவரத்து நோட்ஸ் வாங்கினது மாலை நேரத்து கொறிப்புகள் செலவு என எழுதிக் கூட்டினான். சுந்தரபுரத்தில் டேவிட் அம்சவேணி ஆனந்தா சைக்கிள் கடையில் வேலை செய்யும் கணேசன் சிவன் கோவில் தெரு

ஆறுச்சாமி இவர்களிடம் மாதவட்டிக்கு விட்டதில் வரவேண்டிய தவணைப் பணம் என குறித்தவனுக்கு மறந்து விட்ட விஷயம் பொறிதட்ட புத்தகச் செலவினங்களைப் பட்டியலிட்டான். பார்த்துக் கொண்டிருந்த சாமிநாதன் "என்ன செலவு கணக்கா?" என்றான். ஏதாவது எழுதிப் பார்க்க நினைத்தவன் நோட்டின் கடைசிப் பக்கத்தில் மாடர்ன் ஆர்ட் கணக்காக கிறுக்கலாக கோடுகளை இழுத்துக்கொண்டிருந்தான். 'சேலைக்குள் நுழைந்து உயிராய் வெளியேறினான்' வாய்விட்டு படித்த சாமிநாதன் "நல்லாருக்குடா" என்றான். அடுத்தவரியாய் 'ஜனிக்கும்...' என்று தொடங்கியபோது மேத்ஸ் டூ எடுக்க வள்ளியம்மை மேடம் உள்ளே நுழைந்தாள். சிடுசிடுப்புக்காரி. முகத்தை உர்ரென்று வைத்தபடிதான் எந்நேரமும் இருப்பாள். வகுப்பே கப்சிப்பென்று இருந்தது.

வாரத் தேர்வில் கேவலமான முறையில் மார்க் வாங்கியிருந்தான். கூப்பிட்டு முகத்தில் விட்டெறிந்தாள். முகம் வாடி மனம் கசந்தான் விசுவன்.

மதியம் சாப்பிட முக்கால்வாசி பேர் வெளியே ஹோட்டலுக்கும் டிபன் பாக்ஸோடு வந்தவர்கள் மரத்தடி நிழலுக்கும் சென்றுவிட விசுவன் மட்டும் டெஸ்கில் உட்கார்ந்து டிபன்பாக்ஸைத் திறந்தான். எண்ணெய் கலந்த வாசமாக குருமா ஊறியிருந்த பிய்த்த புரோட்டாக்களில் இருந்து குப்பென்று அடித்தது. ஊறி சொத சொதவென்று இருந்தது. சுபத்ராவும் வளர்மணியும் ரம்யாவும் தாங்கள் சாப்பிட்டுக்கொண்டிருந்த டெஸ்கிற்கு கையசைத்துக் கூப்பிட்டனர். ரேகா அங்கில்லை. "எங்ககிட்டே பேசவே மாட்டேன்றிங்க?" என்றனர். "அப்படியெல்லாம் இல்லை" என்று முறுவலித்தான்.

அவர்கள் சமைத்த சாப்பாட்டை சாப்பிடச்சொல்லி வற்புறுத்தினர். அவரைக்காய் சாம்பார். உப்பு கம்மியாக இருந்தது. கூசாமல் நல்லாருக்கு என்றான்.

"எங்க அவங்கள காணோம்?" என்றான்.

"நம்மளை வுட்டுட்டு அவளைக் கேட்கிறதை பாருங்கடி!"

என்றாள் சுபத்ரா.

“ரேகா கமலகாசனோடு உய்யலாலா பாடப் போயிட்டா” என்றாள் ரம்யா.

“லவ் பண்றது தப்பாடி” என்று விசுவனைப் பார்த்தபடி கேட்டாள் வளர்மணி.

பேச்சை திசை திருப்ப வேண்டும். இல்லையென்றால் சுதா இங்கு வந்து குதித்து விடுவாள்.

“நீங்க எந்த ஊருங்க?” என்று ரம்யாவைக் கேட்டான்.

“யாதும் ஊரே யாவரும் கேளிர்” என்றாள்.

“ஊர்ப்பேரைச் சொல்லுடி?” என்றாள் சுபத்ரா.

ரம்யா முறைத்தாள். வளர்மணி ‘க்ளுக்’ என்று சிரித்தாள்.

“சும்மா சொல்டி!”

“குஞ்சநாயக்கபாளையம்.”

வளர்மணி புரையேறுமளவுக்கு சிரித்தாள். உள்ளுக்குள் சிரித்தாலும் விசுவன் தன்னைக் கட்டுப்படுத்திக் கொண்டான். ஆனால் ஓரிரு விநாடிதான். அவனுக்குள் சிரிப்பாணி பொத்துக்கொண்டு வர சட்டென்று எழுந்தான். வாயில் இருந்த புரோட்டாத் துணுக்குகள் புரையேறியதில் சிதறியது. வாசலுக்கு வந்து சிரித்துத் தும்மலோடு இருமினான். அப்போது உள்ளே வந்த யாரோ அவனை விசித்திரமாகப் பார்த்தபடி கடந்து செல்வதாக அவனுக்குப் பட்டது.

“அவரை என்னடி பண்ணிங்க?” என்றாள் திவ்யா.

“வாம்மா பரதேவதை... கற்பையெல்லாம் விசுவன் பத்திரமாத்தான் வச்சிருக்கான்... நீ சித்த அடங்கு...”

“டீ... திவ்யா இவ ஊர் பேரைத்தான் சொன்னா...” என்ற வளர்மணிக்கு மீண்டும் சிரிப்புடன் புரையேறிக்கொண்டது.

சாப்பிட்ட பாக்ஸ்களைக் கழுவ பைப்படிக்குச் சென்றனர். இருநூறடிக்கு தொலைவிலிருந்து எழுந்த ‘தொபுக்கடீர்’ எனும்

சத்தத்தைக் கேட்டு கழுவிய பாக்ஸை நழுவ விட்டான் விசுவன். "ஊர்க்கார்ய்ங்க எவனோ கிணத்துல விழுந்து குளிக்கிறாய்ங்க" என்றாள் சுபத்ரா.

"கிணத்துத் தண்ணீதான்டி நாம குடிக்கிறதுக்கு சப்ளையாவுது"

"இப்ப என்னன்ற ஊர்க்காரய்ங்க குளிச்ச தண்ணீயைத்தான் குடிக்கிறோம்ன்றீயா?!"

விசுவன் கழுவிய பாக்ஸை உதறிக்கொண்டே தள்ளி நின்றான்.

"எங்கடி ரம்மு உன் ஆளு கதிரவனைக் காணோம்?"

"உமாராணி மிஸ்கிட்ட கடலை போட்டுட்டுருக்கான்டி இவளோட ஆளு" என்று ரம்யாவின் தோள்பட்டையைப் பிடித்தாள் திவ்யா.

"அவனை எத்தனை பேருதான் லவ்வுவிங்கடி? ரேகா வேற அப்பப்ப நோட்ல கிறுக்கிக்கிட்டு இருக்காள்."

வீட்டில் சாப்பிட்டுவிட்டு சைக்கிளில் வந்து இறங்கினாள் ரேகா. வேகமாக ஏ செக்சனை நோக்கி நகர்ந்தாள்.

"கதிரவனைப் பார்க்கத்தான் அப்படிப் போறா" என்று சொல்லி மூவரும் சிரித்தனர். சாப்பிட்டு முடித்தவர்கள் கழுவ பைப்படிக்கு வர ஆரம்பித்திருந்தனர்.

விசுவன் மனம் உற்சாகத்தை அப்பிக்கொண்டு மிளிர்ந்தது.

"ஜனிக்கும் உயிர்களில் விதிர்க்கும்..." தன் முன் நிழலாடுவதைக் கண்டு நோட்டை சட்டென்று மூடி நிமிர்ந்தான். சுபத்ராவுடன் புடவையில் நிற்கும் உருவத்தைப் பார்த்ததுபோல் தெரிய புருவத்தை நெறித்தான். அவர்களிருவரும் முன்னிருந்த டெஸ்க்கில் அமர்ந்தனர். வந்தவள் இரண்டாம் ஆண்டு படிப்பதாகச் சொன்னாள். "சுந்தரபுரத்தில காந்தி நகர்..." என்றவளின் முகம் விசுவனுக்குள் மிதந்து எழுந்து வந்தது. அவள் சீனியர் என்றாலும் வெட்கத்தை முகம் முழுக்கப் பூசியிருந்தாள். எப்போதோ ஆற்றில் கண்ட முகம். எப்போது? நீரில் அலையும் சிவப்பு நிறப் பாவாடை. நீருக்குள் மினுங்கி

அலையும் கொலுசின் வெண்ணிறக் கால்கள். சட்டென்று முகத்தை சற்று முன் சாய்த்து உற்றுப் பார்த்தான். புஷ்டியான முகம் அவனைப் பார்த்து அர்த்தத்துடன் சிரித்தது. சோபனா சட்டென்று எழுந்து அவனிடம் விடைபெறும் விதமாக கையை நீட்டினாள். மென்மையான உள்ளங்கையின் விரல்கள் சிலிர்ப்பை உண்டுபண்ணியது. அவள் கண்களைத் தன் கண்களுக்குள் விழுங்கினான்.

மாலை மோகனூரில் பஸ்ஸைவிட்டு இறங்கினான். புத்தகக் கடையில் வழக்கமாக வாங்கும் இதழ்களை வாங்கினான். மூன்று ரோடு சந்திப்பில் இருந்த பூங்காவில் சோபனாவை கண்டான். அவள் கையசைத்து கூப்பிட்டாள். கையில் வயர் கூடைப் பையை வைத்திருந்தாள். அவன் வைத்திருந்த வார மாத இதழ்களைப் புரட்டிப் பார்த்தாள்.

“இதெல்லாம் படிக்க நேரமிருக்கா உனக்கு?”

அவள் புருவத்துக்கும் காது மடலுக்கும் இடையிலிருந்த புள்ளி போன்ற மச்சத்தைப் பார்த்தபடி இருந்தான்.

“உனக்கு ஞாபகமிருக்கா?” என்று அவனை உற்றுப்பார்த்து கேட்டாள்.

சட்டென்று அவன் கண்கள் நெஞ்சுப் பகுதி புடவையின் எடுப்பைப் பார்த்தது. இந்த வாரம் ஊருக்குப் போறேன். போகும்போது ஒண்ணாப் போலாம் என்றாள். அவன் மனதில் இருந்த சுதாவின் பிம்பத்தில் விரிசல் விழுந்திருந்தது.

வண்டிகேட் பஸ் ஏறுவதற்கு முன் தள்ளு வண்டிக்கடையில் மணத்த கறிவறுவல் சுண்டி இழுத்தது. கொடுத்த ஐந்து ரூபாய்க்குத் தட்டு நிறையத் தந்ததை வாங்கினான். இழுத்து மென்று சுவைத்தான்.

“மாட்டுக்கறியில்லே?” என்றான் சந்திரசேகர். அவனிடம் ஏன் சொன்னோம் என்றாகிவிட்டது. எஸ்ஸார் ஹோட்டலில் பெரும்பாலும் மட்டன் என்கிற பெயரில் மாட்டுக்கறிதான் போடுவர்.

வேறு எங்கோ தங்கியிருந்து பிடிக்காமல் இவர்கள் அறைக்கு வந்து தங்கியிருந்த தா.பேட்டையைச் சேர்ந்த ரங்கராஜன் "அவரு என்ன ஆளுங்க தெரியுமா?" என்று சந்திரசேகர் இல்லாத நேரம் பார்த்துக் கேட்டான்.

"இவன்கூட தங்கியிருக்கிறது தெரிஞ்சா என்னை வீட்லயே சேத்துக்க மாட்டாங்கைய்யா" என்று தொடர்ந்தவனிடம் "அப்புறம் ஏன் எங்க ரூமுக்கு வந்தே?" என்று விசுவன் கேட்டான்.

"எனக்கென்னய்யா தெரியும். நீயிருக்கேன்னு வந்தேன்."

"டார்வின் பாவம்யா?" என்றான் விசுவன்.

யாருமற்ற ஒரு பொழுதில் "என்ன ஜாதி?" என்று சந்திரசேகரிடம் கேட்டான். அவன் ஒரு வெற்றுப் பார்வையை வீசினான். "மனித ஜாதி" என்றுவிட்டு சலிப்பாய் நகர்ந்தான். ஆனால் ஸ்காலர்ஷிப் பணத்தை அவன் வாங்கிய போது தெரிந்துவிட்டது. "சொல்வதில் என்ன தயக்கம்?" என்றதற்கு, "கேட்பதற்கு வெட்கமேயில்லை இல்லையா?" என்று மறு கேள்வியாக பதிலளித்து நகர்ந்தான்.

வொர்க்ஷாப் பிராக்டிகல் வகுப்பில் துத்தநாகத் தகடை கட் பண்ணும்போது கையெல்லாம் கிழித்துக்கொண்டு ரத்தம் வழிய நின்றான் விசுவன். வகுப்பை எடுக்கும் சகாயமேரி அவனைக் கூப்பிட்டு வைத்துத் திட்டினாள். முதலுதவிப் பெட்டியை எடுத்து கட்டுப் போட்டுவிட்டாள். அவள் உதட்டின் மேலிருந்த பூனை ரோமங்களில் வியர்வைத் துளிகள் பூத்திருப்பதைப் பார்த்தான். விழிகளை மட்டும் உயர்த்தி அவனைப் பார்த்தாள். உணர்ச்சியற்ற கண்கள்.

"அது பத்து வயசுப் பையனோட இங்க மேற்கே கொஞ்சம் தள்ளி ரூம் எடுத்துத் தங்கியிருக்குய்யா" என்றான் ரங்கராஜன். டியுட்டர் சகாயமேரியைப் பார்க்கும் போதெல்லாம் வணக்கம் வைத்தான். ஒருமுறை கூப்பிட்டு, "பாரு எவனாவது வணக்கம் வைக்கிறானா? நீயும் வைக்காதே" என்று முகத்தை கடுகடுவென்று வைத்துக் கொண்டு சொன்னாள். மாலை வண்டிகேட் மளிகைக் கடையில் அவள் ஏதோ வாங்குவதைப்

பார்த்தான். “என்ன விசுவன் இங்கேதான் தங்கியிருக்கியா?” என்றவள், அவன் பதிலை எதிர்பார்க்காமல் நகர்ந்தாள். கணவனோடு என்ன பிரச்னையாய் இருக்கும். படித்த நாவல்களில் எத்தனை பெண்களுக்கு எத்தனையெத்தனை பிரச்னைகள். அவர்களில் சகாயமேரியை எங்கே காண்பது? சடக்கென்று சோபனாவும் சுதாவும் மனத்தடத்தில் குறுக்கே வந்து விழுந்தனர். கரும்பு ஏற்றிய ட்ரக்கு தடதடத்து நெருங்கிக் கடந்தது. வலது புறம் சோபனாவும் இடதுபுறம் சுதாவும் அவன் தோள்பட்டையை அழுத்திப் பிடித்தபடி ஒட்டி நடந்து வந்தனர். பவுடர் வாசனையும் பிஸ்கெட் சென்ட் வாசனையும் பிணைந்து தழுவியது.

கெமிஸ்ட்ரி லேபில் ரமேஷ் சார் டேபிளில் இடமேயில்லாமல் புத்தகங்கள் பேப்பர்கள் கண்ணாடிக் குடுவைகள் எனப் பரப்பி வைத்திருந்தார். வள்ளியம்மை மேடம் வந்து உட்கார்ந்து கால்மேல் கால் போட்டுக்கொண்டாள். புடவையும் வெள்ளைநிறப் பாவாடையும் நெகிழ்ந்து காற்றில் அசைய முழங்கால் வரையிலான பருத்த கால் பகுதியைக் கீழே உட்கார்ந்த கூட்டம் பார்த்து சத்தமில்லாமல் கெக்கேபிக்கே என்று சிரித்துக்கொண்டிருந்தது. கெமிஸ்ட்ரி தியரி எடுக்கும் பழனிச்சாமி அப்போதுதான் உள்ளே வந்தவர் நடக்கும் கூத்தைக் கவனித்தார். “எழுந்திரிங்கடா” என்று சத்தமிட்டார். அதிரலை கேட்டு எழுந்தவர்களை உட்காரச்சொன்ன வள்ளியம்மை “பழனி விடு உட்கார்ந்துட்டுப் போட்டும்” என்றாள். அவளை விசித்திரமாகப் பார்த்தபடி லேபினுள்ளே நகர்ந்தார். அவள் இன்னும் கால்களை உயர்த்தினாள். உட்கார்ந்திருந்த கூட்டம் சத்தமில்லாமல் சிரித்தது. ஒரு செட் மாணவர்கள் பிராக்டிகலை முடித்துவிட்டு வர உட்கார்ந்திருந்தவர்கள் எழுந்தனர். வள்ளியம்மை அதே பொசிஷனில் உட்கார்ந்திருந்தாள்.

பக்கத்தில் வரச் சொல்லியும் விலகியே நின்றான். லில்லி மேடத்தின் காதிலிருந்து மனதைப் புரட்டும் வாடை அடித்தது. அவள் இரு காதிலும் பஞ்சை அடைத்து வைத்திருந்தாள். டெக்னிகல் டிராயிங் வரைய டிராஃப்டை மேசைப் போர்டில் எப்படி வைப்பது என்று சொல்லிக்கொடுத்துக் கொண்டிருந்தாள்

அவனுக்குப் போன வெள்ளி வகுப்பை கட் அடித்துச் சென்றது இன்று தடுமாற வைத்துவிட்டது. அப்ஸரா பென்சிலைக் கூர்படுத்தி டிராயிங்கை வரைய ஆரம்பித்தான். அவன் இருப்பிடம் ஜன்னலோரம் இருந்தது. ஐம்பது பேருக்கு மேல் வகுப்பில் இருந்தனர். பரந்து விரிந்த ஹால். காற்று வீச நிமிர்ந்து ஜன்னலைப் பார்த்தான். கண்ணுக்கெட்டும் தொலைவில் கிணற்றுப் பகுதி தெரிந்தது. சாப்பிட்ட பாக்ஸ்களைக் கழுவும் பைப்படியைப் புங்கை மரம் மறைத்துக் கொண்டிருந்தது. கால்களைத் தேய்த்துக் கழுவும் பெண் உருவம் பட்டும் படாமலும் பார்வையில் பட்டது. சோபனாவின் கால்கள். அவளின் கொலுசுக் கால்களைப் பார்த்தபடியே நகரும் ஆண் உருவத்தைப் பார்த்தான். மனம் சிதைந்த உயிராய் நகரும் நிழல். அவனின் நிழலிலிருந்து குரல் மிதந்து வந்தது.

“என்னைத் தெரிகிறதா?”

திடுக்கிட்டான் விசுவன். ஜன்னல் வழியே காற்று சுழன்றடித்தது.

“நினைவிருக்கிறதா என்னை?” என்றான் மீண்டும். அவன் ‘ழ’ போல் குனிந்து அங்கிருந்தே பார்த்தபடி “தெரியவில்லையா? நீ அயர்ந்தபோது குளிர்ந்த காற்றாய் வீசினேனே! மறந்துவிட்டாயா என்னை?!” என்றான். குரல் நிழல் உரு அனைத்தும் மறைந்து கிணற்றில் பெருங்கல்லாய் விழும் சப்தம் கேட்டது. கிணற்றை நோக்கி ஓடும் சோபனாவின் கால்கள். மூன்று வரிசை டேபிள்களையும் இடித்து நகர்த்தி வெளியே ஓடினான்.

நிறைய பேர் குழுமியிருந்தனர். விலக்கித் தள்ளி நெருங்கிப் பார்த்தவன் ‘மதுசூதனா!’ என்று வாய்விட்டுக் கதறினான். கிணற்றுக்கு அந்தப் பக்கமிருந்த கிராமத்தினர் ஓடிவந்து கிணற்றில் குதித்து உயிரற்ற உடலைத் தூக்கினர். மனம் கசிந்து சிதறியது.

“இனி அந்த ஆத்மா இங்கேதான் காலாகாலத்துக்கும் சுற்றிக் கொண்டிருக்கும்” யாரோ யாரிடமோ சொல்வது காதில் விழுந்து காற்றில் கரைந்தது.

7
ரயில்வே கேட் சந்திப்பு

வாங்கி சில மாதங்களே ஆன டிவியெஸ் பிஃப்டி இருசக்கர வாகனத்தை ஆனந்தா சைக்கிள் கடை சன்னாசியிடமிருந்து தணிகைநாதன் இரண்டாம் கையாக வாங்கியிருந்தான். விடியற்காலைக் குளிர் மென்னியைத் திருகி வெடவெடக்க வைத்தது. இருள் இன்னமும் விலகவில்லை. காவிரி பாலத்தில் வண்டியை மெல்லச் செலுத்தினான். விசுவன் படிக்கப் போனதில் இருந்து சற்றுத் தடுமாற்றமாக இருந்தது. வடுகபட்டியில் படிப்பைத் தொடர்ந்திருந்தால் தனக்குக் கையுதவியாக அவ்வப்போது இருந்திருப்பான். வதியத்திலிருந்து ஒரு பையனை வேலைக்கு வைக்கும்படி ஆகிவிட்டது. நெளிவுசுளிவு தெரிந்த நேக்கான ஆள். பாலத்திலிருந்து கீழமாக இறங்கிய சாலையில் ஊர்ந்தான். வாய்க்கால் பாலத்தை நெருங்கி நின்றான்.

லேசாக விடிய ஆரம்பித்து வெளிச்சம் புலரத் தொடங்கியிருந்தது. திருச்சி டூ கரூர் சாலையின் இருபுறத்தையும் கவனித்து வண்டியை மணப்பாறை சாலையில் விட்டான்.

பரணி பேக்கரி பளீர் வெளிச்சத்துடன் இருந்தது. இலைக் கடை வாசலில் நின்ற இலைக்கட்டுகளை இறக்கும் மாட்டு வண்டியைக் கடந்தான். எதிர்ப்புறம் இருந்த ரஹ்மத் இரும்புக் கடை வாசலில் பிச்சைக்காரன் கலைந்தவாக்கில் படுத்துக் கிடந்தான். பொரிகடலை பட்டாணி விற்கும் கடை வாசலில் சணல் சாக்குப் படுதாவால் மறைத்துத் தொங்கவிடப்பட்டிருந்தது. உள்ளே படுத்திருந்தவர் இருமும் சத்தம் துல்லியமாகக் கேட்டது. டீக்கடை வாசலில் ஏகப்பட்ட சைக்கிள்கள் கேரியரில் மாட்டிய மம்பட்டி களைவெட்டுகளோடு வெவ்வேறு திக்கைப் பார்த்தபடி நின்றிருந்தன. சைக்கிளில் வந்த விவசாயக் கூலியாட்கள் குளிருக்கு சூடாக டீயைப் பருகியபடி சலசலவெனப் பேசிக்கொண்டிருந்தனர்.

கடையின் இரு பூட்டுகளையும் திறந்து ஷட்டரை மேலே தூக்கிவிட்டான். ரயில்வே கிராஸிங்கில் கேட் இழுக்கப்படும் சத்தம் கேட்டது. எக்ஸ்பிரஸ் ரயில் வரும் நேரம்.

தட்டைப்பயறு, கொண்டைக்கடலை, கொள்ளு, கடலைப் பிண்ணாக்கு, எள்ளுப் பிண்ணாக்கு, மக்காச்சோள மாவு, மாட்டுத்தீவன மூட்டைகளை இழுத்து வெளியே வைத்தான். கடை வேலைக்குச் சேர்ந்திருந்த சுருளி அரக்கப்பரக்க வந்தான். கடையைக் கூட்டி சுத்தப்படுத்தினான். ரேக்கில் கலைந்திருந்த பொருட்களை ஒழுங்குபடுத்தினான்.

“அண்ணே எலிப்பெட்டிக்கெல்லாம் அசராம வேலையைக் காட்டிட்டுப் போயிடுதுண்ணே குட்டி எலிங்க.”

சுற்றிலும் அடைக்கப்பட்ட கடைக்குள் எப்படித்தான் வருகின்றனவோ என்றிருந்தது தணிகைநாதனுக்கு. இதற்கு முடிவு கட்ட வேண்டும்.

வியாபாரம் தணிந்திருந்த பகல் நேரமாக அடர்ந்து வளர்ந்திருந்த தலைமுடியை வெட்ட சலூன் கடைக்குச் சென்றான். சரக்கு

ரயில் செல்லும் ஓசை தடதடத்துக் கேட்டது. எலந்தைப் பழம் வாழைப்பழம் வெள்ளரிப் பிஞ்சு வேர்க்கடலை விற்பவர்கள் தட்டுக்கூடைகளை எடுத்துக்கொண்டு கேட் போட்டுவிட்டதால் நின்ற பேருந்துப் பயணிகளிடம் விற்க ஓடினர்.

“டேய் சுருளி... சில்லறை, பணம்னு எண்ணி வைச்சிருக்கேன். கடன் கொடுக்காம வியாபாரம் பாரு. நான் வந்திர்றேன்”

சலூன்கடை கனகராசு தணிகைநாதனுக்கு முடிவெட்ட ஆரம்பித்தான். வாய்க்காலில் தண்ணீர் பச்சை நிறத்துடன் ஓடிக்கொண்டிருந்தது. முதிர்ந்த வயதுப் பெண்மணி, “ஆத்துக்கு அவ்வளவு தூரம் போகணும்னு வந்தேன்” என்றவள் துவைக்கும் துணிகளைப் படிக்கட்டில் வைத்தாள். தலைக்குப் புதிதாக அறிமுகமாகியிருந்த பாக்கெட் ஷாம்புவில் தலையை அழுந்த தேய்த்துக்கொண்டிருந்தான். ஷாம்பு நுரை கண்களை மறைத்து லேசாக எரிச்சலை உண்டுபண்ணியிருந்தது.

“தம்பி போனவாரம் வாங்கிய அரிசில கல்லு நிறையாப்பா?” என்றாள்.

“மண்ணச்சநல்லூர்ல இருந்து கல் குறுணை நீக்கின அரிசிங்க இருவத்தைஞ்சு கிலோ சிப்பமா வருது வாங்கிக்லாம்மா” என்றான்.

“வெயிலுக்கு வாய்க்கா தண்ணீ குளிர்ச்சிதான்பா” துணிகளுக்கு சோப்பிட ஆரம்பித்தாள்.

“ஆத்துல குளிச்சே பல மாசமாகுதும்மா...”

“வீடு இருக்கிற அக்கறையிலயும் கொடுப்பினையில்லை... இக்கரையிலயும் அவ்வளவு தொலைவுல குளிக்கப் போவணும்.”

“கடையை விட்டுட்டு எங்க போயிட்டு வர்றது... என்ன பண்ணி வச்சிருக்கானோ வர்றேன்...”

“உன் காலமும் இப்படியே போவுது தம்பி... இம்புட்டுப் பாடும் வயித்தைக் கழுவவும் பிள்ளைக்குட்டிங்க நல்லாருக்குணும்தானே” என்றாள்.

அடித்துத் துவைத்தால் அவன் மீது தண்ணீர் படுமே என்று துவைக்காமல் அவன் படியேறிப் போகும்வரை அவனை கனிவுடன் பார்த்தபடி இருந்தாள்.

வண்டியில் வைத்திருந்த சட்டை வேட்டியை இலைக்கடை மறைவுக்குள் அணிந்துகொண்டான்.

“அண்ணே பிளான் பண்ணித்தான் சட்டை வேட்டியெல்லாம் எடுத்துட்டு வந்தியா?” என்றான் சுருளி.

“கடை வச்சதிலேர்ந்தே இப்படித்தான்டா பொழைப்பு போகுது”

டிபன் கேரியரைத் திறந்தான். வெண்டைக்காய்ப் பொரியல் வாசம் அடித்தது. ரசம் பூண்டு மணத்தோடு மணத்தது. சந்திரமதி சிக்கிரமாக எழுந்து இப்போதெல்லாம் அவனுக்கு வீட்டில் சாப்பிடும் உணர்வைத் தரும் விதமாக கேரியரில் உணவைத் தயார் செய்து தருகிறாள். கலையரசியையும் மனைவியையும் நினைத்துக்கொண்டே சாப்பிட்டு முடித்தான். சாப்பிட வீட்டுக்குச் சென்ற சுருளி தாமதமாகத்தான் வந்தான்.

மாலையில் வரும் தினசரி அன்று சற்று சீக்கிரமாக வந்து விட்டது. ‘மகாமக விழாவில் தர்மசாலாவின் தடுப்புச்சுவர் இடிந்து பயங்கர விபத்து’ பட்டையான கறுப்பு எழுத்து க்கள் தணிகைநாதனைப் பதற வைத்தது.

“ஏண்ணே உங்களுக்குத் தெரிஞ்சவங்க யாரும் போயிருக்காங்களா?”

“தெரிஞ்சவங்களுக்குதான் மனசு துக்கப்படுனுமாடா... எல்லாரும் மனுசங்கதானேடா...”

முதல்வராக இருப்பவர் முன்னெச்சரிக்கை குறித்து மக்களுக்காகச் சிந்திக்கமாட்டாரா? கண்ணாடிக் கூண்டில் முதல்வர் ஜெயலலிதாவிற்கு தோழி குளத்து நீரை ஊற்றும் கறுப்பு வெள்ளைப் புகைப்படம் செய்தித் தாளின் மத்திய பகுதியில் இருந்தது. சுற்றுலாத்துறை அமைச்சர் இளவரசன் விபத்து நடந்த பகுதியில் அடிபட்டு மிதிபட்டுக் கிடந்தவர்களை மருத்துவமனைக்குத் துரிதமாக அனுப்பும் பணியில் ஈடுபட்டதாக புகைப்படத்துடனான செய்தி கடைசிப் பக்கத்தின் மூலையில் இருந்தது.

மாலை வேளை ஜன நடமாட்டம் அதிகரித்து ரயில்வே கேட் சாலையே மாறியிருந்தது. மாட்டுத்தீவனம் பிண்ணாக்குகள் தீர்ந்தன. ரஹ்மத் இரும்புக்கடை போனிலிருந்து சத்திரம் காந்தி மார்க்கெட்டில் வரவுசெலவு வைத்திருக்கும் பாலு ஸ்டோருக்கு போன்செய்து சரக்குகளுக்கு ஆர்டர் கொடுத்தான். அவர்கள் வாரா வாரம் வசூலுக்கு வருவர். சிகரெட் விற்கும் ஏஜெண்ட் வண்டி வந்து நின்றது. அது சென்ற பின் கலர் சோடாக்காரன் வந்தான். மாத பட்ஜெட்டுக்கு வாங்கும் ரெகுலர் பார்ட்டிங்க வந்து லிஸ்ட்டோடு காத்திருந்தனர். எல்லா வியாபாரங்களையும் முடித்துவிட்டு கூட்டம் குறைந்த சமயத்தில் சுருளியை டீ வாங்கிவர அனுப்பினான்.

ஒரு பார்ட்டி வீட்டுக்கே டெலிவரி செய்ய முடியுமா எனக் கேட்க சுருளியைப் பார்த்தான். ‘எனக்கு டிவியெஸ் ஓட்டிப் பாக்க நீ தரதேயில்லேண்ணே’ என்று பழியைத் தணிகைநாதன் மேல் போட்டான்.

“நாளைக்கு வதியம் ரோட்டு வழியா மெல்ல ஓட்டி பழிகிக்கோடா.”

“வண்டில ஏதும் ஆச்சுன்னா கேட்கமாட்டீல்லே...”

“ஒண்ணும் ஆகாது பழகுடா”

விசுவனுக்கும் ஓட்டப் பழகித் தரவேண்டும் என நினைத்துக் கொண்டான். ஆற்று மீன் வறுவல் விற்கும் தள்ளு வண்டிக்கடை கேட்டுக்குக் கீழ்ப்புறம் சாலையை ஒட்டி வந்து நின்றது. கரூர் சத்திரம் ரயில் செல்லும் ஓசை கேட்டது. மீன் பொரிக்கும் வாசம் ரயில்வே கேட்டையே தூக்கியடித்தது. இருசக்கர மோட்டார் வாகனங்கள் சைக்கிளுக்கு இணையாக பெருகத் தொடங்கியிருப்பதாக தணிகைநாதன் நினைத்தான். சத்திரத்திலிருந்து சரக்கு லாரியில் பாலு ஸ்டோரிலிருந்து வந்திருந்த சரக்குகளை லோடுமேன் கடைக்குள் வைத்தான். கேட் சாலையில் நடமாட்டம் குறைய ஆரம்பித்திருந்தது. வெளியே வைத்திருந்த மூட்டைகளை சுருளியோடு இணைந்து உள்ளே இழுத்து வைத்தான்.

“மெட்ராஸ் ட்ரெயினு வந்துட்டு இருக்குண்ணே… நான் கிளம்பறேன்…”

சுருளி கிளம்பிச் சென்றபின் அரைமணி நேரம் ஒன்றிரண்டு வியாபாரம் வந்தது. கிளம்பலாம் என்று கடையைச் சாத்த முயன்ற நேரத்தில் காலையில் வாய்க்காலில் துணிதுவைத்த பெண்மணி பதற்றமான வேகத்தில் வந்தாள்.

“பேத்தி பெரியவளாயிட்டாப்பா இந்தச் சாமான்களைக் கொடுப்பா” என்று பேப்பரில் எழுதிய லிஸ்டை நீட்டினாள். அவளுக்கு மூச்சிரைத்தது.

“நல்ல விஷயம்தானே… ஏன் பதட்டப்படறீங்க…”

அவளை அனுப்பிவிட்டு கடையைச் சாத்திப் பூட்டைப் பூட்டினான். சூடத்தைக் கடைமுன் கொளுத்திக் கும்பிட்டு அது அணையும்வரை பார்த்திருந்துவிட்டு வண்டியைக் கிளப்பினான். டீக்கடையில் தண்ணீர் ஊற்றிக் கடையை அலசும் அரவம் கேட்டது. இரும்புக்கடை பாய் தனது தொப்பியைக் கழட்டி தலையைச் சொரிந்து கொட்டாவி விடுவது தெரிந்தது. சாலை மின்விளக்குகள் சோகையுடன் வெளிச்சத்தைப் பரப்பிக்கொண்டிருந்தன. வழியில் கூர்க்கா ‘சலாம் ஷாப்’ என்று காக்கி உடையோடு டார்ச் லைட்டும் தடியுமாக சைக்கிளிலிருந்து பிரேக் பிடித்து இறங்கினான். அவனுக்கு சட்டைப் பாக்கெட்டிலிருந்து பத்து ரூபாயை எடுத்து நீட்டினான். சாலையின் இருபுறமும் பார்த்து குறுக்கே கடந்த போது எர்ணாகுளம் எக்ஸ்பிரஸ் ரயில் இன்று முக்கால் மணி நேரம் தாமதமாகச் செல்லும் ஓசை கேட்டது.

வாய்க்கால் பாலத்தைக் கடந்து காவிரிப் பாலம் மேடேற வண்டியை முறுக்கினான். பாலத்தின் விளக்குகள் ஒளிர ஆரம்பித்தன. ஒன்றிரண்டு வாகனங்கள் போவதும் வருவதுமான ஓசைகளினூடே பைபாஸ் வந்து சிங்காரத் தோப்பிற்கு திரும்பினான். சுந்தரபுரம் கைகாட்டிக்கு வந்தபோது பேக்கோடு விசுவன் வீட்டுக்குச் செல்லும் தெருவினுள் நுழைவதைப் பார்த்தான்.

"யூனிட் டெஸ்ட் ஸ்டடி லீவ்ப்பா" என்றான். கையில் கணையாழி இதழ் படபடத்துக் கொண்டிருந்தது. தான் எழுதிய கவிதை அச்செழுத்துக்களில் வந்திருப்பதைச் சொல்லக் கூச்சப்பட்டான். 'புடைவையில் நெளியும் கைவிரல்கள்...' என வரும் வரிகளைப் படித்தால் என்ன நினைப்பார். சோபனாவிடம் பேருந்தில் வரும்போது காண்பித்தான். அவள் படித்துவிட்டு அவள் வலக்கையை அவன் இடதுபுற சட்டைக்குள் நுழைத்து இடுப்புச்சதையை சிரித்துக் கொண்டே நிமிண்டினாள். அவனும் பதிலுக்கு அவளது வலது தொடையினை புடைவையோடு சேர்த்து அழுத்திக் கிள்ளினான். அவள் மெல்லமாக வீறிட்டாள். இருளும் வெளிச்சமுமாக விரையும் ஜன்னல் வழிக் காட்சிகள் காற்றோடு உராய்ந்து இருவர் முகத்திலும் வீசின. நடத்துனர் அவர்களை விசித்திரமாகப் பார்த்தபடி முன்னோக்கிச் சென்றார். பஸ்ஸில் அவ்வளவாகக் கூட்டமில்லை. வாய்தவறியும் சுதாவைப் பற்றி உளறிவிடக்கூடாது என்று கவனமாக இருந்தான். சோபனாவின் அருகாமை அளிக்கும் இளஞ்சூடு. அவள் தயங்காமல் தரும் சில்மிஷங்களில் கரைந்து போனான். இறங்குமிடம் வந்துவிட தூர நேர கால அளவே தெரியவில்லை. இன்னும் நீளாதா இந்தப் பயணம் என்றே இருந்தது. சோபனாவின் நினைவை ஊடறுத்து அப்பாவின் வண்டியும் அவரின் குரலும் நிதர்சனத்திற்கு அவனை அழைத்து வந்தது.

அப்பா 'வண்டியை எடுத்து ஓட்டிப்பழகுடா' என்று தந்தது உற்சாகத்தை அள்ளி வீசியது. அவர் சொல்லை மீறி மணலூர் வரை செல்லலாம் என்று திடீர் யோசனை தோன்ற பாலத்திலிருந்து மேற்கே வண்டியைத் திருப்பினான். காவிரிக்கரை ஓரமாக மெதுவாக வண்டியை ஓட்டினான். ஊர் நெருங்க நெருங்க அடிவயிற்றைப் புரட்டுவது போலிருந்தது. தாங்காது என்று கருதி ஆசாரிப் பட்டறையில் மரத்தை அறுத்துக்கொண்டிருந்தவரிடம் நிலைமையைக் கூறி வண்டியை நிறுத்திப் பூட்டி சாவியை எடுத்துக்கொண்டு கரையோரமாக ஒதுங்க ஓடினான். என்ன பொழைப்பு இப்படி ஆகுது என்று மனம் நொந்தவன் ஆற்று நீரில் கழுவ முள்ளுச்செடிகளை

ஒதுக்கியபடி வளைந்து நெளிந்து தளும்பி நீர் மோதும் கரையில் மெல்ல இறங்கினான். அவன் இறங்கிய கரைக்கு மேற்கே ஈரத்துணியசைவு கண்ணில் பட்டது. நீலக்கலர் புடைவையின் ஈர மினுமினுப்பு. யாருமற்ற தனித்த இடம் என்று கருதிய சுதந்திரத்துடன் இளம்பெண் நீலக்கலரை விலக்கி தன் நிர்வாண தேகத்தை சோப்பிட்டுத் தேய்த்தாள். இறங்கி கழுவினால் பாதகம் நிகழ வாய்ப்பு வரும் என்று கருதி பயந்து கரையேற நினைத்தவன் காலில் தண்ணீர்ப் பாம்பு நெளிந்து ஓடியது. தன்னையும் அறியாமல் தடுமாறிக் கத்தி நீரில் விழுந்தான். புடைவையை விலக்கி முக்கால் நிர்வாணமாக சோப்பிட்ட உடலோடு இருந்தவள் ஆணின் குரலால் திடுக்கிட்டு உடலை புடைவையால் இறுக்கிச் சுற்றி நெஞ்சில் முடிச்சிட்டாள். கறுத்த தேக மினுமினுப்பு ஒரு விநாடியில் விசுவன் கண்களுக்குள் இறங்கி அவன் தொண்டைக்குழியை ஏறி இறங்க வைத்தது.

“யார்டாது பொம்பளைங்க பக்கம் எட்டிப்பாக்கறது... கட்டியத்தின்னி மவனே...”

தொலைவிலிருந்து மற்றொரு குரல் “எலே சின்னப்பொண்ணு என்னடியாச்சு” என்று கேட்பது மெலிதாகக் கேட்டது.

“எவன்னு தெரியலை... எடுபட்டவன் மறைஞ்சு நின்னு பாக்கறான்... காணாத கண்ட நாயி... வீட்டு ஆம்பளைங்களுக்கு தெரிஞ்சுது வெட்டிப் பொலி போட்டறுவானுங்க... ஓட்றா நாயே.”

அவன் கிட்டத்தட்ட விலகி கிழக்குத் திசையை நோக்கி சென்று விட்டாலும் அவள் இன்னும் கத்திக்கொண்டிருப்பது மெல்லமாய்க் கேட்டுக்கொண்டிருந்தது.

யாரோ ஒரு பெரியவர் தூரமாய் குளித்து முடித்துக் கரையேறி செல்வது தெரிந்தது. ஆளுயரப் புற்களை ஒதுக்கியபடி தடம் மறைந்த பாதையில் வேர்க்க விறுவிறுக்க அவரை நோக்கி நகர்ந்தான். கன்னம் ஒடுங்கி மிகவும் ஒல்லியான தேகத்துடன் இருந்தார். குளிக்க வருவதால் மூக்குக் கண்ணாடியைக் கழட்டி வைத்திருக்க வேண்டும். கண்ணாடி அணிபவர் என்று பார்த்த

மாத்திரத்தில் தெரிந்தது. அவர் ஏறிய கரையிலிருந்து எட்டிய தொலைவில் நாலைந்து ஆண்கள் குளித்துக்கொண்டிருப்பது பார்வையில் பட்டது. அதற்கும் சற்றுத் தள்ளி வளைந்து ஓடிய ஆற்று மேட்டில் இரண்டு மூன்று லாரிகள் மணலை ஆட்கள் மூலம் அள்ளிக் கொட்டிக் கொண்டிருப்பதையும் கண்டான். சேறும் சகதியுமான நீரில் ஒப்புக்கு சுத்தப்படுத்திக்கொண்டு அந்தப் பெரியவர் செல்லும் பாதையின் திசைநோக்கி நடையை எட்டிப் போட்டான். மிகவும் குறுகலான ஒற்றையடிப்பாதை. அவரை உரசும் அளவிற்கு நெருங்கி அவரைக் கடந்து செல்ல எண்ணினான்.

பின் அரவம் கேட்டுத் திரும்பிய பெரியவர் அவனைத் புருவமுயர்த்தலுடன் பார்த்தார்.

“ஊருக்குப் புதுசா?”

சட்டென்று கேட்பவரிடம் சுதாவைப் பார்க்க வந்தேன் என்று எப்படிக் கூறுவது. இதற்கு முன் வந்ததுமில்லை. அவள் வீட்டைச் சென்று விசாரிப்பதை விட இவரிடமே வேறுவிதமாக விசாரித்து விடலாம் என்று யோசித்து வயிற்றுப் புரட்டலைச் சொன்னான். சுதாவின் பெயரை வெளிப்படையாக சொல்வதை தவிர்க்க அவளின் தந்தையின் பெயரை ஞாபகச் சிடுக்கில் துழாவினான்.

“தியாகராஜன் வீட்டைத் தேடி வந்தேன்.”

அவர் அவனை உற்றுப் பார்த்தார்.

“அவரைப் பாத்திருக்கீங்களா?” என்று கேட்டார்.

இல்லையென்று தலையசைத்தான். தான் அந்தப் பக்கம்தான் செல்கிறேன் வாருங்கள் என்று அழைத்துச் சென்றார். வண்டியை ஆசாரிப் பட்டறையில் விட்டு வந்திருப்பது உறுத்தியது. தெருவில் வெயில் சுள்ளென்று அடித்தது.

“இந்த வீடுதான்” என்று கை காட்டினார். அவன் நின்று பார்த்துக் கொண்டிருக்கும்போதே அவனைக் கடந்து வீட்டுக்குள் அவர் நுழைவதைக் கண்டு திடுக்கிட்டான்.

"உள்ளே வாங்க" என்றார்.

"நீங்க...?"

"நான்தான் தியாகராஜன். சொல்லுங்க என்ன விஷயம்?"

புருவங்கள் நெறிந்து முகம் பல தினுசுகளில் சுருங்கி நெளிந்து விரிந்தது. வாசலைத் தாண்டி வீட்டினுள் பார்வையைச் செலுத்தினான். டைப்ரைட்டர் மிஷின் இருந்தது. அதன் அருகில் வெள்ளத்தாள்கள் கட்டுக் கட்டாக சிறிய அளவில் அடுக்கியும் கலைந்தும் இருப்பதைப் பார்த்தான். அவர் இன்னும் ஈர உடையோடுதான் இருந்தார்.

"நான் சுதாவைத் தேடி வந்தேன்."

"எனக்குப் பசங்கதான்... பொண்ணுங்க இல்லீயே..."

அவருக்கு என்ன வயதிருக்கும். மனதில் ஒரு கணக்கு வரைந்தான். பகடி செய்கிறார் என்று புரிந்து அவரிடம் இருந்து விடுபட எண்ணி தெருவில் பார்வையைச் செலுத்தினான். அந்த நீலப் புடைவைக்காரி ஈரம் சொட்ட தெருவில் நடந்து வருவது கண்டு பின்வாங்கி அவர் வீட்டினுள் இரண்டடி எட்டு வைத்து உள் நுழைந்தான். அவள் பின் புட்டம் அசைய டங்டங்கென்று தெருவின் மத்தியில் நீங்கிச் செல்வதை உள்ளிருந்தே பார்த்தான்.

"ஒற்றுப் பார்க்க வந்தீயா? நீயொரு ஒற்றன்" என்றவர் புன்னகைக்கும் விதமாக லேசான சத்தத்தோடு சிரித்தார். அவன் அவரைக் கண்டுகொள்ளாது நிழலில் கரையும் நீலப் புடைவைக்காரியை பார்வையிலிருந்து மறையும் வரை பார்த்தபடியிருந்தான். ஈரப் புடவையிலிருந்து தண்ணீர் சொட்டிச் செல்வது வெயிலில் துல்லியமாகத் தெரிந்தது. சுதாரித்து பேச்சை திசை திருப்பினான்.

"காதலிப்பது பாவமா... எத்தனை கவிதைகள் எழுதினேன் அவளைப்பற்றித் தெரியுமா?"

அவர் அவனைக் கனிவுடன் பார்த்தார்.

“முதல் கவிதை கணையாழியில் வந்திருக்கு.”

“எழுதிப் பிழைக்க முடியாது... வயித்துப்பாட்டுக்கு நல்ல தொழிலாப் பார்த்துட்டு எழுதப்போ...” அவர் குரலில் நம்ப முடியாத கடுமை ஏறியிருந்தது.

“கணையாழில ஆசிரியரா அசோகமித்திரனெல்லா....”

அவன் முடிக்கவில்லை. அவர் இடைபுகுந்தார்.

“இருக்காதே... நான் அதில் இப்ப இல்லை... எனக்கு வயசாயிடுச்சே...”

விசுவன் விரிசலிடும் இன்ப அதிர்வுகளோடு அவரை வியப்புடன் பார்த்தான். பதினேழாவது அட்சக்கோட்டிலிருந்து விலகி பதினெட்டாவது அட்சக்கோட்டிற்கு வந்து தன்னிலை மறந்து நிற்பதாக உணர்ந்தான்.

★★★

8

மத்தியப் பேருந்து நிலையம்

பேருந்துகள் அனைத்தும் அவனை மையமிட்டு சுற்றுவதாக ஒரு கணம் நினைத்தான். சுற்றிலும் நகரும் ஜனக்கூட்டத்தின் சலசலப்புகள். ஹாரன் ஒலிப்பான்கள் காதைக் கிழித்துக் கொண்டிருந்தன. இருபது பேருந்துகள் நிற்குமளவிலான ஒரே நேர்கோட்டில் அமைந்த பேருந்து நிலையம். கடைகளும் நடைமேடையும் இணைந்திருந்தது. இடித்துத் தள்ளிக்கொண்டும் இணைந்தும் விலகியும் நீண்ட நடைமேடையில் கடந்து செல்லும் பயணிகள் கூட்டம். எத்தனை விதமான ஆண்கள் பெண்கள் குழந்தைகள். பிஸிக்ஸ் பிராக்டிகல் எக்ஸாமை முடித்து விட்டு அறையில் இருக்கப் பிடிக்காமல் நாமக்கல் வழியாக ஊருக்குச் செல்ல வந்திருந்தான். இங்கு வந்த பின் ஏதேனும் படம் பார்த்துவிட்டுச் செல்ல மனம் குறுக்கு யோசனையாக அலைந்தது. ஆட்டோ

ஸ்டாண்ட் சுவரெங்கும் ஒட்டப்பட்டிருந்த ஆட்சி செய்யும் முதல்வரை ஹிட்லரோடு உருவகப்படுத்திய நக்கீரன் அரசியல் வார இதழின் விளம்பர போஸ்டர்களைப் பார்த்தபடி மெயின் சாலைக்கு வந்தான். சோபனாவுக்கு இரண்டாம் ஆண்டு இறுதி செமஸ்டர் தியரிடிகல் தேர்வு நடக்கிறது. அவளை தினமும் பார்க்காமல் இருக்க முடியவில்லை. மனம் தவித்து அலைகிறது.

பத்து நாட்களுக்குப் பிறகு முதல் வருடம் படிப்பவர்களுக்கான தேர்வு ஆரம்பிக்க இருக்கிறது. அதற்கு முன்னரே அவளின் தேர்வுகள் முடிந்திருக்கும். சுந்தரபுரத்தில் அவளை எப்படித் தனியாகச் சந்திப்பது? அவனையும் அவளையும் இணைத்து பகிரங்கமாகவே மற்ற மாணவர்கள் பேச ஆரம்பித்துவிட்டனர். இருவருமே அதுகுறித்து கிஞ்சித்தும் கவலைப்படவில்லை. ஆனால் சுந்தரபுரத்தில் அப்படிப் பேச ஆரம்பித்தால் சிக்கலாகிப் போகும். சுதா வேறு மனதில் ஊசலாடி அவ்வப்போது இம்சிக்கிறாள். அவள் தன்னைப் பற்றி நினைக்கக் கூடுமா? இந்திரா கல்லூரிக்குச் செல்லும் வழியில் யாரேனும் வழிமறித்து அவள் மனதில் புகுந்திருந்தால்? தலையைச் சிலுப்பிக் கொண்டான். அவளைச் சந்திப்பது கைகூடவே மாட்டேன் என்கிறது.

மூன்று தியேட்டர் இருக்கும் சாலைக்கு வந்தபோது ஆளுங்கட்சி ஆட்கள் கும்பலாக கையில் அதிமுக கொடிக் கம்புகளோடு இருந்தனர். பத்து மீட்டர் அவர்களிடமிருந்து நகர்ந்திருப்பான். சுற்றுலாத்துறை அமைச்சர் இளவரசன் கார் பட்டாளத்தோடு சைரன் ஒலிக்க வந்து நிற்பது கண்டு திரும்பினான். கும்பலில் தன்னைக் கவனிக்க வாய்ப்பில்லை என்று நினைத்தான். கும்பல் இளவரசனை நெருங்கி வாழ்க கோஷம் போட்டுக் கொண்டிருந்தது. சில விநாடிகள் கழித்து சாலைக்கு மத்தியில் தீ கொழுந்துவிட்டு எரிந்தது. விசுவன் கண்களில் மிரட்சி பரவியது. முதல்வர் ஜெயலலிதாவை ஹிட்லரோடு விமர்சித்ததால் கட்சியினர் நக்கீரன் இதழ்களைக் கட்டுக் கட்டாக நெருப்பில் போட்டு எரிப்பதாக விஷயம் பரவ அரக்கப்பரக்க பேருந்து நிலையம் நோக்கித் திரும்பினான். ஊருக்குச் சென்று விடுவதே

உத்தமம். கடைகளில் எரிப்பதற்காக ஒரு இதழ்கூட இல்லை என்கிற பேச்சு காதில் விழுந்தது.

சுந்தரபுரத்தில் இறங்கினான். வேலுச்சாமி புத்தகக் கடையில் நக்கீரனைக் கேட்க 'பெரியப்பா கடைக்குள்ளே போ' என்ற பதில் கிடைத்தது. எஸ்ஸார் ஹோட்டலுக்குள் நுழைந்தான். கல்லாப்பெட்டியில் ரங்கராஜன் உட்கார்ந்திருந்தார். "என்னடா படிப்பெல்லாம் எப்படிப் போகுது?" என்று கேட்டார்.

"அதான் எரிக்கிறானுவோளாம்... உள்ளேப் போயி வாங்கிக்க"

டேவிட் அவனைப் பார்த்ததும் இரண்டு தவணை சரியாகக் கட்டாத பணத்தை வசூலிக்க வந்துவிட்டதாகக் கருதி விசுவன் பேசுவதற்கு முன்னரே சாக்குப் போக்கு சொல்ல ஆரம்பித்தான். அவனை நாசூக்காக சத்தம்போட்டு 'ஒழுங்காக் கட்டு டேவிட்' என்றான். விசுவன் சமையல் கட்டைத் தாண்டினான். புத்தகக் கட்டோடு வேல்சாமியின் மகன் சிவாண்ணன் ஆனந்தா சைக்கிள் கடை சன்னாசியோடு அரட்டை அடித்துக் கொண்டிருந்தான்.

"மாமா விசு கவிதையெல்லாம் எழுதியிருக்கான்... என்ன சங்கடம்னா இனி இப்படி எழுதினே விளக்கமாத்தால அடிப்பேன்னு சந்திரமதி சித்தி குதறி எடுத்துடுச்சாம்" என்று சிவா சொல்லிச் சிரிக்க சன்னாசி அவனைத் தட்டிக் கொடுத்தார்.

"உங்க அப்பன் ஏதும் சொன்னானா? நீ எழுதுடா பாத்துக்கலாம்" என்றவர் சைக்கிள் கடைக்குச் சென்று விட்டார். போன வேகத்தில் திரும்பி வந்தவர் "டேய் சிவா கட்சிக்காரனுங்க புத்தகக் கட்டைத் தேடி வந்துட்டானுங்க..." என்றார். சிவாண்ணன் அந்தச் சிறிய புத்தகக் கட்டைத் தூக்கிக் கொண்டு முள் கம்பி வேலியைத் தாண்டி அம்சவேணி வீட்டுப் பக்கமாகச் செல்வது தெரிந்தது.

விசுவன் புத்தகத்தை வயிற்று இடுப்பை எக்கிப் பேண்ட்டுக்குள் நுழைத்தான். கடை வாசலுக்கு வந்தான். வாசலில் ஏகப்பட்ட கூட்டம். இளவரசனின் ஊரான சோளம்பட்டியைச்

சேர்ந்தவர்கள் அதிகம் பேர் இருப்பது பார்த்த மாத்திரத்திலேயே தெரிந்தது. ரங்கராஜன் சாமாளித்துப் பேசி அவர்களை அனுப்புவதிலேயே குறியாக இருந்தார். இவனைப் பார்த்த கூட்டத்திலிருந்த ஒருவன் ஓடிவந்து அணைத்துப் பிடித்து இடுப்பில் கையை வைத்தான். பேண்ட்டுக்குள்ளிருந்து வார இதழை உருவி காட்டுத்தனமா கத்த மொத்தக் கூட்டமும் திரும்பியது. இதழைப் பிடுங்கிக்கொண்டு சாலைக்கு ஒருவன் ஓடினான். அதற்குள் கையில் வைத்திருந்த கட்சிக்கொடிக் கம்பால் வெளியே வந்திருந்த விசுவனை ஒருவன் கத்திக்கொண்டே தாக்கினான். "ம்மாலே... எங்கம்மாவைப் பத்தி எழுதின பத்திரிகையையாடா படிக்கிறே?" விசுவனின் மண்டை விரிசலிட்டு ரத்தம் குபுக்கென்று வெளியேறியது.

"படிக்கிற வயசுல கண்ட புஸ்தகத்தை ஏன்டா படிக்கிறே?" என்ற சன்னாசி அவனை ஆஸ்பத்திரிக்கு அழைத்துச் சென்று கட்டுப்போட்டு வீட்டிற்கு வந்துவிட்டுச் சென்றார். சந்திரமதி கதிகலங்கிப் போனாள். யார் யாருக்கோ சாபமிட்டாள். அவனையும் மானாவாரியாகத் திட்டினாள். கடைக்கு அனுப்ப வேண்டிய பூக்கள் இன்னும் கட்டப்படாமல் வாசல் திண்ணையில் காத்திருந்தது. அவளுக்கு ஒன்றும் ஓடவில்லை.

"அண்ணனை ஏன்ம்மா திட்டறே?" என்று பதிலுக்கு கலையரசி கத்தினாள்.

"ரெண்டு பேரும் எதுக்கு சத்தம் போட்டுக்கிறீங்க... லேசான விரிசல்தான். ரெண்டு நாள்ல கட்டை பிரிச்சுடுவாரு டாக்டர்" என்றான்.

இரண்டு நாள் கழித்து கெமிஸ்ட்ரி பிராக்டிகல் இருக்கிறது. பேசாமல் வண்டிகேட்டில் அறையிலேயே இருந்திருக்கலாம். இரவு வந்த தணிகைநாதன் சிறிது அதிர்ந்தாலும் காட்டிக்கொள்ளாது "வலிக்குதாடா?" என்று மட்டும் கேட்டான். அவன் ஏனோதானோவென்று அக்கறை காட்டுவது குறித்து சந்திரமதி கணவனைத் திட்டினாள்.

"அந்தப் பக்கம் போனது நம்ம தப்புடி. ஆட்சி அவங்களுது. நம்ம பேச்சு எங்கேயும் எடுபடாது. இளவரசனைப் பாக்கும்போது

வேணா சொல்லி வைக்கலாம்.”

“சோளம்பட்டி ஊர்க்காரங்கள்தான் வந்தானுங்களாம். மினிஸ்டர் சொல்லாமயா ஆடியிருப்பானுங்க?”

விண்விண்ணென்று வலித்ததை விசுவன் காட்டிக்கொள்ளாது கண்களை மூடினான். தூக்கம் வர மறுத்தது.

பாலிடெக்னிக்கில் அவன் வீரதீரமாக போராடி காயம்பட்டான் என்று ரங்கராஜ் இட்டுக்கட்டி செய்தி பரப்பினான். சந்திரசேகர் ‘அவன் கட்சில பெரிய ஆளுய்யா... நிறைகுடம் தளும்பாம நாசூக்கா திரியறான்’ என்று கொளுத்திப் போட்டான். வளர்மணி அவனிடம் என்ன நடந்தது என்று கேட்கும்போதே அழுதுவிடுபவள் போலிருந்தாள். சாமிநாதன் கட்டைப் பிரித்துப் பார்த்துவிட்டு ‘ஆறிக்கிட்டு வருதுடா’ என்றான். சோபனா யாருமற்ற ஒருபொழுதில் தேடி வந்து அவன் நெற்றியில் முத்தமிட்டாள். அவளுக்கு தேர்வுகள் முடிந்து விட்டது. அவன் கிளம்பும் நாளை கேட்டுத் தெரிந்துகொண்டவள் மத்தியப் பேருந்து நிலையத்தில்தான் அன்று காத்திருப்பதாக சொன்னாள். மணிக்கூண்டுக்கு தென்புறம் உள்ள வைகை டிபன் சென்டரில் வந்து பார்க்கச் சொன்னாள்.

மூன்று திரையரங்கம் ஒன்றாக இருந்த வளாகத்தில் நுழைந்தனர். நாடோடித் தென்றலுக்குத் போலாம் என்றாள். திரையரங்கில் நுழைந்தபோது படம் தொடங்கிவிட்டிருந்தது. “பொண்ணு தரும் சாமி... இந்த மண்ணு நம்ம பூமி... கோபங்கள் வேண்டாம் கொஞ்சம் ஆறப்போடு... ஆறோடும் ஊரப்பாத்து டேராப்போடு...” தட்டுத்தடுமாறித் தேடித் தனித்திருக்கும் சீட்டுகளில் இருவரும் உட்கார்ந்தனர். கூட்டம் அவ்வளவாக இல்லை. “...கூடமும் மணிமாடமும் நல்ல வீடும் உண்டு...” சோபனா விரல்களை அவன் மேல் படரவிட்டாள். விசுவனும் அவள் பக்கம் சாய்ந்து கையால் தோள்பட்டையை அணைத்தான். “...வீடென்ன காடென்ன பூமி ஒண்ணு...” திரையில் பிம்பங்கள் அவர்களைப் பார்த்தபடி சலனங்களுடன் அசைந்துகொண்டிருந்தன. “...ஆறாத எங்க வாழ்வு வானம் போலே...” ரவிக்கை அணியாத நடிகையின் தேக அசைவினை

விசுவன் வெறித்துக்கொண்டிருந்தான். சோபனாவின் கன்னம் அவன் கன்னத்தோடு உரசியது. திரையிலிருந்து கசிந்த ஒளி அவர்களிருவரையும் ஊடுருவிப் பார்த்தது.

படம் விட்டு வெளியே வந்தபோது மனதில் எதையோ இழந்ததைப்போல் உணர்ந்தனர். படம் பார்க்கும்போதும் அருகருகே அமர்ந்திருந்தபோதும் இருந்த ஆசுவாசமான மனநிலை அப்பட்டமாகக் காணாமல் போயிருந்தது. ஜனக்கூட்டத்தில் மிதந்து பேருந்து நிலையத்தை நெருங்கியபோது சோபனா 'தளிர் தங்கும் விடுதி'யைச் சுட்டிக்காட்டினாள். விசுவனுக்கு புருவம் உயர்ந்தது. அவள் அவன் வலக்கை விரல்களைத் தனது இடக்கை விரல்களால் கோத்து மெல்ல நெருக்கினாள். நரம்புகளில் மெல்லிய அதிர்வுகள் மின்னலென தேகமெங்கும் ஓடி மறைந்தது.

ஏகப்பட்ட கேள்விகளை விடுதியின் வரவேற்பறையில் இருந்தவன் கேட்டான். புராஜெக்ட் விஷயமாக வந்திருப்பதாக கூறினர். 'என்னமோ யோக்கிய சிகாமணிபோலதான் பேசறான்' என்று விசுவன் காதில் கிசுகிசுத்தாள் சோபனா. "இதற்கு முன் வந்ததுபோல் பேசுற" என்று கேட்டான் விசுவன். "பசங்க பேசிக்கிறதை வைச்சுதான் சொல்றேன் என்றாள்.

அறை சுத்தமாக இருந்தாலும் ஏதோ ஒரு முடை நாற்றம் வீசுவதை உணர்ந்தனர். இருவரும் குளியலறையில் ஒன்றாக புகுந்தனர். 'ரொம்ப கூச்சமா இருக்குடா... கண்ணை மூடிக்கோ' என்று போலியாக வெட்கப்பட்டாள். "ஆத்தில ஒருசமயம் நீ குளிச்சதை இன்னும் நான் மறக்கலை" என்றான். அவள் அவன் இடுப்பில் கைவைத்து கிச்சுகிச்சு மூட்டினாள். மாற்ற துணிகள் இல்லாததால் நிர்வாணமாக ஜலக்கிரீடை செய்து சிரிப்பும் கும்மாளமுமாக புத்துணர்வோடு வெளியே வந்தனர். அவள் புடைவையை மறுபடியும் கட்டிக்கொண்டாள். ஜாக்கெட்டை அணியவில்லை. கைப்பையிலிருந்து பேப்பரில் மடித்து எடுத்து வந்த பவுடரை முகத்தில் பூசினாள். அவன் அவளையே பார்த்துக்கொண்டிருந்தான். குளிக்கவும் முகப்பூச்சுக்கும்தானா இத்தனைபாடு என்றிருந்தது. அவனை அலாக்காகத் தூக்கினாள்.

பின் மூச்சு வாங்க பெட்டில் போட்டாள். அவன் முண்டா பனியனோடு இருந்தான். அப்போதுதான் அணிந்திருந்த பேண்டின் பெல்ட்டை உருவினாள். முகப்பவுடரின் வாசம் அவள் சுவாசத்தோடு கலந்து அவனுக்குள் வெப்பத்தை ஏற்றியது. அவள் இன்னும் புடைவையோடுதான் இருந்தாள். வெண்ணிற மார்புமேடு அவன் உதடுகளில் உரசியது. சேலை தளர்ந்தது. 'சொல்லித் தரணுமா' என்றாள். அவன் உதடுகளில் வியர்வை பூத்திருந்தது. புருவத்துக்கு அருகில் இருந்த சிறு புள்ளி மச்சத்தை நாவால் தொட்டான். மெல்ல தளர்ந்திருந்த சேலையைத் தோள்பட்டையிலிருந்து விலக்கினான். ஆற்றில் எப்போதோ அவள் சொன்ன வார்த்தைகளின் உண்மை இரு மாங்கனிகளாக வெண்மை நிற மேட்டோடு கறுப்புப் புள்ளியில் ஆடியதைக் கண்டான். அவள் அவன் உதடுகளைக் கவ்வினாள். அவன் இரு கரங்களால் அவள் முதுகைப் பற்றினான். அவள் அவன் மேலிருந்தாள். தேக உரசல்கள் இளஞ்சூட்டை பரப்பிக்கொண்டிருந்தது. அறைக்கதவு தட்டப்படும் ஓசைகேட்டு இருவரும் திடுக்கிட்டு பெட்டிலிருந்து துள்ளி எழுந்தனர். அவன் நிர்வாணமாக நின்றான். அவள் அவன் ஆடைகளை விட்டெறிந்து குளியலறைக்கு ஓடச்சொன்னாள். அவளும் நிர்வாணமாக இருந்தாள். புடைவையை வாரிச்சுருட்டி கட்டிப் போர்த்திக் கொண்டு கதவைத் திறந்தாள். வரவேற்பறையில் இருந்தவன் மிகுந்த பதற்றத்தில் கதவுக்கு வெளியே நின்றிருந்தான்.

"போலீஸ் ரெய்டு வரப்போறதா நியூஸ்... கிளம்புங்க என்ன காரணம் சொன்னாலும் ஏத்துக்கமாட்டாங்க..." என்றவன் அவர்கள் செல்வதற்கான வழியையும் காண்பித்து விட்டு வேறு ஒரு அறைக்கு ஓடினான். குளியலறையிலிருந்து வெளியே வந்த விசுவன் பைகளை எடுத்துக்கொண்டான். பின்வாசல் வழியாக குப்பையும் கூளமுமாக இருந்த குறுகிய தெருவில் இறங்கி தென்புறமாகச் சென்றனர். ஒரு வயதானவனும் ஓங்குதாங்கான இளமை வழியும் பெண்ணும் அவசரக்கோலத்தில் அவர்களுக்கு முன் செல்வது கண்டு 'என்ன பொழப்புடா' என்று சலிப்பாக வார்த்தைகளை சோபனா சொன்னாள். விசுவனுக்கு மனதில் ரங்கராட்டினம் சுற்றியது. அம்சவேணி சுதா சோபனா மூவரும்

வெவ்வேறு திக்கில் அவனைப் பிடித்து இழுத்தனர். சுதா மனதில் பட்டாம் பூச்சிகளைப் பறக்கவிட்டாள். அம்சவேணியை நினைத்தால் அவளுக்குள் நுழைந்து அவளைக் கரைத்து அழித்துவிடும் வெறி எழுகிறது. சோபனாவிடம் தன்னை நுழைத்து அவளுக்குள் மறைந்து தான் அழிந்து காற்றோடு காற்றாக போய்விடவேண்டும் போலிருந்தது. அது விட்டகுறை தொட்டகுறையாக அறைத் தட்டலில் முடிந்து கசந்து போயிருந்தது. சுதாவை சந்தித்து உள்ளக்கிடக்கையை சொல்ல முடியாமலேயே இருக்கிறது. சோபனாவை இதில் எவ்விதமாக சேர்ப்பது. அவள் அவனை பயன்படுத்துகிறாள் என்பதா? காதலிக்கிறாள் என்பதா? ஓரிரு வயது மூத்தவள். திடீரென விடுதிக்கு போகலாம் என்று உந்தி விட்டாள். விசுவனுக்கு தன் மேலேயே ஒரு ஆச்சரியம் படர்ந்தது.

அந்தப் பாதை மலைக்கோவிலுக்கு சென்றது. பாறைகளால் ஆன படிகளற்ற மலை. உச்சியில் எப்போதோ கட்டிய ஒரு மன்னனின் போர் வாசஸ்தலம். உச்சியில் கோட்டைச் சுவராக அகன்ற சதுர வடிவில் கட்டப்பட்டிருந்தது. இவர்கள் இருந்த பகுதிக்கு அடுத்தப் புறம் உள்ள மலையடிவாரத்தில் விஷ்ணு கோவில் இருந்தது. இருவரும் தம் பிடித்து பாறையில் எவ்வி ஏறி ஓரளவு உயரத்திற்கு சென்றனர். மாலை வெயில் தாழ்ந்துக் கொண்டிருந்தது. அந்த உயரத்திலிருந்து பார்க்கும்போது நகரச் சாலைகளில் விரையும் வாகனங்களும் நகரும் மக்களும் கடைவீதியும் மௌனச் சாட்சிகளாக அவர்கள் முன் விரிந்தது. பஸ் நிலையத்தின் ஒரு பகுதி பரபரப்புடன் இயங்குவது புலப்பட்டது. பேச்சு சத்தம் காற்றில் வீச தாங்கள் மட்டும்தான் அங்கிருப்பதாக எண்ணியவர்கள் ஒருவரையொருவர் பார்த்துக் கொண்டனர். ஒரு பாறையின் உயரத்தை ஏறிக் கடந்து வரும் சரிவில் சிலர் உட்கார்ந்து பேசிக்கொண்டிருப்பதைப் பார்த்தனர். அவர்கள் தங்கள் பார்வையில் படும்படியான தூரத்திலும் அவர்களின் பேச்சு சப்தம் விழும் வகையிலுமான இடத்தில் உட்கார்ந்தனர். சோபனா அவன் மடியில் தலையைச் சாய்த்தாள். பாறையின் சூடு தணிந்துகொண்டிருந்தாலும் வெம்மை பிட்டங்களில் படர்ந்தது.

“திடீர்னு லட்டரைக் கொடுத்துட்டுப் படிக்கப் போறேன்னு கிளம்பிட்டியே அமிர்தம்.”

“உம் தந்தையால் விரும்பப்பட்ட உடலும் மனசும் உனக்கு வாழ்க்கைப் பட்டால் நிம்மதியான வாழ்க்கையை வாழுமா? கசந்த நினைவுகளே சாபமாகிவிடாதா?”

“நடேசா அவள் பிதற்றுகிறாள்” என்றார் வயது முதிர்ந்த ஒருவர்.

“அவனோட அப்பா சபேச முதலியார் அவர்தான் மன்னி”

“சிவசு அதைத் தெரிஞ்சு நமக்கு என்ன ஆறப்போறது... ரங்கத்துகிட்டே என்னைப்பத்திச் சொல்லிருக்கீயா?”

“அலங்காரத்துக்கிட்டே கொடுங்கன்னு நிறைய பலகாரங்க கொடுத்துருக்காளே” என்று சிவசு கையிலிருந்த பையை விரித்துக் காண்பித்தார்.

“பாபு சிவசு இருக்காரோல்லீயோ அவருக்குப் பிறந்ததுதான் அலங்காரத்தோட கடைசி மூணு குழந்தைங்க...” பெண் குரலின் கிசுகிசுப்பைக் கேட்டு சோபனா தலையை நிமிர்த்தினாள்.

“யமுனா... ஜாதக நோட்டைப் புரட்டிக்கொண்டிருக்கிறாரே அலங்காரத்தோட கணவன் தண்டபாணி. அவருக்கு இது தெரியுமா?”

காற்றில் மெல்லத் தவழ்ந்து வரும் பேச்சொலிகள். அந்தியில் சாயும் சாம்பல் பூத்த பொழுது. அடிவானத்தில் மறையும் சூரிய ஒளிக்கீற்று.

“பெண்கள் பார்க்கப்பட வேண்டிய பொருள்கள். எந்தப்பயல் வேண்டுமானாலும் பார்க்கலாம். முகம் உடம்பு முதுகு கால் இடுப்புச்சதைன்னு... இந்தப் பெண்களுக்கு எப்பதான் ரோசம் வரப்போகுதோ...”

“பாபு என்னைக் குத்திக் காட்டறாப்பல இருக்கே... இத்தனை வருசமா நினைச்சிட்டுருக்கீயேன்னுதான் சம்மதிச்சேன். வாழ்க்கை காட்டிய திசை. உடம்பு மிதப்புக்கு ஆசைப்பட்டு இல்லை.”

“கோவிக்காதே யமுனா பொதுவாச் சொன்னேன்... எந்த உடம்பை வணங்கி தெய்வமாக நினைத்தேனோ அந்த உடம்பில்தான் மூன்று ஜாமங்களில் மூன்று தடவை இறந்தேன்.”

விசுவனும் சோபனாவும் கண்களில் மிரட்சியுடன் எழுந்தனர்.

“என்ன எழுந்திட்டீங்க... யாரைப் பாக்கணும்? பாத்திட்டீங்களா?!” உட்கார்ந்து பேசிக்கொண்டிருந்தவர்களுக்கு எதிர்ப்புறம் இருந்த சிறு பாறையின் மறைவிலிருந்து கையில் பேனாவோடு அட்டையில் இருந்த தாள்கள் காற்றில் படபடக்க வெளிப்பட்டார். மூக்குக்கண்ணாடி அணிந்திருந்தார். வெளிரான மரக்கலரில் ஜிப்பா அணிந்திருந்தார். வேட்டி நுனியை இடக்கையால் உயர்த்திப் பிடித்திருந்தார்.

“யார் யமுனா அது?”

உட்கார்ந்திருந்த திசையிலிருந்து குரல் வந்தது.

“நம்மைப் படைச்சவர்... ஜானகிராமன் தியாகராஜ சாஸ்திரி.”

சட்டென்று திரும்பி கூட்டமாகப் பேசிக் கொண்டிருந்தவர்களைப் பார்த்தவர், விசுவன், சோபனா பக்கம் பார்வையைத் திருப்பி “பார்க்க வேண்டியவங்களை பாத்தீட்டிங்களா.. இல்லை இன்னும் பாக்கி இருக்கா?” என்றார்.

★★★

9
ஆதி பகவதி வழிபாட்டு மன்றம்

சந்திரமதி ஆரஞ்சுநிறப் புடைவையும் ஜாக்கெட்டும் கலையரசி அதே நிறத்தில் பாவாடை சட்டையும் அணிந்து இருந்தனர். இருவரும் இடது கைகளில் ஆரஞ்சு சிவப்பு நிறக் கயிறுகளைக் கட்டியிருந்தனர். வெள்ளி, செவ்வாய்களில் புதுத் தெரு சிந்தாமணித் தெரு, முதலியார் தெரு, சிவன்கோயில் தெருவைச் சேர்ந்தவர்கள், பாலத்து மாரியம்மன் கோயிலுக்கு வடபுறம் இருந்த காலி நிலத்தில் கீற்றுக் கொட்டகை போட்ட சிமெண்ட் தரையில் வார பூஜையாக ஆதி பகவதி வழிபாடு என்று புதிதாக ஆரம்பித்து நடத்தி வருகின்றனர். முதலில் விளக்குப் பூஜையில் சேர சந்திரமதிக்கு யோசனையாக இருந்தது. நல்ல வேலையில் கைநிறைய சம்பாதிக்கும் வாத்தியார்கள் டீச்சர்கள் பேங்க்ல வேலை பார்ப்பவங்களும் ஆரஞ்சு ஆடைகளில் வருகிறார்கள் என்று பூக்கடை கண்ணகிதான் வலுக்கட்டாயமாகச்

சேர்த்துவிட்டாள். எந்தக் கட்டுப்பாடும் இல்லை. மாதா மாதம் வரும் 'தூரமா வந்துட்டாலும்' பூஜையில் கலந்துக்கலாம். சந்திரமதிக்கு அது ஒன்றே பிடித்த ஒன்றாகவும் சற்று ஆச்சரியமாகவும் இருந்தது. 'நானும் வேண்டிக்கிறேன்' என்று கலையரசியும் வந்து நின்றாள். தணிகைநாதன் 'இதெல்லாம் பிஸினசுடி' என்றான். "ஆதி பகவதியைப் பழிக்காதிங்க' என்று பழித்த ஒருவனின் கதையை வழிபாட்டு மன்றத்தில் சொன்னதை அவனிடம் சொன்னாள். அவன் சிரித்துக்கொண்டே "இப்ப என்ன ஆரஞ்சு கலர்ல ட்ரெஸ்ஸுங்க எடுக்கணும் அவ்வளவுதானே?!" என்று சட்டைப் பையில் கையை விட்டான். ரூபாய் நோட்டுகளோடு வாங்கிய லாட்டரி சீட்டுகளும் வந்தது. நாளைக்கு மறக்காமல் ரிசல்ட் பார்க்க வேண்டும் என்று நினைத்தபடி அவளிடம் பணத்தைத் தந்தான்.

கீற்றுக் கொட்டகையில் கொசுக்கடி பிடுங்கி எடுத்தது. பட் பட்டென்று எல்லோரும் கொசுவை அடித்துக் கொண்டிருந்தனர். வழிபாட்டை எடுத்து நடத்தும் பழனியம்மாள் 'ஓம் சக்தி பகவதி சக்தி ஆதி சக்தி' என்று அடிக்கடி மெல்லமாகச் சொல்லிக் கொண்டிருந்தாள். ஆண்கள் பெண்கள் குழந்தைகளென ஒவ்வொருவராக வர ஆரம்பித்தனர். பைக்குகளும் சைக்கிள்களும் கீற்றுக் கொட்டகை முன் நிற்க ஆரம்பித்தன. எங்கும் ஒரே ஆரஞ்சு வண்ணமும் திருநீறு குங்குமம் சந்தன மணமும் கண்களையும் நாசிகளையும் ஊடுருவிக்கொண்டிருந்தன.

இளவரசனின் முதல் மனைவி நெற்றியில் பூசிய சந்தன குங்குமத்தோடு வந்து அமர்ந்தாள். கழுத்தில் பூ மாலை அணிந்திருந்தாள். அவளுக்குச் சிலர் பணிவாக வணக்கம் வைத்தனர். அன்று பூஜை முடிந்து வேப்ப மர அரசமரக் கன்றுகளை மூன்று இடத்தில் நட்டு வைத்தனர். பழனியம்மாள் கூட்டத்தில் இரண்டு விஷயங்களை முன்னிறுத்தினாள். கருமானூர் ஆதி பகவதி சக்தி பீடத்திற்கு வேண்டுதலோடு நடைப்பயணம் செல்வது என்றும் மின் வசதி கீற்றுக்கொட்டகைக்கு இழுக்க ஏற்பாடு செய்வது மற்றொன்று என்றும் பக்தர்கள் கூட்டத்தில் சொன்னாள். எல்லோரும் 'ஓம் சக்தி பகவதி சக்தி ஆதி சக்தி' என்று ஒரே குரலில்

இரைச்சலோடு கூறி எழுந்தனர்.

நன்கொடை செலவிற்கான பங்குத் தொகையைப் பூக்கட்டி வரும் வருமானத்தில் தந்துவிட எண்ணினாள் சந்திரமதி. ‘அவரிடம் கேட்டால் ஏதாவது சொல்வார்’. கருமானூர் சக்தி பீடம் சுந்தரபுரத்திலிருந்து எவ்வளவு தூரம் என்று தெரியவில்லை. விசுவனிடம் கேட்க வேண்டும்.

வீட்டிற்கு வந்த விசுவனின் கண்களுக்கு ஆரஞ்சு வண்ணங்களும் இருவர் கழுத்திலும் இருந்த கறுப்பு பாசிமணி மாலையும் விசித்திரமாகப் பட்டது. சில வருடங்களாக இதுபோன்ற பக்திவாதிகளை பஸ் நிலையங்களிலும் கடைவீதிகளிலும் தென்படுவதைக் கண்டிருக்கிறான். அது சுந்தரபுரத்தையும் விட்டு வைக்கவில்லை. அம்மா தங்கையையும் விட்டுவைக்கவில்லை என்று நினைத்துக்கொண்டான்.

“என்னடி கலை... யூனிபார்ம்ல இருக்கீங்க?!” அவள் கைகளில் கட்டியிருந்த ஆரஞ்சு சிவப்பு நிறக் கயிறுகளைப் பார்த்தபடி கேட்டான்.

அவள் அவனிடம் நடந்தவற்றைச் சொன்னாள். அப்போது வந்த சந்திரமதி அவனிடம் ‘உனக்கு லீவ் எப்படா?’ என்றாள்.

ஒரு வாரம் கழித்து என்று பொய் சொன்னான். அவனும் சோபனாவும் தேக்கடி செல்ல திட்டமிட்டு இருந்தனர். செலவு அவளுடையது. ஆனால் சந்திரமதி அவனையும் சக்தி பீடத்திற்கு நடைப் பயணம் அழைத்துச்செல்ல எண்ணினாள். விசுவனுக்குக் கோபம் சுரீர் என்று ஏறியது.

“உன் நம்பிக்கையை உன்னோட வைச்சிக்கம்மா?!” என்றான்.

இப்படி சாமி பக்தியே இல்லாம தறுதலையா இருக்கானே என்று மனம் விசனப்பட அவனைப் பார்த்தாள்.

அம்மா சென்ற பிறகு கலையரசி அவனிடம் மெல்லமாக “நிசமா உனக்கு சாமி பக்தியில்லையா?” என்று கேட்டாள்.

அவளை முறைத்துப் பார்த்தான்.

“இந்த அம்மன்லாம் எப்படி வந்துச்சுன்னு தெரியுமாடி உனக்கு?”

“கருமானூர் பூசாரிக் கனவுல பகவதி அம்மன் வந்து வேண்டுகோள் வச்சு இடத்தைக் காட்டுச்சாம்.”

“அவர் கனவு அவர் பாடு. நான் அதைக் கேக்கலை. ஒவ்வொரு ஊர்லயும் இருக்கே அந்த அம்மன் சாமிங்களைப் பத்தித் தெரியுமான்றேன்?”

அவள் இடுப்பில் கைவைத்து தலையைச் சற்று சாய்த்து விசுவனை அழுத்தமாகப் பார்த்தாள்.

“ஒண்ணுமே தெரியாமே கும்பிடறது” என்றவன் அவள் தலையில் கொட்டினான்.

“அதுக்கு ஏன்டா கொட்டறே?!”

“சொல்றேன் கேட்டுக்கோ... கண்ணகி மதுரையை எரிச்சு தெய்வமாயிடறாளா... கேள்விப்படற ஜனங்க அவங்கவங்க ஊர்ல அவளை அம்மனா நினைச்சுக் கும்பிட ஆரம்பிச்சாங்க... அடுத்த பாயிண்ட் அந்தக் காலத்துல அரசர் குடும்பத்து பெண்களெல்லாம் ஊர்விட்டு ஊர் போன இடத்துல நோய் வந்தோ இல்லை இயற்கையாவோ இறந்துட்டாங்கன்னா அவங்களை அங்கனயே புதைச்சு அம்மன் சாமியாக்கிக் கும்பிட ஆரம்பிச்சுடுவாங்க.”

“இதுக்கெல்லாம் ஆதாரம் இருக்கா?” சடையைத் தூக்கி முன்னால் போட்டுக்கொண்டு ஆட்டியபடி கேட்டாள்.

“நீ கும்பிடறயே அதுக்கு ஏதும் ஆதாரம் இருக்காடி?”

“சாமி கனவுல வந்துச்சுல்லே!”

“ஏன்டி சாப்பிட்டோமோ படுத்தமோன்னு இல்லாம என்ன தொணதொணப்பு... காலைல மாக்கோலம் போடணும்டி.... வழக்கமா போடுற கோலமாவுல கோலம் போட்டுடாதேடி” வாசல் திண்ணையில் கட்டவேண்டிய பூமாலைகளை அவசர அவசரமாகக் கட்டிக்கொண்டிருந்தாள் சந்திரமதி. இன்னும் தணிகைநாதன் வந்திருக்கவில்லை.

“சரிம்மா... டேய் கோலத்துக்கு ஏதும் கதை வைச்சிருக்கியா?” என்றாள்.

“நான் நிஜத்தைப் பேசறேன்... உனக்கு கதைமாதிரித் தெரியுதா?”

அம்மா கட்டும் பூமாலையிலிருந்து மரிக்கொழுந்து வாசம் மெல்ல காற்றில் பரவி அறையுள் நுழைந்தது.

“வாசல் கோலம் தெய்வம் மேலிருந்து கீழே மண்ணில் கால் வைக்கறதுக்காகப் போடறது... வீட்டுப் பூசையறையில போடறது தெய்வத்தைத் திருநிலைப்படுத்தறதுக்காகப் போடறது...”

“சாமி கும்பிடறதுல அக்கறைப்பட மாட்டேன்றே... ஆனா சொல்ல மட்டும் செய்றே...”

அவள் அப்படிச் சொன்னதும் விசுவனுக்கு இன்னும் உற்சாகம் அதிகமானது.

“ஏய் கலை... கோலம் ஏன் பெண்கள் மட்டும் போடறாங்கன்னு தெரியுமா?”

“ஒண்ணும் பிரச்சனையில்லை, காலைல நீயே போடுடா” என்றாள்.

“தலைல ஒண்ணும் மறுபடியும் வைக்கட்டுமா... செல்றத கேள்டி... தொடக்க காலத்துல பெண்கள்தான் கோயில் பூசாரியா இருந்திருக்காங்க.. அந்த வகைல கோலம் வரைதலும் அவங்களுக்கான உரிமையா கடமையா மாறிப்போயி இப்ப வரையிலும் தொடருது. ஆனா பூசாரி வேலைதான் காலி.”

“ஆமா உனக்கு இன்ஜினியரிங் சொல்லித் தராங்களா... ஹிஸ்ட்ரி சொல்லித் தராங்களா...?”

வாசலில் தணிகைநாதன் வந்து நிற்கும் வண்டிச் சத்தம் கேட்டது. இருவரும் கப்சிப் என்றானார்கள்.

காலையில் எழுந்ததும் வெளியே வந்தான். அம்மா பாதி பூக்கட்டிய நிலையில் தன்னை மறந்து திண்ணையில் தூங்கிப் போயிருந்தாள். அப்பாவிற்காக விடியற்காலை சமைக்கும் அம்மாவின் சமையலறைச் சத்தங்களால் அரைகுறையாக

விழித்தவன் பின் தூங்கிப் போயிருந்தான். அப்பா கடைக்கு கிளம்பிப் போனதும் மாலை கட்டத் தொடங்கியவள் அசந்து அப்படியே தூங்கிப்போயிருக்க வேண்டும். கலையிடம் 'அவளாக எழுந்திரிக்கட்டும். மிச்சத்தை நீ கட்டு' என்றான்.

"டேய் நா ஒரு முடிவு பண்ணிட்டேன்... நீயும் சக்தி பீடத்து நடைப்பயணத்துக்கு வர்றே..."

"இதுக்கெல்லாம் என்னைக் கட்டாயப்படுத்த முடியாதுடி"

"டேய் ப்ளீஸ்டா... போம்போது போரடிக்கும்டா நீயும் வா.."

"வேணாம்பா நான் பாட்டுக்கு எகனை மொகனையா ஏதும் பேசி கூட வர்றவங்க அதைக் கேட்டு... அம்மா தாயே வேற வினையே வேணாம்."

"ப்ளீஸ்டா... நா வாரம் ஒரு முறை எப்படா நீ வீட்டுக்கு வருவேன்னு தினமும் நினைச்சிட்டுருப்பேன் தெரியுமா? திடீர்னு அவ்வளவு தூரம் படிக்கப் போனப்புறம் நானும் அம்மாவும்.. .தினமும் உன்னைப் பத்திப் பேசிட்டே இருப்போம் தெரியுமா "அவள் மேற்கொண்டு பேசாமல் தலையைச் குனிந்தபடி பூச்சரங்களைத் தொடுப்பதில் கவனத்தைச் செலுத்தினாள்.

"ஏய் கலை அழுவுறியா... என்னடி இப்படி கண்லருந்து தண்ணீர் வருது?"

அம்மா விழித்துக் கொண்டாள்.

"என்னடி கண்ணி மாதிரி கட்டாம பிணையலா கட்டி வச்சிருக்கிறவ?" என்று சந்திரமதி சலித்துக்கொண்டாள்.

கட்டிய பூக்களைப் பிரித்து மறுபடியும் அம்மா சொன்னபடிக்கு இரண்டிரண்டு பூக்களாக இடைவெளி விட்டுக் கட்ட ஆரம்பித்தாள் கலையரசி.

"கறி சாப்பிடலாமா கூடாதா" என்றான் அம்மாவிடம்.

"எல்லாம் பாதயாத்திரை முடிஞ்சப்புறம்தான்."

அம்மா எழுந்து பின்கட்டுக்குப் போனாள்.

“ஒரு காலத்துல முருகனுக்கே கெடா வெட்டிப் படையல் போட்டவங்கடி நாம.... இப்ப ம்கூம். அம்மனுக்கே ஏகப்பட்ட கட்டுப்பாடுங்க?” என்றான் கலையின் காதில்.

“சாப்பிடுணும்னு தோனுச்சின்னா பெரீப்பா கடையில போய் சாப்புடுடா... முருகனை எதுக்கு இழுக்கிறே?”

“ஏய்... பன்னிக்கறீயை வறுத்து ருசிப்பார்த்து சிவனுக்குப் படைச்ச கண்ணப்பன் புராணத்தைப் படிச்சிருக்கியா நீ?”

“டேய்... வம்படிப் பேச்சை உட்டுட்டு கிளம்புடா...” அம்மாவை அழைத்தாள் சப்போர்ட்டுக்கு. அம்மா வருவதற்குள் விசுவன் சைக்கிளை எடுத்தான். கைகாட்டி வழியாக காந்தி நகர் பக்கம் சென்றான். முற்பகல் வெயில் சுள்ளென்று அடித்தது.

சோபனா சொன்ன அடையாளத்தை வைத்து மூன்றாவது தெருவினுள் நுழைந்து சைக்கிளை மெல்லமாக அழுத்தினான். ஏதோ ஒரு வீட்டிலிருந்து இருமல் சத்தம் கேட்டது. சாலையில் இருந்த சப்தங்கள் வடிந்து தெரு நிசப்தக் காடாக இருந்தது. ஆள் அரவமின்றி வெறிச்சென்றிருந்தது. வயதான ஒருவர் வீட்டு கேட்டைத் திறந்து தெருவில் இறங்கி இவனைப் பார்த்தபடி நகர்ந்தார். தெற்குப் பார்த்த ஏழாவது வீடு என்றாள். வீடு பழமையை உள்வாங்கி சிதிலமடைந்து கிடந்தது. சாத்தப்பட்டிருந்த வீட்டைக் கடந்து தெருப் பைப்படிக்கு வந்து சைக்கிளை நிறுத்தினான். பிளஸ் ஒன் படிக்கும்போது இந்தப் பக்கம் விஜயகுமார் ஒரு முறை எதற்கோ அழைத்துச் சென்ற ஞாபகம் வந்தது. பைப்பைத் திறந்து தண்ணீர் குடித்தான். அங்கிருந்தபடிக்கே சோபனா கூறியிருந்த வீட்டு அடையாளத்தைப் பார்த்தபடி இருந்தான். திறப்பது மாதிரித் தெரியவில்லை. தண்ணீரை வாரி ஊற்றி வழியும் சத்தத்தைக் கேட்டுத் திரும்பி அத்திசை பார்த்தான். மஞ்சள் பாவாடை கட்டிக்கொண்டு தெருவுக்கு முதுகைக் காட்டியபடி குளிக்கும் பெண் உருவம் தெரிந்தது. நிற்கலாமா சென்றுவிடலாமா என்று யோசனையாக இருந்தது. அவள் சலனம் கேட்டுத் தெருபக்கம் பார்வையைச் செலுத்தினாள். நீர்சொட்டும் மஞ்சள் ஆடை ஒட்டிய வடிவமான தேகம்.

“இங்க எதுக்கு நிக்கிறே?” என்றவள் அவனை முறைத்தாள்.

“இங்க சோபனான்னு...”

அவன் முடிப்பதற்குள் “அப்படில்லாம் யாரும் இல்லே கிளம்பு... வெக்கமில்லாம நின்னுக்கிட்டு கிடக்கவன்” என்று கத்தினாள். தன்னை வெகுநேரம் கவனித்திருக்கிறாள் என்பதை உணர்ந்த விசுவன் சைக்கிளைப் படக்கென்று எடுத்தான். சாத்தப்பட்ட கதவைத் தட்டி விசாரித்திருக்கலாம். ஏன் தயங்கினோம்? யோசனை மனதை அலைக்கழித்தது. பிறிதொரு சமயம் வரலாம்.

கைகாட்டிக்கு வந்து ராஸா ஸ்வீட் கடை வாசலில் சைக்கிளில் மாட்டி விற்ற இளநீரை வாங்கி ஸ்ட்ராவில் உறிஞ்சினான். உறிஞ்சி முடித்தபின் வெட்டித் தந்த இளநீர்ப் பற்றை மட்டைச்சில்லால் சுரண்டிச் சுவைத்தான். அப்போது “விசு... தனியா உட்டுட்டு சாப்பிடறே...” சோபனாவின் குரல் ஒலித்தது. லேடீஸ் சைக்கிளில் ஒரு காலை ஊன்றியபடி சாலையோரத்தில் நின்றிருந்தாள். பெரியார் சிலைபக்கம் வந்து நின்ற பேருந்திலிருந்து அதே நேரத்தில் சுதா இறங்குவதையும் பார்த்தான். அதிர்ச்சியில் அவனுக்கு புரையேறிக்கொண்டது. சோபனா கிளம்பிவிட்டால் தேவலையாக இருந்தது. சுதா அவன் பார்வையிலிருந்து தூரமாய்ச் சென்று மறைந்துகொண்டிருந்தாள். இவனுக்குப் படபடப்பு அதிகரித்துக்கொண்டிருந்தது.

“மூணாவது தெரு இல்லைடா... மூன் ஸ்ட்ரீட்.... நிலா தெரு... சுந்தரபுரத்திலே பொறந்தவனுக்கு ஊர் மேப்பே இன்னும் அத்துப்படியாகவில்லை” என்று கிண்டல் செய்தாள். இளநீ விற்பவர் ‘பால் குடி மாறாத பையன்மா’ என்று வாரினார். அவள் அவனைப் பார்த்து நாவைச் சுழட்டி உதடுகளை ஈரப்படுத்தினாள். கிளம்ப மாட்டாள் போலிருக்கே என்று நினைத்தவன் சட்டென்று சைக்கிளை எடுத்தான்.

“சரி வா வீட்டைக் காட்டறேன்” உந்தி சைக்கிளை எடுத்தாள் அவள்.

அவள் பின்னே செல்வதா சுதா சென்ற திசையில் செல்வதா என்று ஒரு கணம் தடுமாறினான்.

சோபனா வீட்டில் அத்தனைபேர் இருப்பார்கள் என்று அவன் நினைத்தே பார்க்கவில்லை. குறுக்கும் மறுக்கும் சென்றுகொண்டும் வந்துகொண்டும் இருந்ததால் எத்தனைபேர் உள்ளனர் என்று அறியமுடியவில்லை. தலை நரைத்த பெண்மணி வேலை நெருக்கடியில் விடுபட்டு வந்தவள்போல் அவனிடம் எலுமிச்சை ஜூஸைக் 'குடிப்பா' என்று கொடுத்துவிட்டு வந்த வேகத்தில் உள்ளே போனாள். வயதான பாட்டி அவனிடம் நெருக்கமாக வந்து 'அவகூடப் படிக்கிறவனா?' என்று கேட்டுவிட்டு பதிலை எதிர்பாராமல் வாசற்படி இறங்கி மெல்ல தெருவில் நடந்து சென்றாள்.

"ரொம்ப வெக்கப்படறான்க்கா" என்ற பெண்குரல் மெலிதாகக் காதில் விழுந்தது.

புடைவை சரசரக்க வந்த சோபனா அவன் கையில் எலக்ட்ரானிக்ஸ் புத்தகங்களைக் கொடுத்தாள். 'புக்ஸ் வாங்க வந்திருக்கேன்னு சொல்லிருக்கேன்' என்று கிசுகிசுத்தாள். பாலிடெக்னிக் விடுமுறை முடிந்து போனால்தான் எந்தத் துறையை ஒதுக்கி இருக்கின்றனர் என்பது தெரியும். அவளின் சமாளிப்பின்படி வாங்கிக் கொண்டான். அவள் குடும்பத்தை பற்றி ஒருபொழுதும் அவனிடம் சொன்னதில்லை. தளிர் லாட்ஜில் நெருக்கமாக இருந்த சோபனாவும் வீட்டுக்கு அழைத்துச் சென்ற சோபனாவும் வேறு வேறாகத் தெரிந்த ஒரே நபர்தான் என்பதை அவனால் கிரகித்துக்கொள்ள முடியவில்லை. முதல் முறை தவறினாலும் இரண்டு முறை வலுக்கட்டாயமாக அவள் அவனைக் கட்டாயப்படுத்தி தளிருக்கு உந்தித் தள்ளினாள். விசுவனுக்கு எல்லாம் அடங்கி ஓய்ந்துவிட்டது போலிருந்தது.

"சந்திரமதி பையனா?" கரகரத்த பெண்குரல் கேட்டு அவனுக்குள் திடுக்கிடல் எழுந்தது.

"உங்கம்மா பழக்கமில்லை... உங்க தாத்தா எங்கப்பாவைப் பார்க்க வந்திருக்கார்... எதுக்குன்னு தெரியலை?" மத்திய வயதில் இருந்த பெண்மணி கையிலிருந்த பாத்திரத்தில் புளியைக் கரைத்தபடி சொன்னாள்.

அவன் விடைபெற்று எழுந்தான். அவனை விட மூத்த வயதில் இருந்த ஆண் மீசையை நீவியபடி அவனைப் பார்த்து லேசாக புன்னகைத்து வீட்டுக்குள் நுழைந்தான். அவள் வீட்டுக்கு அழைத்தது இயல்பான முறையில்தான். அதைக் குறுக்குக் கற்பனையில் யோசித்து வந்திருக்கக் கூடாது என்று நினைத்தான். சுந்தரபுரத்து கைகாட்டியை மையமாக வைத்துப் பார்த்தால் காந்தி நகர் ஒன்றரை கிலோமீட்டர் வரும். தன் வீடு இருக்கும் புதுத்தெரு அரை கிலோமீட்டர் வரும். அப்பா கடை மூன்று கிலோமீட்டர் வரும். பேருந்து நிலையம் முன்னூறு மீட்டர், காவிரி ஆறு ஒன்றரை கிலோ மீட்டர், காவல் நிலையம் பேருந்து நிறுத்தம் ஒரு கிலோ மீட்டர் வரும். அவன் மனம் கணக்கிட்ட யோசனையாக கைகாட்டிக்கு வந்து சுதா சென்ற திசை நோக்கிச் சென்றது. இவ்வளவு நேரம் அவள் வந்த வேலை முடிந்து சென்றிருக்க மாட்டாளா? அவள் சென்றிருக்கலாம் என்று யூகித்த பாதைகளில் பாத்திரக்கடை ஜெராக்ஸ் கடை நகை அடகுக் கடைகள்தான் இருக்கின்றன. பேரூராட்சி வளைவில் நுழைந்தான். கடைவீதியில் சொற்பமாக இருந்த ஆள் நடமாட்டங்களிலும் சுதா தென்படவில்லை.

தணிகைநாதன் சீக்கிரமே கடையைச் சாத்திவிட்டு வந்திருந்தான். பாத யாத்திரை செல்லும் கலையரசியிடம் “விசுவனையும் அம்மாவையும் விட்டு விலகி தனியே செல்லக்கூடாது” என்று மீண்டும் மீண்டும் சொல்லிக் கொண்டிருந்தான். அவளும் ‘சரிப்பா சரிப்பா” என்று ஒவ்வொரு முறையும் சலிக்காது சொல்லிக் கொண்டிருந்தாள். மூன்று நாள் விரதம் என்று விசுவனும் கலையின் அன்பிற்காக ஆரஞ்சு நிற ஆடைகளை அணிந்திருந்தான்.

கிளம்பிய அன்று இரவு கல்யாண மண்டபத்தில் தங்கினர். நடந்த கால் பாதங்களை எல்லோரும் உட்கார்ந்து நீவி விட்டுக் கொண்டனர். காலையில் மிளகு பொங்கல் பரிமாறினர். சாப்பிட்டுவிட்டு எல்லோரும் மெல்ல நடையைத் தொடர்ந்தனர். அறுபது பேர்களுக்கு மேல் இருக்கும். அவர்களைப் போன்று வேறு ஊர்களிலிருந்து வேறு திசைகளிலிருந்து வந்தவர்கள்

அவர்கள் செல்லும் சாலையில் முன் பின் இணைந்தபடியே இருந்தனர். காலை வெயில் மெல்ல எழுந்துகொண்டிருந்தது. கால்கள் லேசாக புஸ்ஸென்று வீங்கியிருப்பதை சந்திரமதி உணர்ந்து தொட்டுப் பார்த்தாள். விசுவனுக்கும் அவள் கால் வீக்கம் கண்டு மனதில் பயம் தோன்றியது. 'எல்லாம் ஆதி பகவதி பாத்துப்பாள்' என்று உடன் வந்த பெண் சொன்னாள். அவள் கால் வீக்கம் சந்திரமதி வீக்கத்தைவிட அதிகமாகயிருந்தது.

விசுவனை உரசிய வெள்ளை நிற சால்வையின் சலனத்தால் திரும்பினான். முதியவர் அவனைப் பார்த்து சிரித்தார். 'நடைப்பயணமா?' என்றார். அவன் தலையசைத்தான். அவர் சால்வையை இன்னும் நெருக்கமாக கழுத்தில் சுற்றிக் கொண்டார். சாலையின் இரு பக்கங்களிலும் இருந்த புளிய மர நிழல்களால் வெயில் வீச்சிலிருந்து விடுபட்டிருந்தனர். ஒரு பெரியவரோடு அண்ணன் பேசிக்கொண்டுவருவதைக் கண்ட கலையரசி மெல்ல நெருங்கி 'தெரிஞ்சவரா ரொம்ப நேரமா பேசிட்டே வரேடா?' என்றாள். அவள் அவனிடம் கிசுகிசுப்பதைக் கண்ட பெரியவர், அவளைப் பார்த்து "வெள்ளிப் பிரபை உனை சூழ்ந்து ஒளி வீசுகிறது குழந்தே" என்றார்.

"நீங்க எந்த ஊர்?" என்றாள்.

"எங்க ஊர் வழியாத்தான் போயிண்டிருக்கே" என்றார்.

"என்னுடைய எழுத்தில் ஆன்மிகச் சாயல் இருக்கிறது வாஸ்தவம். தாய் தந்தையரைத் தவிர வேறு எவரையும் வணங்க வேண்டியதில்லை. இது என் தீர்மானமாக்கும்" என்று விசுவனிடம் தொடர்ந்தார்.

"தெய்வமே ஒரு பாவனைதானே. கல்லில் என்ன இருக்கிறது? தொன்றுதொட்டு காலம் காலமாக வழிவந்து அந்தக் கல்லினுள் குடிகொண்டிருக்கும் ஒரு பாவனையில் தானே வாழ்வே அடங்கியிருக்கிறது."

"ஈரப் புடவையோட பொம்மனாட்டிங்க அடிக்கடி வருவாங்களே ஏன் சார்?"

விசுவனை உற்றுப் பார்த்தார். கலையரசி சற்றுப் பின்தங்கி வந்துகொண்டிருந்தாள்.

“ஏண்டா இது அடிக்கடி வருகிறதேன்னு என் குரு திஜர-வும் கேட்கிறார். எல்லாரும் ‘அவனா? வக்கிரப் பார்வைன்னா! எதையும் வாசல் வழி பார்க்கமாட்டானே... ஜலதாரை வழியாகத்தான் பார்க்கத் தெரியும்?! அப்படின்றாங்க. காமத்தால் உடம்பில் ஏற்படும் அவஸ்தைகளை எல்லாம் எழுத்தில வடிச்சுடனும்னு மனசுல அதுவா ஓடறது. நான் ஒண்ணும் பண்ணமுடியாது.”

“உங்க இஷ்டப்படி எழுதறீங்க... யார் என்ன சொல்லமுடியும்?!”

“எதுவரை நா சொல்றது அலுக்காமல் போகிறதோ அதுவரை சொல்லிக்கிட்டேயிருப்பேன். அம்பாள்... அர்ச்சனை.... புஷ்பம். அர்ச்சிக்கும் சன்னிதானம் எல்லாம் அவள்தான். என் எழுத்தின் ரகஸ்யமும் இதுதான். வெளிச்சமும் இதுதான்.”

சாலையோரம் வரவேற்கும் ஊர்ப் பெயர்ப் பலகையைப் பார்த்து விட்டு வேகமாக நெருங்கிய கலையரசி “நீங்க லால்குடியா?” என்றாள் பெரியவரிடம்.

“ஆமாம்டி குழந்தே... ‘நான்’ லால்குடி சப்தரிஷீ ராமாமிருதம்”

★★★

10
மாவட்டக் கிளை நூலகம்

நுழைவாயிலில் இருந்த குறிப்பு நோட்டில் மெல்லிய கயிற்றால் கட்டப்பட்டுத் தொங்கவிடப்பட்டிருந்த பென்சிலால் கையெழுத்தைப் போட்டுவிட்டு கலையும் விசுவனும் நூலகத்தில் காலடி எடுத்து வைத்தனர். அவன் கையில் கிளிப் போட்ட அட்டையுடன் இருந்த வெள்ளைத்தாட்கள் படபடத்தன. ரெனால்ட்ஸ் பால்பாயிண்ட் பேனா சட்டைப்பையில் இருந்தது.

இப்பொழுதெல்லாம் அடிக்கடி நூலகத்திற்கு வர வாய்க்கவில்லை.

முதன் முதலில் நூலகத்திற்கு அரைக்கால் சட்டையில் தயங்கித் தயங்கி வந்தது நினைவில் ஓடியது. அப்போது நூலகம் சின்ன அறையில் வாடகைக் கட்டடத்தில் இயங்கியது. இருளும் வெளிச்சமும் கலந்து கிடக்கும். இரும்பு சாய்வு நாற்காலியில் சாய்ந்து உட்கார்ந்து வெளிவாசலில் இருந்து

வரும் வெளிச்சத்தைப் புத்தகத்தில் படும்படி குனிந்து சாய்வாகப் புத்தகத்தைப் பிடித்துக்கொண்டு படிப்பான். குமுதம், விகடன், கல்கி, குங்குமம், பெரும்பாலும் முன்கூட்டியே வந்து எடுத்து யாரோ ஒருவர் படித்துக்கொண்டிருப்பர். அதைப் படிக்க காத்திருக்க வேண்டும். மேசையில் பரப்பியிருக்கும் தின இதழ்களை மேய்வான். கோகுலத்தைக் கரைத்துக் குடிப்பான். சுவாரசியமே இல்லாத வேறு பல பத்திரிகைகள் இறைந்து கிடக்கும். பயனற்ற தினுசுதினுசான மாத வார இதழ்கள். கறுப்பு வெள்ளை வெளிர் வண்ணங்களில் சரியில்லாத பக்க வடிவமைப்பில் தரமற்ற தாளில் ஏனோதானோவென்று அவை இருந்தன. உள்ளிருக்கும் செய்திகள் கட்டுரைகள் எல்லாமே கடமைக்கு எழுதியிருப்பது படித்தாலே தலையில் அடித்துக்கொள்ளத் தோன்றும் வகையில் இருக்கும். அவற்றை ஒப்புக்குப் புரட்டிப் பார்ப்பான். அமர்ந்து படிக்கும் அறையிலிருந்து உள் அறையில் இருக்கும் இரும்பு ரேக்குகளில் அடுக்கப்பட்டிருக்கும் புத்தக வரிசைகளைப் பார்த்தான். படித்து முடித்த குமுதம் மேசையில் விழ ஓடிச்சென்று எடுத்து விரித்தான். புதிதாக வந்திருந்த இந்தியா டுடேயின் பளபள காகிதத்தில் வளைகுடா போர்ச் செய்திகளை அகன்ற வண்ணப் புகைப்படங்களோடு படித்தான். அதன் மொழி நடை சற்று அன்னியமாக இருப்பதை புருவ நெறித்தலுடன் உணர்ந்து மேசையில் விழுந்த விகடனுக்குத் தாவினான்.

“அட்டையைப் பிரிச்சு எடுத்தா எல்லாம் ஒரு கழுதைதான். ரெண்டு சிறுகதை ஒரு தொடர்கதை சில உதவாத கட்டுரைங்க சினிமா செய்திங்க... என்ன இருக்குன்றே?” நூலகர் நாற்காலியில் சாய்ந்து உட்கார்ந்துகொண்டு மேசையின் எதிர்ப்புறம் நின்றுகொண்டிருந்த இளைஞனிடம் பேசிக் கொண்டிருப்பதைக் கேட்டான். அந்த இளைஞன் சற்று முன்னர்தான் உள் அறையிலிருந்து இரண்டு புத்தகங்களை எடுத்து வெளியே வந்து அவர்முன் நின்றிருந்தான்.

“குளித்தலைப் பாலம் அந்தக் கதையில வரும் பாரு... இங்கத்திய ஆளு எவனோதான் எழுதியிருக்கான்” நூலகத்தின்

உதவியாளர் தனது குள்ளமான குண்டு உருவத்தை அசைத்தபடி சொன்னார். அது விகடனின் இணைப்புப் புத்தகம். பெரிய கதை போலிருக்கிறது. படிப்பவன் வந்து வைக்கவில்லை. அடுத்த நாள் அந்தப் புத்தகம் மேசையில் இல்லை. கேட்கக் கூச்சப்பட்டு அத்தோடு விட்டுவிட்டான். கடைசிவரை அதைப் படிக்காமலே போய்விட்டது. அவ்வப்போது பாவாடை சட்டையில் வரும் அவனைவிட வயது மூத்த ரசிகாவைப் பார்ப்பான். அவள் புத்தகங்களைப் படித்து ஏதாவது குறிப்பு எழுதிக்கொண்டிருப்பாள். என்னக்கா என்றான். பரீச்சைக்குப் படிக்கிறேன்டா என்றாள். என்ன பரீட்சை என்று இவனும் கேட்கவில்லை. அவளும் சொல்லவில்லை.

படித்துவிட்டு வெளியே வரும்போது தலைமுழுக்க ஜிவ்வென்று இழுத்து ஒரு வெற்றுத்தன்மை மனசில் பரவியிருக்கும். இனி படிக்க வரவேண்டாம் என்று முடிவெடுப்பான். ஆனால் அடுத்த நாள் லேசாக பஞ்சு மிதப்பதுபோல் மனம் இருக்கும், கால்கள் தன்னிச்சையாக நூலக வாசலைத் தேடும்.

படித்துவிட்டுக் கிளம்பிய போது நூலகர் அவனை விசாரித்தார்.

“அஞ்சு ரூபாதான்... உறுப்பினரா சேர்ந்துக்கோ... வீட்டுக்குப் புஸ்தகம் எடுத்துட்டுப் போயி நிதானமா படிக்கலாம்” என்று உள் அறை ரேக்குகளைச் சுட்டிக்காட்டினார்.

“அது என்னத்துக்கு... அங்கனப்போயி படிச்சுட்டுமட்டும் வாடா” என்றார். அப்போது அப்பா பீயாரெஸ் மளிகைக் கடையில் வேலைக்கு இருந்தார்.

அவர்கள் தெருவின் முனையில் இருந்த பெட்டிக்கடையில் கலையும் அவனும் நாலனா குலுக்கல் சீட் அட்டையைச் சுரண்டினர். ஐந்து ரூபாய் அவர்களைப் பார்த்துச் சிரித்தது. அவளையும் இழுத்துக்கொண்டு நூலகத்துக்குச் சென்றான்.

நூலகர் கலையும் படிக்கட்டும் என்று நினைத்தாரோ என்னவோ அவரே மெனக்கெட்டு எழுந்து அவன் படிக்க என்று புத்தகங்களை ஒவ்வொரு முறையும் எடுத்துத் தந்தார். ஜோதிர்லதாகிரிஜா அநுத்துமா லட்சுமி சிவசங்கரி இந்துமதி

வாஸந்தி. இதுபோன்ற குடும்ப நாவல் கதைப் புத்தகங்கள்தான் இருக்கும் போலிருக்கிறது என்று நினைத்து எடுத்துச் சென்று வரிகளை மேய்ந்தான். கலை ஒரு வரிகூட படித்ததில்லை. அந்தக் காசுக்கு நிறைய தீனி வாங்கித் தின்றிருக்கலாம் என்று அவனிடம் அடிக்கடி சண்டைதான் போட்டாள்.

மற்றவர்கள் எடுக்கும் புத்தகங்களைக் கவனிக்க ஆரம்பித்தான். ராண்டார்-கை மாயாவி பி.டிசாமி பஞ்சதந்திரக் கதைகள் கனவுப் பலன்கள் மச்சப் பலன்கள் நன்னூல் பட்டினத்தார் சித்தர்கள் ரஜினி வாழ்க்கை வரலாறு தமிழ்வாணன் துப்பறிகிறார் ஜோசியம் பார்ப்பது எப்படி? அவர்கள்தான் எத்தனை விதமாக வீட்டுக்குப் படிக்க எடுத்துச் செல்கிறார்கள். இவற்றை அவன் வாசிக்க அவர் ஒருபோதும் எடுத்து தந்ததில்லை. நூலகரையே தனது உதடுகளைக் கடித்தப்படி முறைத்துக்கொண்டிருந்தான். அவர் மிதிலா விலாஸை நோட்டில் பதிவு செய்து அவனிடம் கையொப்பம் வாங்க நோட்டைத் திருப்பினார்.

உதவியாளர் மட்டும் இருந்த ஒரு பொழுதில் அவர் அவனை ‘உள்ளே சென்று புத்தகத்தை எடுத்துக்கொள்’ என்று அனுப்பினார். திருக்குறளைப் பற்றி விதவிதமாக எழுதப்பட்ட பல புத்தகங்கள் ரேக்குகளில் சவசவ என்று நிறைந்திருந்தன. மர்மக்கதைகள் பிரிவு ரேக்குகளில் தமிழ்வாணன், சுஜாதா, பட்டுக்கோட்டை பிரபாகர், ராஜேஷ்குமார், ராஜேந்திரகுமார், சுபா, புஷ்பா தங்கதுரை என கைகளைக் கட்டிக்கொண்டு அவனுக்காகக் காத்திருந்தனர். பெரும்பாலும் சங்கர்லால் அவனுடனேயே இருந்தார். கோகுல்நாத் அதனால் மிகவும் சலித்துக்கொண்டார். சுசிலா கலர் கலரான ஆங்கில வாக்கியங்களில் அவனைச் சுண்டியிழுக்க முயற்சித்து, வசந்த் கணேசிடம் பிராது கொடுத்தாள். நரேந்திரன் விவேக்குடன் இணைந்து செல்வாவை பந்தாடினான். முருகேசன் நடக்கும் கூத்துக்களை பரத்திடம் கூறி கெக்கே பிக்கே என்று சிரித்துக் கொண்டிருந்தான். தேநீர் தேநீராக அருந்திக்கொண்டிருந்த துப்பறிவாளர் தமிழ்வாணனிடம் ரூபலா ‘இதையெல்லாம் தட்டிக் கேட்க மாட்டீரா?’ என்று இடுப்பில் கைவைத்து

முறைத்தபடி கேட்டாள்.

"இதெல்லாம் படிக்கிறீயா... கிரிமினல் வேஸ்ட்டுடா" என்றார் நூலகர்.

'அப்புறம் எதுக்கு வைச்சிருக்கீங்க' என்று கேட்க நினைத்து கேட்காமல் விட்டான். இனி இவர் இருக்கும்போது வரக்கூடாது என்று மனதில் சபதமிட்டு அவர் இல்லாத சமயங்களில் அவற்றின் சுவாரஸ்யங்களில் மூழ்கினான். அந்த உதவியாளர் வேறுபக்கம் மாற்றல் வாங்கிச் சென்றபின் வந்தவர் உயரமாக வழுக்கைத் தலையாக இருந்தார். சோளம்பட்டி சொந்த ஊர் என்றும் இளவரசனின் பால்ய சிநேகிதன் என்றும் அடிக்கடி படிக்க வருபவர்களிடம் அவர் சொல்லிக் கொண்டிருந்தார். திடீர் அதிர்ஷ்டம் சேவல் சின்னத்தில் அவனுக்கு வாய்த்துவிட்டது என்றார். நூலகத்திற்கு அடிக்கடி வரும் கல்லூரியில் படிக்கும் ரசிகாவின் அருகில் உட்கார்ந்து வெகுநேரம் பேசுவதே அவரின் முக்கியப் பணியாக இருந்தது. படிக்க வருகிறாளா பேச வருகிறாளா என்று இருக்கும். குறிப்புகள் எழுதுவதையும் தொடர்ந்தாள். அன்று நான்கு பேர் புத்தகத்தில் மூழ்கியிருக்க விசுவன் படித்த புத்தகத்தை மேசையில் போட்டுவிட்டு வேறு புத்தகத்தை எடுக்க எழுந்தான். நூலக உதவியாளர் பாவாடைச் சட்டையில் இருந்த ரசிகாவின் தொடையில் தனது கையை வைத்து தடவிக்கொண்டிருப்பது கண்டு திடுக்கிட்டு எழுந்த வேகத்தில் உட்கார்ந்து படித்த புத்தகத்தையே படிக்கும் பாவனையில் குனிந்தவாறே இருந்தான். தலை நிமிரவேயில்லை. அவள் எதுவும் சொல்லாது பேசாமல் உட்கார்ந்திருப்பது ஏன் என்று அவன் மனதை குடைந்தது. ரசிகா தண்ணீர் குடிக்க அவனைத் தாண்டி நகர்ந்தாள். அவளின் பாவாடை சரசரப்பு அவளை ஏறிட்டுப் பார்க்க வைத்தது. அலட்சியமும் வெட்கமும் அவள் முகத்தில் டாலடித்தது. மீண்டும் நூலக உதவியளரை உரசியபடி சென்று முன்னர் உட்கார்ந்திருந்த இடத்தில் அமர்ந்தாள். அவள் வருவதற்காக சற்றும் ஒதுங்காமல் உதவியளர் தனது வழுக்கையைத் தடவிக் கொண்டு பிடித்து வைத்த பிள்ளையாராக அமர்ந்திருந்தார். மீண்டும் அவர்களின் ரசாபாசம் அரங்கேற ஆரம்பித்தது.

தன்னைப்போல் மற்றவர்களும் கண்டும் காணாது புத்தகம் படிப்பதைப் போன்ற பாவனையில் இருப்பதாக விசுவன் நினைத்தான். கமுக்கமாக ஓரப் பார்வையில் ரசிப்பதான பாவனை. சாப்பிட்டுவிட்டு வீட்டிலிருந்து வந்த நூலகரைக் கண்டு இருவரும் அத்துவிட்டது போல் கணநேரத்தில் விலகினர்.

மர்மக்கதைகள் சலிப்புத்தட்ட சிறுவர் புத்தகங்களில் அடைக்கலம் புகுந்தான். வாண்டுமாமா வசீகரித்தார். அழ.வள்ளியப்பா அரவணைத்தார். பெ.தூரன், பூவண்ணன் புன்னகைத்தனர். வேல்சாமி புத்தகக்கடையில் சிவாண்ணன் க்ரைம் நாவல் ராஜேஷ்குமாரையும் சூப்பர் நாவல் சுபாவையும் ஊஞ்சல் பிகேபியையும் அறிமுகப்படுத்தினார். அவ்வப்போது மருதம் விருந்து பருவ மங்கையின் வெறும் எழுத்துகள் விசுவனின் உணர்வுகளைச் சில்லிட வைத்தது. படித்து முடித்துவிட்டுக் கிழித்து ஆற்றில் யாருமற்ற பொழுதில் அவற்றை மிதக்கவிட்டான். அப்படியே ஜூனியர் விகடன், தராசு, நக்கீரன், ஜூனியர் போஸ்ட் இந்தியாடுடே என அப்பாவின் பணம் மடை மாறியது. பத்தாவது முடித்து வந்த விடுமுறையில் புதிதாக முளைத்திருந்த தாமோதரன் பழைய புத்தகக்கடை அவனை வேறு ஒரு உலகத்துக்கு அழைத்துச் சென்றது. வேதபுரத்து வியாபாரிகளை அங்குதான் சந்தித்தான். மோகமுள்ளில் கிழித்துக்கொண்டான். கோபல்லபுரத்து மக்களிடம் இரும்புக்குதிரைகளைப் பற்றிப் பேசினான். சில நேரங்களில் சில மனிதர்கள் அவனை கபளீகரம் செய்து மனதில் சாமரம் வீசினார்கள். முன்கதைச் சுருக்கம் பாலகுமாரனும் கணையாழியின் கடைசிப்பக்கங்களும் அவன் பாதையைத் திசை திருப்பிவிட்டன. நூலகத்திற்குச் செல்வது பிளஸ் ஒன் படிக்கப் போன காலத்தில்தான் குறைந்து போனது. நினைத்துக் கொண்டால் வருவான். சில சமயம் தங்கையோடு. பல சமயங்களில் தனியாக.

கலை என்ன படிக்கிறாள் என்று எழுந்து அவள் அமர்ந்திருந்த இடத்திற்குச் சென்றான். அவள் சிறுவர்மலர் கோகுலம் அம்புலிமாமா மூன்றையும் தன் அருகில் வைத்துக்கொண்டு அவனைப்பார்த்து கண்ணைச் சிமிட்டினாள். ‘யாராவது எடுத்துட்டா என்ன செய்றது?’ என்றாள் மெல்லமாக.

அவளை விசித்திரமாகப் பார்த்தபடி மேசையில் பார்வையைத் திருப்பினான். புத்தகங்களும் நாளிதழ்களும் திக்குக்கு ஒன்றாகச் சிதறலாக இருந்தன. அருகில் இருந்த தினசரி செய்தித் தாளில் ‘கலெக்டர் சந்திரலேகா மீது ஆசிட் வீச்சு’ அடர்த்தியான பட்டை எழுத்துகள் அவன் பார்வையில் பட்டு நடுங்க வைத்தது. கலையரசியின் அருகில் ‘பொது அறிவு’ புத்தகங்களைப் புரட்டும் கண்ணாடி அணிந்த பெண்ணைப் பார்த்தான். அவன் வயதுதான் இருக்கும். தேர்வெழுதி வெற்றி பெற்று எத்தனை ஆசிட் வீச்சுகளுக்குப் பின் அவள் வாழ்வு அரசுப் பணியில் தொடர்வதும் முடிவுறுவதும் நடக்கும்?. அரசுப்பணித் தேர்வுக்கு படிக்க முயல்பவர்களின் முகங்களை நின்றபடியே கண்களைச் சுழற்றிப் பார்த்தான். இலக்கியத்தின் வாசனை அற்ற வறட்சி முகங்கள். நாளை அரசியல் அதிகாரத்தின் முன் கைகட்டி சேவகம் செய்யத் தயாராக வேண்டும். யாரோ இருமும் சப்தம் நூலகத்தின் அமைதியைக் கிழித்தது. மெல்ல நகர்ந்து அடுத்த டேபிளில் இருந்த வேறொரு செய்தித் தாளின் செய்திகளை மேலோட்டமாக மேய்ந்தான். ஆடம்பர ஆதிக்கம். அரையாடை ஏக்கம். அந்த டேபிளில் வார இதழின் உள் பக்க வண்ணப் புகைப்படத்தில் இருந்த மோகம் ததும்பும் நடிகர் நடிகையின் புகைப்படத்தை இளம் பெண்ணொருத்தி ஏக்கப் பெருமூச்சோடு பார்ப்பது விசுவனின் பார்வையில் பட்டுத் தெறித்தது. நடிகன் நடிகையின் கீழுதடைப் பிடித்து தனது பற்களால் இழுத்துக்கொண்டிருந்தான்.

“விசுவா... இதைப் பாத்தியா?” என்ற சோபனா ஆங்கில மாத இதழின் அட்டைப் படத்தைக் காட்டினாள்.

அன்று நூலக உதவியாளர் வரவில்லை. நூலகர் சற்று வெளியே சென்று வருவதாகவும் வரும்வரை கவனித்துக்கொள்ளவும் என்று எங்கோ கிளம்பினார். சோபனாவும் அவனும் மட்டும்தான் இருந்தனர். விசாலமான நூலக அறை இருவர் மனதிலும் சுகந்தத்தைப் பரப்பியது. நுழைவாயிலைக் கண் பார்வையில் வைத்து நெருக்கமாக சோபனாவின் மடியில் அமர்ந்தான். அவள் அவன் இடுப்பைச் சுற்றிப் பிடித்துக்கொண்டு ஆங்கில இதழை எவ்வி எடுத்தாள். மார்பகங்களின் மெத்தென்ற உணர்வு

அவன் கட்டுப்பாட்டைத் தளர வைத்தது. அவள் உதடுகளைக் கவ்வினான். பபுள்காம் வாசம் அடித்தது. அவனிடமிருந்து விடுபட்டு ஆங்கில இதழின் அட்டைப்படக் கட்டுரையை சுட்டிக் காட்டினாள். வாய் புணர்ச்சியில் இந்தியர்களின் பங்கு பற்றிய ஆய்வுக்கட்டுரை கவர்ச்சியான பெண்ணுருக் கொண்டு கவர் ஸ்டோரியாக பளபளத்தது. வயதான ஒருவர் புத்தக மாற்றலுக்கு நூலகத்தின் வாசலில் மெதுவாக ஏறுவதைக் கண்டு மின்னலென விலகினர். வந்தவர் நூலகர் வரும்வரை அமர்ந்து ஆன்மிக மாத இதழைப் புரட்டினார். சோபனா உதடுகளைப் பிதுக்கினாள். இருவர் உதடுகளிலும் வியர்வை பூத்திருந்தது.

“ரொமான்ஸ் பண்ண இளசுங்களுக்கு என்ன இடம் இருக்குன்றே?” மெல்ல கிசுகிசுத்தாள்.

“பூங்கா, சினிமா தியேட்டர், இந்த மாதிரி நந்திங்க வராம இருந்தா லைப்ரரி... அப்புறம் ஆத்துப் படுகை, கோயில்...”

“டேய் கோயிலா... ஆனாலும் கொழுப்புடா” என்றாள்.

“தேக்கடி போலாம்ன்னு சொல்லி ஏமாத்திட்டே?” பேச்சைத் திசை திருப்பினான்.

“என்ன சளசளன்னு பேசிக்கிட்டு.... படிக்கிற இடத்துல அமைதியா இருக்க வேணாமா?” பெரியவர் லேசாக அதட்டினார்.

நூலகர் புத்தகப் பண்டலோடு வந்தார். புதுப் புத்தகங்களின் வாசனை விசுவனை வசீகரித்தது. ஆனால் ஏதோ அரசியல்வாதியின் அடிவருடிகள் எழுதின ஜால்ரா புத்தகக் குவியல்கள் அவை.

“நீ ரொம்பப் படிக்கிறேடா? அதுக்கப்புறம் ஏதும் எழுதலியா நீ? பக்திப்பழமா வேற மாறிட்டே...”

அவன் ஏதும் பேசவில்லை. அவள் கண்களையே பார்த்துக் கொண்டிருந்தான்.

“என்ன அடுத்த கவிதைக்கு யோசிக்கிறீயா? நீயேன் எழுதறதுக்கு

லைப்ரரியைப் பயன்படுத்தக்கூடாது?” என்று சொல்லி அவன் தோள்பட்டையை அழுத்தமாகப் பற்றினாள்.

“சார் நகருறீங்களா” பெண்குரல் நிகழ் காலத்துக்கு இழுத்து வந்தது. இன்று சோபனா வருவாள் என்று எதிர்பார்த்தான். யதேச்சையாக கலையரசியிடம் அவளை அறிமுகப்படுத்திவிட எண்ணினான். ஏனோ இதுவரை வரவில்லை.

அவன் எழுதி வைத்திருந்த தாள்களை ஒருவர் புரட்டிப் பார்ப்பதைக் கண்டு விலகி அங்கே சென்றான். புரட்டி மேலோட்டமாகப் பார்த்தவர் “நல்லாருக்குப்பா கீப் இட் அப்’ என்று சொல்லி நகர்ந்தார். இன்று எழுதியவைகளை மீண்டும் படித்துப் பார்த்தான். நன்றாகத்தான் இருந்தது. இந்த லீவில் இருபது கதைகள் எழுதி அனுப்பத் திட்டமிட்டிருந்தான். கணையாழியின் பிரசுரம் சோபனா வழி அவனை உந்தித் தள்ளிக்கொண்டிருந்தது. மனம் நிலையற்றுத் தவித்தது. நூலகம் சாத்தும் தறுவாயில் ‘விதிர்த்து அலையும் சொற்கள் கனன்று புலம்பும்...’ என்கிற வரிகளைத் தொடங்கினான். நூலகம் சாத்தும் மணியொலி அலறியது. நூலகர் வெறுமனே சாத்திவிட்டுக் கண்ணயர்வதும் சாப்பிடுவதும் அந்த நேரத்தில் நடக்கும். பிறகு மாலை நான்கு மணிக்குத் திறப்பார். எல்லோரும் கிளம்பினர். கலையும் அவனிடம் சைகை காட்டிவிட்டு இயல்பாகக் கிளம்பி விருட்டென்று சென்றுவிட்டாள். எழுதிய தாள்களை ஒழுங்குபடுத்தி அட்டையை மேசையின் ஓரத்தில் வைத்தான். அதன்மேல் தினசரி ஒன்றை வைத்து மூடினான். கிளம்ப நாற்காலியைப் பின்தள்ளி எழுந்தான்.

“காபோ அவன் கிளம்புகிறான்... பாருங்கள். அவனை இருக்கச் சொல்லுங்கள்...”

விசுவன் திரும்பிப் பார்த்தான்.

“புதிய உலகை நிர்மாணித்த புயேந்தியா அழைக்கிறேன். உள்ளே வா!”

“ஹோசே அர்க்காதியோ புயேந்தியா என்று தெளிவாகச் சொல்” தடிமமான சுருட்டைப் புகைத்தவாறு மற்றொருவர் அமர்ந்திருந்த நாற்காலியிலிருந்து எழுந்தார்.

“கொலம்பியாவிலிருந்து மெக்சிகோவிற்கு அனுப்ப நாவலின் எடையைக் குறைப்பதற்காக அத்தியாயங்களை நீக்கிவிடமாட்டீரே?”

“கவலைப்படாதே, என் மனைவி மெர்சிடைஸ் பார்ச்சா தட்டுமுட்டுச் சாமான்களை அடகு வைத்தாவது தபால் தலைகளை வாங்கி ஒட்டி, பதிப்பகத்துக்கு முழுமையாக அனுப்பிவிடுவாள்” என்றார் காபோ.

“மனைவி சொல்லே மந்திரம்” புயேந்தியா சிரித்தான்.

ஒரு நகரத்தின் நூற்றாண்டுத் தனிமை, ஒரு மக்கள் கூட்டத்தின் தனிமையான நூறாண்டுகளாக காலத்தில் கரைந்தது.

சுருட்டுப் புகை சுருள்சுருளாக காற்றில் படர வெளிக் கதவை நோக்கிச் சென்றார்.

“அவர் காபோ... காப்ரியேல் கார்சியா மார்க்கேஸ். நினைவிருக்கிறதா?”

கல்குதிரை பறந்த வேகத்தில் அதன் மேல் அமர்ந்திருந்த புது எழுத்துகள் புயேந்தியாவின் சொற்களாகச் சிதறி விழுந்து உருண்டோடி வந்தன. தன் கால்களின் மீது ஓடி வந்து மோதியவற்றை விசுவன் அணைவாகப் பிடித்தான். அவற்றில் இருந்து ஒரு நூற்றாண்டுத் தனிமையின் தொல்கதைகள் சடங்குகள் கோழிச் சண்டையில் சந்தைக் காட்சிகளாக உள்ளங்கைகளுக்குள் விரிந்தன. உறக்கமின்மைகளின் இருப்புக்கும் அழிவுக்கும் மகோந்தா நகரம் பனிக்கட்டியைப் போல் காலத்தின் வெம்மையில் கரைந்துகொண்டிருந்தது. வெம்மை தாளாமல் காபோ வெளிவாசலின் மர நிழலுக்கு வந்தார். அவரின் பின்னே விசுவன், உள்ளே எழாமல் அமர்ந்திருந்த புயோந்தியாவைத் திரும்பித் திரும்பிப் பார்த்தபடி முன்செல்பவரைப் பின்தொடர்ந்தான்.

★★★

11

சுற்றுலா மையங்கள்

இரண்டாம் வருட படிப்பில் விசுவனுக்கு பாலிடெக்னிக் நிர்வாகம் கட்டிடவியல் துறையை ஒதுக்கி இருந்தது. பலருக்கு தங்களுக்கு ஒதுக்கிய துறைகள் பிடிக்காமல் பிரின்ஸ்பால் அறையை முற்றுகையிட்டு கத்திக்கொண்டிருந்தனர். மெக்கானிகல் டிபார்ட்மெண்ட்தான் உசத்தி என்பது எல்லோருடைய மனதிலும் இருந்தது. விசுவனுக்கு எதுவும் தோன்றவில்லை. பார்ப்பவர்களிடம் எல்லாம் உற்சாகமாக கையசைத்துக் கொண்டிருந்தான். சோபனா தேடிவந்து எலக்ட்ரானிக்ஸ் வேண்டும் என்று மாற்றித்தரக் கேள் என்றாள். அவன் அவள் சொல்லைக் கண்டுகொள்ளவில்லை. மெக்கானிகல் வேண்டாம் என்று நான்கு பேர் சிவில் டிபார்ட்மெண்ட்க்கு மாறி வந்து உய்யலாலா பாடிக் கத்தி அலப்பறை பண்ணிக்கொண்டிருந்தனர்.

“ரேகாவுக்காக டிபார்ட்மெண்ட்டையே மாத்திட்டியேடா கதிரவா?”

“மையும் கையுமா உன்னைப் பார்ப்பேன் அப்போ பேசிக்கலாம் நண்பா...”

“மெக்கானிக் மையும் கையுமா இருந்தா கேவலமா என்ன?”

“சிவில் என்ன ரேகாவுக்கு எழுதி வைச்சிருக்கா நண்பா... எனக்கு பில்டிங்லைன் பிடிச்சிருக்கு வந்துட்டேன்...”

“அப்ப ரேகாவைப் பிடிக்கலையா?”

கதிரவனின் சட்டைக் காலரைப் பிடிக்காத குறையாக ரேகா அவனிடம் வாக்குவாதம் பண்ணிக்கொண்டிருந்தாள். எல்லோரும் அவள் அவனுக்குப் பல காதல் கடிதங்கள் கொடுத்திருப்பதை அவள் வாய் வார்த்தையில் கோபத்துடன் வெளிப்படுவதைக் கண்டு வேடிக்கை பார்த்தனர். முதல் நாளே ஒரு காதலுடன் சுவாரசியமாக நகர்வதை வகுப்பே உள்ளுக்குள் ரசித்துக்கொண்டிருந்தது.

“டேய் ரேகாவை லவ் பண்றியா இல்லையா? அவ இப்படிக் கத்திட்டுப் போறா?”

“நண்பா நாம லைன் விடறது இங்கேயில்லை?” என்றவன் கரங்களை வெளியே நீட்டினான்.

“யேய் ரேகா... அவன் மெட்ரிகுலேசன் பொண்ணை ரூட் வுடறானாம்டி...”

“கல்யாணம் பண்ணிக்கிட்டா வீட்டு வேலைக்கு ஆள் வேணும்ல” என்றாள் படக்கென்று.

“வீட்டு வேலை செய்யத்தான் அவ மெட்ரிகுலேசன்ல படிச்சிக்கிட்டு இருக்காளாடி?” என்றான் கதிரவன்.

அவர்கள் காதலிக்கிறார்களா இல்லையா என்று பட்டிமன்றம் பின் டெஸ்கில் நடந்தது. முபாரக் அலிகான் டெஸ்கில் கைவிரல்களால் தாளமிட்டு “ஆலோலம் பாடி.... அசைந்தாடும் காற்றே... அதைக் கேட்டுத் தூங்கும் ஆவாரம் பூவே... தனியானால்

என்ன துணை இங்கே நான் பாடும் பாட்டுண்டு...” பாட சந்திரசேகரும் அவனுடன் இணைந்தான். “சோகம் எனும் சுமையே இல்லை... சுகங்கள் கூட சுகமேயில்லை... ஆதரவைத் தந்தால் கூட.... அதையும் இங்கே அறிந்தாரில்லை... வந்ததுண்டு போனதுண்டு...” டியுட்டர் வருவதைக்கண்டு சந்திரசேகரை முபாரக் ‘உஷ்’ஷென்று அடக்கினான்.

ரேகா கீதா மகேஸ்வரி பத்மபிரியா திவ்யா என ஐந்து பெண்களும் நாற்பத்தியெட்டு ஆண்களுமான வகுப்பறையைக் கண்டு ஹெச்ஓடி வகுப்பில் நுழைந்து வாய்கொள்ளாத புன்னகையுடன் “இந்த வருசம்தான்யா இவ்வளவு பேர் சிவில்ல சேர்ந்திருக்கிறீங்க?!” என்றார்.

“கீதா எதனால சிவிலுக்கு வந்தே?”

“அதை குருசாமிகிட்டதான் கேக்கணும்” சந்திரசேகர் மெல்லமாகக் கத்தினான்.

“மவனே வெளியே வா” என்று குருசாமி திரும்பி எச்சரித்தான். ஆனால் குருசாமி மனசுக்குள் புன்னகை வழிந்ததை விசுவன் கண்டான்.

கீதா எலக்ட்ரானிக்ஸ் டிபார்ட்மெண்ட்டை வேண்டாம் என்று சிவிலுக்கு வந்தாள்.

“நான் பிடபுள்யுடீ’ல இன்ஜினியராவணும் சார்” என்றாள்.

இன்ஜினியரிங் மெக்கானிக்ஸ் சப்ஜெக்டை எடுத்த இருசன் சார் “நாங்கள் பிஇ படிக்கும்போது அந்த ஜீப்ல போவோம்னுதான் கனவுல படிச்சோம். ஆனா நடக்கலை” என்றார். கீதாவுக்கு கண்களில் முணுக்கென்று நீர் திரையிட்டது. ‘டிப்ளமோ படிக்கிற உனக்கு இம்புட்டு ஆசையாடி’ என்று திவ்யா வேறு வாரினாள்.

திவ்யா விசுவனிடம் அவ்வப்போது சந்தேகம் என்கிற பேரில் அவனிடம் கேள்விகளோடு வருவாள். “...ஆங்... நடக்கட்டும்... நடக்கட்டும்...” என்றான் கதிரவன். திவ்யாவிற்குதான் வெட்கம் பிடுங்கித் தின்கும். விசுவனுக்கு சுதாதான் அடிமனதில் எழுந்து வந்தாள். கடைக்கு அப்பாவுக்கு உதவி செய்துவிட்டு

அன்று கைகாட்டிக்கு வந்தபோது சுதா தளர்ந்த நடையில் நகை அடகு கடைகள் இருக்கும் வீதிக்குள் நுழைவதைப் பார்த்தான். அவளை மிக நெருக்கத்தில் சந்திப்பதற்குள் இருசக்கர பெரிய வண்டி உறுமலுடன் அவனை உரசிச் சென்றது. அதில் சென்றவன் ஆரஞ்சு வண்ண வேட்டியில் இருந்தான். சுதா இருந்த அடகுக்கடை வாசலில் வண்டியை நிறுத்தியவன் இறங்கிய வேகத்தில் சுதாவின் தலைமுடியைப் பற்றினான். அவன் கோபாவேசத்துக்கு ஈடு கொடுக்க முடியாமல் அவள் வலியில் தலைகுனிந்து கத்தினாள். மாராப்பிலிருந்து தாலிக்கொடி தொங்கியது 'திருமணம் ஆகிவிட்டதா? படிக்கவில்லையா?' விசுவனின் மனதில் அதிர்ச்சியும் கேள்விகளும் மென்னியைப் பிடித்துத் திருகின. அவர்களைத் தடுத்து விலக்க சுற்றியிருந்தவர்கள் ஓடிவந்தனர். அன்று முழுக்க பித்துப் பிடித்ததுபோல் இருந்தான். அவள் அவனைப் பார்த்திருப்பாளா? கருகிய ஒருதலைப் பித்தை சோபனாவின் அருகாமை ஆற்றுப்படுத்தும் என்று மனதைத் தேற்றினான். சுதாவின் இடத்தில் திவ்யா விழுந்து கொண்டிருக்கிறாளா? சோபனாவுக்குத் தெரிந்தால் என்னவாகும். அரசல் புரசலாகத் தெரிந்த தான் சம்பந்தப்பட்ட சோபனா சங்கதி திவ்யாவுக்குத் தெரியுமா? தெரியாதா?

வகுப்பு ஆரம்பித்து ஒருமாதம்கூட ஆகியிருக்காது. தங்களுடன் வகுப்பில் படித்த செந்தில்நாதனின் மூத்த சகோதரி வனத்துறை அதிகாரிகளால் சிதைக்கப்பட்ட செய்தி வந்து சேர்ந்தது. அவனுடன் பாலுவும் சாலமனும் சேலம் வரை சென்று தருமபுரி அரூருக்கு பஸ் ஏற்றிவிட்டு வந்தனர். வாச்சாத்தி காட்டுப் பகுதியில் வாழ்க்கையை ஓட்டும் செந்தில்நாதன் குடும்பத்தைப் பற்றி அப்போதுதான் எல்லோருக்கும் தெரிந்தது. அரசின் காவல்துறை வனத்துறை வருவாய்த்துறை என ஒட்டுமொத்த அதிகார வர்க்கமும் மாயாவி வீரப்பனின் சந்தனக் கடத்தலைத் தடுக்க அப்பாவி மலைவாழ் மக்களை ஊர் புகுந்து சிதைத்திருப்பதை செந்தில்நாதன் பத்து நாட்களுக்குப் பின் வந்தபோது கதை கதையாகச் சொல்ல ஆரம்பித்தான். "பொம்பளைகளைக் கடிச்சிக் குதறுன நாய்ங்கடா அவனுங்க"

என்றான். அவ்வளவு கொடுமைகளில் சிறு துளிகூடச் செய்தித் தாள்களில் வரவில்லை. அரசியல் புலனாய்வு இதழ்களில் வந்த வாச்சாத்தி செய்திக் கட்டுரைகளை விசுவன் செந்திலிடம் காட்டினான். ‘வாழ்வாதாரத்தை இழந்து போராடுணும்டா உண்மை ஜெயிக்கணும்னா?!’ என்றான் விரக்தியுடன்.

வாரா வாரம் யூனிட் டெஸ்ட் தொடங்கியது. வீட்டிற்கு மதிப்பெண் கார்டு செல்லும் என்றும் உங்கள் லட்சணம் வீட்டிற்குத் தெரிய வேண்டாமா என்றார் இருசன். சிவில்தான் படிக்கிறோமே என்று அவர் எடுக்கும் மெக்கானிக்ஸ் சப்ஜெக்டை அலட்சியபடுத்திப் படிப்பதைக் கண்டு எரிச்சலானார். “பில்டிங் பாலம் கட்றதுல மெக்கானிகல் நாலெட்ஜ் இல்லாம ஒரு மயித்தையும் புடுங்க முடியாது” என்று சத்தமிட்டார். வகுப்பே அமைதியாக இருந்தது. எதையும் கண்டுகொள்ளாமல் பெண்கள் டெஸ்கிற்குப் பின்னால் அமர்ந்திருந்த ஹரிஹரன் இரட்டைச் சடையுடன் இருந்த ரேகா திவ்யாவின் சடைகளை சிறு நூலால் அலுங்காமல் ஒன்றோடு ஒன்றைச் சேர்த்துக் கட்டிக் கொண்டிருந்தான். பின்னால் இவன் ஏதோ வில்லங்கம் பண்ணிக் கொண்டிருக்கிறான் என்று இருவருக்கும் தெரிந்தாலும் திரும்பினால் இருசன் சார் இருக்கிற கோபத்தில் தாங்கள் சின்னாபின்னப்பட்டுப் போவோம் என்று இருவரும் நெளிந்து கொண்டிருந்தனர்.

அந்த வாரம் வீட்டுக்குப் போக காட்டுப்புத்தூர் வழியில் செல்லலாம் என்று சோபனா சொன்னாள். இருவரும் நெருக்கமாக உட்கார்ந்திருந்தனர். அவள் ரொம்ப அமைதியாக இருந்தாள். ‘என்னாச்சு’ என்றான் விசுவன்.

‘ப்ச்ச்’ என்று உதடுகளைப் பிதுக்கினாள். அவன் தோள்மீது சாய்ந்துகொண்டாள். சிறிது நேரங்கழித்து புத்தகப் பையின் ஜிப்பைத் திறந்து அந்தக் கடிதத்தை எடுத்து அவனிடம் நீட்டினாள். நான்காக மடிக்கப்பட்ட கடிதத்தைப் பிரித்தான். சிவப்பு எழுத்துகள் தீற்றலாய் இருந்தன. பிறகுதான் புரிந்தது. ரத்தத்தால் எழுதப்பட்ட வரிகள். அதிர்ச்சியுடன் அவளைப் பார்த்தான். மெக்கானிக்கில் பைனல் இயர் ரெங்கநாதன். அந்த

காதல் வரிக் கடிதத்தை அவளிடம் திருப்பித் தந்தான். சுந்தரபுரம் வரும் வரை அவள் விசுவன் மேல் சாய்ந்து படுத்தபடிதான் வந்தாள். கைகளைக் குறுக்காகக் கட்டியிருந்தாள். அவன் இதயம் துடிக்கும் பகுதியில் அவளின் வலது மார்பகம் அழுத்தமாக அழுந்தியிருந்தது. எதையோ இழந்தது போன்ற உணர்வு அவனைப் பிடித்து ஆட்டியது. இது நடக்காத காதல் என்று சில வாரங்களாக மனதில் அரித்துக்கொண்டிருந்தது. காதல்தானா? காமத்தின் வாசனை நுகர்ந்த பொழுதுகள் அர்த்தமற்றவைகளாக இப்போது மனம் எண்ணுகிறது. அவனுக்குள் சுதா காற்றாய் மறைந்திருந்தாலும் தாலிச்சரடுடன் கலங்கலாய் படபடக்கிறாள். திவ்யாவின் சிரிப்பு மனதின் சிறு விரிசலில் நுழைந்துகொண்டிருப்பதாகச் சில நாட்களாக அவனுக்குள் குடைந்துகொண்டிருக்கிறது. ரெங்கநாதனின் கடிதத்தை பத்திரமாக வைத்திருக்கிறாள் என்றால் அவள் மனதில் என்ன இருக்கிறது. காமத்தின் வாயிலைப் புரட்டிப் பார்த்து விட்டதால் விசுவன் சுவாரசியமற்றவனாக ஆகிவிட்டானா? சோபனாவை சூழல் அமையும் வரை பயன்படுத்துவோம் என்று தான் மட்டும் நினைக்கவில்லையா என்ன?

விசுவனுக்கு முதல் செமஸ்டர், சோபனாவுக்கு மூன்றாவது செமஸ்டர். தேர்வுகள் நெருங்கிக்கொண்டி ருந்தன.

தங்கிய அறையில் சந்திரசேகர் கடுகைத் தாளித்துக் கொண்டிருந்தான். ரெங்கராஜைக் காணவில்லை. அவன் மெக்கானிகல் எடுத்திருந்தான். லாரி பட்டறையில் என்ன செய்கிறார்கள் என்று பார்க்க அடிக்கடி அங்கு சென்றுவிடுவான். கூரையால் ஆன அறையின் மண் சுவருக்கு அடுத்து ஓட்டினால் ஆன அறையை வீட்டு ஓனர் வாடகைக்கு விடப்போவதாக சாமிநாதன் வந்து சொன்னான். படிப்பு முடிந்து சென்றுவிட்ட பாஸ்கர் வீரையன் தங்கியிருந்த அறையை வீட்டு ஓனர் செப்பனிட்டுப் பூசிக்கொண்டிருந்தார்.

“நீ சைடு வருமானம் பாக்குறே சாமி... புரோக்கர் கமிசன் எவ்வளவு?” என்றான் சந்திரசேகர். சாம்பாரைக் கரண்டியில் சிறிதாக மோண்டு உள்ளங்கையில் ஊற்றி ஊதிவிட்டு நாவால்

சுழற்றி உறிஞ்சினான் சாமிநாதன்.

“யோவ் நல்லா வச்சிருக்கீய்யா இன்னைக்கு?”

“மேச்சேரி பர்ஸ்ட் இயர் பசங்க ரூமுக்கு அலைஞ்சு கிட்டிருந்தாங்கைய்யா...”

“அந்த ஊரு பசங்களுக்கு உங்க பக்கத்து ரூமை பேசியாச்சு... அடுத்த வாரம் வந்துடுவானுங்க” என்றான் சாமிநாதன். மேச்சேரி சாமிநாதன் மேலூர் சிவப்ரகாஷ் சேலம் செந்தில்குமார் என பக்கத்து அறைக்கு வந்தனர்.

கடைசியில் அந்த ஓட்டுள்ள வீட்டுக்கு சுபத்ராவும் வளர்மணியும் வந்தார்கள். அவர்கள் முன்னர் இருந்த அறையின் வீட்டு ஓனர் நிறைய கட்டுப்பாடுகள் விதித்து இம்சிக்கிறார் என்று சாமிநாதனிடம் கூறி அங்கு வந்தனர்.

வந்த சில நாட்களில் கூரைச் சுவரின் மேல் விளிம்பில் இருந்த நீளமான இடைவெளியில் எவ்வி நின்று சந்திரசேகர் எட்டிப் பார்த்தான். “யப்பா... ஆள்தான் ஒல்லி... காய்லாம் பெரிசு பெரிசா இருக்கு” என்றான். முதலில் அவன் என்ன சொல்கிறான் என்று விசுவனுக்குப் புரியவில்லை. புரிந்தபோது “சாமியோட அத்தைப் பொண்ணுய்யா” என்றான். “அதுக்கு?!” என்று கேட்டவன் வாய்விட்டு சிரித்தான். ஏன் ஆண்களுக்கு பெண்களின் மார்பகம் போதையாக இருக்கிறது. பெண்களுக்கு அவ்விதமான போதை ஆண்களிடம் இருந்து எப்படி எதன் மூலம் கிடைக்கும். கேள்வியை தளிர் விடுதியின் சாத்தப்பட்ட அறையில் சோபனாவின் முன் கேட்டான். அவள் சிரித்தாள். அவள் பாவாடை ஜாக்கெட்டுடன் இருந்தாள். புடவையை மடித்து வைத்தாள். இடுப்பில் கைவைத்து அவனைப் பார்த்தாள். வெளியே வாகனங்கள் செல்லும் ஓசை மெலிதாக சாத்தப்பட்ட அறைக்குள் அவ்வப்போது நுழைந்து கொண்டிருந்தது. அவன் பேண்ட்டோடு இருந்தான். அவனை மடியில் கிடத்தி அவன் நெஞ்சில் அடர்ந்திருந்த முடியை கைவிரல்களால் அலைந்து நிரடினாள். அவனுக்குள் சிலிர்த்தது. அவள் சட்டென்று

அவனை விலக்கி விட்டு எழுந்தாள். பெட்டிக்கோட் பிளவ்ஸை அவிழ்த்து வெறும் புடவையை மட்டும் கட்டி இழுத்திப் போர்த்திக் கொண்டாள். மதர்த்த மார்பகங்கள் நிமிர்த்திய நிலையில் புடவைக்குள் மறைந்திருந்தது. அவனுக்கு அவள் செய்கை வியப்புகளை அள்ளித் தெளித்தது. அவனை தன் மடியில் சாய்த்து பேண்ட் பெல்ட்டை உருவினாள்.

ரவீந்திரநாத் தாகூரின் சகோதரர் சத்யேந்திரநாத் தாகூரின் மனைவி ஞானதாநந்தினிதேவியைத் தெரியுமா என்றாள். அவள் கவிதை குறித்துப் பேச்செடுப்பதாக எண்ணி அவளின் முகத்தை ஆர்வத்துடன் ஏறிட்டான். “அவள்தான் புடவையுடன் ரவிக்கை ஜாக்கெட்டுகள் கெமிஸ்களை அணிந்து பிரபலப்படுத்தினாள். வெப்பமான இந்திய காலநிலைக்கு ரவிக்கை இல்லாமல் புடைவையைக் கட்டுவதுதான் இயல்பா இருந்துச்சு. ஆனா இப்ப உங்களுக்கு அது போதையா இருக்கு” என்று அவனைத் தன் நெஞ்சோடு அணைத்தாள். “பெண்களின் மார்பகங்களை மறைக்கச் சொல்லும் வரை, தங்கள் மார்பகங்களை வெளிக்காட்டுவது சரியா தவறா என்று எந்த பொண்ணும் யோசிக்கவில்லை. அது இயல்பாக இருந்தது. மேல்தட்டு நாகரிகம் என்று பிளவ்ஸ் அணிவதை நம் பெண்களுக்கு என்னைக்கு ஆங்கிலேய மரபு சொல்லித் தந்துச்சோ அன்னைக்கே மார்பகங்கள் போதையா மாறிடுச்சு.” அவள் கரங்கள் அவன் இடுப்பில் கிச்சுகிச்சு மூட்டிக்கொண்டிருந்தன. அவன் நெளிந்தான். அவளின் புடவையை மெல்ல தளர்த்தினான்.

“ஒரு காலத்தில் சில சாதியில மேலாடையையே போடக்கூடாதாம்” என்றான் பதிலுக்கு. அவன் கண்கள் அவளின் மார்பகங்களில் நிலைகுத்தியிருந்தன.

சிறிது நேரங்கழித்து சிரித்தான். “எதுக்குடா சிரித்தே” என்று தலையணையால் அவனை மொத்தினாள். “இல்லை நீங்கள்லாம் அப்படி வந்தீங்கன்னா எப்படியிருக்கும்னு நினைச்சேன்” என்றான். அவள் பதிலுக்கு “நீங்கள்லாம் கோவணம் கட்டிக்கிட்டு சட்டையில்லாம வேஷ்டியோட வருவீங்கடா” என்றாள் சிரிக்காமல். அவனுக்கு அங்கிருந்து

கிளம்பி படிகளிறங்கி சாலைக்கு வரும் வரை சிரிப்பு நினைத்து நினைத்து வந்தது.

அந்த வார மத்தியில் கதிரவன் "ஒரு காதல் கவிதை எழுதி தா நண்பா" என்றான். 'புடவையின் நுனி காற்றில் பறக்க' என்று ஏதோ கிறுக்கி அவனிடம் தந்தான். "டேய் இது என்னடா புடவை பெட்டிக்கோட் ஜாக்கெட்னு என் காதலை ஆரம்பத்திலேயே பொசுக்கிடுவே போலிருக்கே" என்றான். மெட்ரிகுலேசன் படிக்கும் பெண்ணுக்கு வேறொன்று எழுதிக் கொடுத்தான். அதை சற்றுத் திருத்தி கதிரவன் அவளிடம் தர "எங்கம்மா திட்டுவாங்க' என்றாளாம் கடிதத்தை வாங்கிக்கொண்டு. "இன்னிக்கு வண்டிகேட்ல அவளுக்கு கச்சேரி இருக்குடா" என்று ரேகா கச்சை கட்டினாள்.

காலை சாப்பிடவும் மதியத்திற்கு ஏதேனும் கட்டி வாங்க டிபன் பாக்ஸையும் எடுத்துக்கொண்டு சாலைக்கு வந்தபோது வண்டிகேட்டில் ஒரே கூட்டமாக இருந்தது. நேஷ்னல் பர்மிட் கொண்ட பெரிய லாரி கரும்பு லோடோடு ரோட்டுக்குக் குறுக்கே ஏறுக்கு மாறாக நின்றிருந்தது. சாலையில் முகம் போர்த்தப்பட்ட ஆண் உடல் ரத்தம் உறைந்த நிலையில் வெளிறான வெள்ளை நிறத்துடன் கிடந்தது. மத்திய வயதில் இருந்த பெண் வெறித்த நிலையில் அருகில் இருந்த மெக்கானிக் பட்டறையில் உட்கார்ந்திருந்தாள். மெக்கானிக் பட்டறையின் பின்புறம்தான் வீடு. அதன் எதிர்ப்புறம்தான் விசுவன் கணக்கு வைத்திருக்கும் ஓட்டல் இருந்தது. நிறைய தடவை அந்த மத்திய வயதுப் பெண்ணைப் பார்த்திருக்கிறான். அவளுக்கு ஒன்பதாவது படிக்கும் பெண்ணும் இருபது வயதுக்கு மேலிருக்கும் மகனும் இருக்கின்றனர். கணவன் ஏனோதானோவென்று இருக்க அந்த மத்திய வயதுப்பெண் சகித்த வாழ்க்கையை வாழ்ந்துகொண்டிருப்பதாகத் தோன்றும். அவளின் கணவன்தான் கரும்பு லாரியில் விடியற்காலை சமயத்தில் அடிபட்டு மரணித்துவிட்டதாகவும் போலீஸ் வருகைக்காக காத்திருப்பதாகவும் பேச்சு பரவியிருந்தது. ரங்கராஜன்தான் 'புருசனை அந்த அம்மாவே ஆளு வச்சுக்

கொன்னுட்டு விபத்துன்னு மேக்கப் பண்ணிடுச்சுய்யா' என்றான். அந்தப் பெண்ணைக் கொலைகாரியாக நினைத்துப் பார்க்க மனம் மறுத்தது. அவளின் டீன் ஏஜ் பெண் மனசில் நிழலாக வந்தாள். மெக்கானிக் பட்டறை வைத்திருக்கும் இளம் வயது நபருக்கும் மத்திய வயதுப் பெண்ணுக்கும் இருக்கும் தொடர்புதான் கணவனை பலி வாங்கிவிட்டதாக ஹோட்டலிலும் கிசுகிசுத்துக் கொண்டனர். "வாரத்துக்கு ஒரு கொலை வண்டிகேட் வாய்க்காலில் பொணமா மிதக்கும்யா" என்ற ரங்கராஜன் "எல்லாம் பொம்பளை மேட்டர்தான்யா" என்று சொல்லி விசுவனைப் பார்த்துச் சிரித்தான். விசுவனுக்கு அவன் பார்வையைக் கண்டு மனம் துணுக்குற்றது. சோபனாவையும் தன்னையும் அவன் பார்த்திருக்கக் கூடும் என்று தோன்றியது.

செமஸ்டர் தேர்வு முடிந்து அடுத்த செமஸ்டரில் வரும் நீர்ப்பாசனத்துறை சப்ஜெக்டுக்காக கல்விச்சுற்றுலா செல்ல வகுப்பில் சரவணனும் கதிரவனும் எல்லோரிடமும் பேசி சம்மதிக்க வைத்து ஹெச்ஓடியிடம் பேசினர். "நீ டிபார்ட்மெண்ட் மாறி வரும்போதே நெனைச்சேன்யா வில்லங்கமா ஏதாவது பண்ணுவேன்னு." எந்த வருடமும் கல்விச்சுற்றுலா சென்றதில்லை என்றும் அதுவும் பெண்களை அழைத்துக்கொண்டு என்று மறுத்துவிட்டார். எல்லோரும் பிரின்ஸ்பால் அறைக்குச் சென்றனர். "போலாம்யா..." என்று பச்சைக்கொடி காட்டினார் பிரின்ஸ்பால் அமர்நாத்.

முதலில் வால்பாறை சென்றனர். குரங்கு அருவியில் குளியல் நடந்தது.

"யேய் திவ்யா உன் ஆளு க்ரீன் கலர் ஜட்டி போட்டுருக்கான்டி" என்று ரேகா கத்தினாள். மற்ற மூவருக்கும் ஆண்கள் குளிப்பதைக் கண்டு வெட்கம் பிடுங்கித் தின்றது. "அம்மா தாயே நீங்களும் குளிக்கிறேன்னு கிளம்பிடாதிங்க.." என்று ஹெச்ஓடி தடை போட்டார் ஐவரும் கேட்பதற்கு முன்னரே. மலை காடு குரங்குகள் என ரசித்து போட்டோக்கள் பல

எடுத்து ஆழியார் அணைக்கு பேருந்து புறப்பட்டுச் செல்ல மலையிலிருந்து கீழிறங்கியது. நாற்பது கொண்டை ஊசி வளைவுகளைக் கடந்தது. வழியில் சாப்பிட்டுவிட்டு அணைக்குச் செல்லும்போது முற்பகல் வெயில் சுள்ளென்று அடித்தது.

“மா பலா வாழை கொய்யான்னு விவசாயம் பண்ணின ரவாலர்கள்’ன்ற மலைவாழ் மக்கள் வாழ்ந்த பகுதிதான் இன்னைக்கு டேமா மாறிக் கிடக்கிறது” என்றான் சரவணன்.

“அணைகட்டறது சரின்றீயா தப்புன்றீயா?”

“டேய்... இங்கேயும் பாடத்தை ஆரம்பிக்காதீங்கடா?!” என்றான் ஹரிஹரன்.

மீன் காட்சியகம் பூங்கா தீம்பார்க் என்று அவரவர் கிளம்ப விசுவன் கதிரவன் சரவணன் சந்திரசேகர் கனகசபாபதி குருசாமி பாலன் மணிவண்ணன் கோஷ்டி உல்லாசப் படகுச் சவாரிக்கு ஹெச்ஓடிக்குத் தெரியாமல் கிளம்பினர். அவர் அணைக் கட்டுமானத்தைப் பற்றி விளக்கிவிட்டு தீம் பார்க் சென்று விட்டார். கடல் போல் விரிந்திருந்த ஆழியார் அணையின் நீர் மனதில் பயத்தை உண்டு பண்ணியது. காவிரியில் வெள்ளம் வந்தபோது தளும்பி வழியும் ஆற்றை நினைத்துப் பார்த்தான் விசுவன். சற்றுத் தொலைவில் மற்றொரு படகு செல்வது கண்டு துணைக்கு யாரோ இருப்பது போல் மனதுக்குத் தெம்பு ஏற்பட்டது. திடீர் அலறலைக் கேட்டு எல்லோரும் திடுக்கிட்டனர். தொலைவில் சென்ற மற்றொரு படகிலிருந்துதான் அலறல். யோசிக்காமல் கதிரவன் நீரில் பாய்ந்து நீந்தினான். சரவணன் கத்தினான். அணையில் சுற்றிய எல்லாப் படகுகளும் கரைக்கு வேகமாகத் திரும்பின. மற்றொரு படகிலிருந்து நீர் சுழலில் தவறி விழுந்த மனிதனை கதிரவன் சுமந்து கரையை நோக்கி நீந்தி வந்தான். அவர் தன்னிலை இழந்து ஏற்கனவே உயிரை விட்டிருந்தார். கரையில் கூட்டம் கூடியிருந்தது. அவரின் ஐடி கார்டை யாரோ கண்டு உரத்துப் பேசினார். “கே.எஸ்.சுந்தரம் டெபுடி பப்ளிஷர்’ கதிரவனுக்குப் பளிச்சிட்டது. உயிரை விட்டிருந்தவரின் கைவிரல்களிலிருந்த கடைசித் துடிப்பு கதிரவனின் நீர்சொட்டும் கரங்களிலிருந்து

விடுபட்டு மெல்ல அடங்கியது. ஆம்புலன்ஸ் ஸ்ட்ரெச்சரில் உடலை வைத்துத் தூக்கிச் சென்றனர். வெயில் நீரலைகளுக்கு மத்தியில் சுட்டெரித்தது. உயிரற்ற முகத்தில் ஒளிரேகைகள் மிளிர்ந்தன. 'ராத்திரி முடிந்ததும் மறுபடியும் சூரியன் வரும். வெளிச்சமாயிடும். அதுதான் நாளைக்கும்... என் பெயர் ராமஷேசனில்லை... ஆதவன்' கதிரவன் நீர்சொட்டும் ஆடையோடு எழுந்து நின்று விசுவனைப் பார்த்தான். சிருங்கேரி துங்கா நதியின் நீரலைகள் ஆழியாறின் நீரோட்டத்தில் பிரளயத்துடன் மோதியடித்து விசுவனின் மனதில் விழுந்தது.

★★★

12

திரையரங்க வளாகங்கள்

முதல் செமஸ்டரின் விடுமுறை முடிந்து மத்தியப்பேருந்து நிலையத்தில் வந்து இறங்கியபோது மிகுந்த ஆயாசமாக இருந்தது. ஆயாசத்துக்குக் காரணம் வீட்டுச்சூழல். 'ரயில்வே கேட் கிட்ட மேம்பாலம் வரப்போகுதாம். இனி கடை வியாபாரம் அங்கே தொடர முடியுமான்னு தெரியலை?' என்று அப்பா தணிகைநாதன் அம்மாவிடம் சொன்னதிலிருந்தே மனம் நிலைகொள்ளாமல் தவித்தது. இனி வேறொரு இடத்தை இப்போதே பார்த்து மீண்டும் வியாபாரத்தைப் பிடிக்கவேண்டும். பெரிய கடைகளுடன் போட்டி போட்டுதான் சிறிய கடை வியாபாரத்தை, தம் கட்டி இழுத்துச் செல்ல வேண்டும். வளர்ந்த பிள்ளைகள் அவர்களின் கல்விச் செலவினங்கள். தணிகைநாதனின் வார்த்தைகளில் நம்பிக்கைக் குலைவு

பிசிறியடித்தது. ராஜகோபால் பேருந்தில் மாணவ மாணவிகளின் கும்பல் நெருக்கியடித்தது. விசுவன் அதில் ஏறாமல் பேருந்து நிலையத்தை விட்டு வெளியே வந்தான்.

அவ்வளவு நிரம்பி வழியும் பேருந்து அபாயகரமான வேகத்தில் மோகனூருக்கு வந்து நின்றது. முதல் நாளே அத்தை வீட்டுக்கு வந்துவிட்ட சோபனா பஸ்ஸில் விசுவனைத் தேடினாள். கூட்ட நசநசப்பில் அவன் எங்கு இருக்கிறானோ என்றிருந்தது அவளுக்கு.

“என்னக்கா விசுவனா? பஸ்ல ஏறலை... திரும்பி சேலம் ரோட்டுப் பக்கமா பேக்கோட போயிட்டுருந்ததை பஸ்ல வரும்போது பார்த்தேன்” என்றாள் கீதா.

வரவில்லையா? முதல் நாள் வகுப்பையே கட் அடித்துவிட்டு எங்கு போயிருப்பான் என்று சோபனாவுக்குக் குடைந்தது. அவன் மேல் ஏற்பட்டிருப்பது என்னவிதமான உணர்வு. காதல் கைகூடாது. சாதி வயது வித்தியாசம் சரியான வேலையில்லாதது என்று எது வேண்டுமானாலும் இருக்கலாம். ஆனால் தன்னால் அவனைப் பிரிந்து இருக்கமுடியுமா? இந்த வாரம் தளிர் விடுதிக்கு அவனைக் கூப்பிட்டு மனம் திருப்தி ஆகும்வரை இருந்துவிட்டு வர வேண்டும். இந்த செமஸ்டரோடு படிப்பு முடிகிறது. மேற்கொண்டு பிஇ படிக்கத் திட்டமிட்டிருந்தாள். விசுவனை மறக்க வேண்டும். இடையில் முளைத்துத் தொல்லை தரும் மெக்கானிகல் ரங்கநாதனையும் தவிர்க்க வேண்டும். இவற்றை எப்படி சமாளிப்பது என்று ஒரே யோசனையாக இருந்தது. இன்று விசுவன் அப்படி எங்கு சென்றிருப்பான்.

விசுவன் அம்மா ஒரு நேரத்துக்குக் கொடுத்துவிட்டிருந்த தக்காளி சாதத்தையும் முட்டை வறுவலையும் பூங்காவில் வைத்துச் சாப்பிட்டான். ரிலீசாகியிருந்த ராசுக்குட்டியை முதலில் பார்க்க மூன்று தியேட்டர் வளாகத்தில் நுழைந்தான். வளாகம் வெறிச் என்றிருந்தது. தியேட்டரில் பணி செய்பவர்கள் நாலைந்து பேர் போவதும் வருவதுமாக இருந்தனர். பாண்டியனும் திருமதி பழனிச்சாமியும் அங்குதான் ரிலீஸாகி சில வாரங்களாக ஓடிக்கொண்டிருந்தது. இன்னும் காலை ஷோ ஆரம்பிக்கவில்லை.

கூட்டம் வர ஆரம்பித்திருந்தது. வெறிச் என்றிருந்த இடம் இரு சக்கர வாகனங்களாலும் ஆட்களின் நடமாட்டங்களாலும் சந்தடி நிரம்பி சத்தக்காடானது. அவன் டிக்கெட் கவுண்டர் திறக்கும் வரை சைக்கிள் ஸ்டாண்டுக்கு அருகில் நின்றான். அப்போது கறுப்பு ஸ்கர்ட்டோடு வெளிர் காப்பி கலரில் சட்டை அணிந்த இளம்பெண் பவுடர் வாசனையோடு அவனருகில் வந்து நின்றாள். அவள் யாரோ ஒருவரின் வருகைக்காக எட்டி எட்டிப் பார்த்துக்கொண்டிருந்தாள். சிறிது நேரங்கழித்து 'யேய் உன்னை அங்க பார்த்துட்டிருந்தேன் இங்கே வந்துட்டியா?' என்ற ஆண்குரல் நெருங்கி வந்தது. 'உஷ் சத்தம்போடாதே..' என்றவள் தூரத்தில் இருந்த ஒருவனை சுட்டிக்காட்டினாள். 'ஏன்டி காசு தராம போயிட்டானா?' என்றான் அவன். 'போயிருந்தாகூட பரவால்லையே கல்யாணம் பண்ணிக்கலாமாங்கறான்" என்று சொல்லி சிரித்தாள். அவனும் கெக்கே கெக்கே என்று சிரித்தான். 'சார் தனியாவா வந்திருக்கீங்க' என்று விசுவனைப் பார்த்துக் கேட்டான். இறுக்கமான பார்வையில் இல்லை என்றான். அவர்களிருவரும் பிறகு வேறேதோ பேசிச் சிரித்துக் கொண்டிருந்தனர். 'மெட்ராஸுக்கு இந்த வாரம் புரோக்ராம்... எல்லா செலவும் அவன் பாத்துக்குவான். நீட்டா குளிச்சிட்டு மெட்ராஸு வண்டிக்கு வந்துடு. அப்போதைக்குச் சொல்லிட்டு இருக்க முடியாது' இருவரும் டிக்கெட் கவுண்டரை நோக்கிச் செல்வதைக் கண்டு விசுவனும் நகர்ந்தான். அவர்கள் பாண்டியன் படத்துக்கு செல்வது தெரிந்தது.

இடைவேளையின் போது இதுவரை தான் எழுதி அனுப்பின கதைகளையும் சில கவிதைகளையும் மனதில் அசைபோட்டான். நிறைய எழுதி அனுப்பிக் கொண்டேயிருக்க வேண்டும். பிரசுரமாகிறதோ இல்லையோ என்று எண்ணியவன் சற்று சாய்ந்து சேரில் உட்கார்ந்தான். மூட்டைப்பூச்சி கடித்தது. தட்டிவிட்டு மீண்டும் தளர்வாய் உட்கார்ந்தான். எழுதி நிறைய சம்பாதிக்க வேண்டும். அப்படியே ஏதேனும் சினிமா வாய்ப்பைத்தேடி வாழ்க்கையின் மறுகட்டத்துக்குச் சென்றுவிட வேண்டும். கடையை வைத்து மாரடிப்பதிலிருந்து அப்பாவை விடுபட வைக்கவேண்டும். இடைவேளை முடிந்து கதவுகள்

சாத்தப்பட்டன. இருளின் மத்தியில் பிம்பங்கள் வெளிச்ச சிதறலாக விரிந்தது. படத்தில் பார்வையும் காதில் ஒலியும் விழுந்தாலும் விசுவனின் மனம் எழுதியவைகளின் காட்சிகளை ஓட்டிப் பார்த்துக் கொண்டிருந்தது. நிறைய பத்திரிகைகள் அவனிடம் கதைகள் கேட்டுத் தவிப்பதாக ஒரு எண்ணம் குதித்தோடி வந்தது. நிமிர்ந்து தெம்பாக உட்கார்ந்தான். படம் விட்டு வெளியே வந்ததும் இது வரை கற்பனையில் திளைத்தது அர்த்தமற்ற அபத்தங்களாக சாலையில் விரைந்தோடும் வாகனங்கள் வழி சிதறடித்து விழுந்து மண்ணில் புரண்டது. மதியம் சாதாரண ஹோட்டலில் தயிர் சாதம் வாங்கிச் சாப்பிட்டான். வண்டிகேட்டுக்கு போகலாமா? இல்லை வீட்டுக்கே திரும்பிப் போகலாமா? ம்கூம் வீட்டுக்குப் போக முடியாது. முதல் நாளே வகுப்புக்கு போகாதது தெரிந்துவிடும். தங்கும் அறைக்கு சென்றால் மனம் வெறுமையாக பாடாய் படுத்தும். மதிய வகுப்புக்கும் போக முடியாது. சுந்தரபுரம் அபிராமி தியேட்டருக்கு ரிலீசான படங்கள் வருவதற்கு ஓரிரு மாதங்கள் ஆகும். மதியமும் படத்துக்கு போக சுவர்களில் ஒட்டியிருந்த படப் போஸ்டர்களை மேய்ந்தான். தேவர் மகனை பார்க்க முடிவு செய்து தியேட்டரை விசாரித்து தேடியலைந்தான். அது சற்று ஒதுக்குப் புறமாக இருந்தது. வளாகம் குறுகலாக இருந்தது. டிக்கெட் கொடுக்கும் வரை வளாகத்தில் ஆண்கள் பெண்கள் கூட்டம் மூச்சுக் காற்று படுமளவு நெருங்கி நிற்கும்படி இருந்தது. அவனுக்கு சோபனாவுடன் வந்திருக்கலாமோ என்றிருந்தது. கடந்துச் சென்ற வருட மாதங்களில் சோபனாவுடன் ஓரிரு படங்கள்தான் பார்த்திருக்கிறான். அவளின் தேக தரிசனத்தில் படம் பார்க்க மனம் வரவில்லை. அவள் சலித்துப் போனாளா? இல்லை ரங்கநாதனை இனி நாடிவிடுவாள் என்று மனம் நினைக்கிறதா? ரேவதியும் கௌதமியும் மனதில் புகுந்தனர்.

மாலையில் அறைக்கு வந்தபோது அறையில் யாரும் இல்லை. அவனை யாரோ கூப்பிடுவது கேட்டு வெளியே வந்தான். சோபனா அவனைத் தேடி அறை வாசலில் நின்றாள். அவனுக்கு சங்கடமாயிருந்தது. அவள் தெளிவாகவும் திடமாகவும்

இருப்பதாக அவள் பேச்சிலிருந்து வெளிப்பட்டது. அவள் விசாரித்து சென்று விட்டாள். தான் பஸ்ஸில் ஏறாததை யாரோ பார்த்து இவளிடம் சொல்லியிருப்பது மட்டும் புரிந்தது. மனதில் ஒரு பள்ளம் விழுந்தது போலிருந்தது. அறை நண்பர்கள் இருவருமே அன்று வரவில்லை. பக்கத்து அறை ஜூனியர் பையன்களையும் காணவில்லை. சாமிநாதன் அவனைப் பார்த்து புன்னகை மட்டும் செய்துவிட்டு கடந்து போய்விட்டான். அவன் மெக்கானிகல் போனபின் பேச்சு குறைந்து விட்டது. காலையில் எழுவதும் வகுப்புக்கு சென்று மாலை திரும்புவதும் என காலம் விரைவாக ஓடியதில் நின்று நிதானித்து பேச கொடுப்பினையே இல்லாமல் இருப்பதாக உணர்ந்தான்.

நீர்ப்பாசனப் பொறியியல் சப்ஜெக்டை எடுத்த சுகந்தி மேடத்தை எல்லோரும் குஷ்பு மேடம் என்றே ரகசியமாக அழைத்தனர். ‘பார்க்கும்போதே உசுப்பேத்துதுய்யா’ என்றான் சாலமன். ‘ஆழியாறு டேமுக்கு போனதை ரீவைண்ட் பண்ணி சப்ஜெக்டை புரிஞ்சிக்கப் பாருங்கய்யா’ என்றாள். அவள் பாடம் நடத்தும் முறையே சலிப்பாக இருந்தது. எல்லோரும் புஷ்டியான அவள் உடம்பையும் நடிகையின் முக சாயலையுமே பேசிக் கொண்டிருந்தனர். ‘கீப் கொயட்’ என்று கத்தினாள். அவள் மார்பகங்கள் இறுக்கமான புடவைக் கட்டலில் அதிர்ந்து ஆடியது. இவனுங்க எதை கவனிக்கிறான்கள் என்பது தெரிந்துதான் அவள் கத்துகிறாள் என்று தோன்றியது. அவளின் கணவன் மெக்கானிகல் டிபார்ட்மெண்டில் தொழில் நுட்ப உதவியாளனாக பணி செய்தான். கொஞ்சம் எடுபிடித்தனமான பணிதான் என்பது குஷ்பு மேடத்தின் பணியுடன் ஒப்பிட்டு மாணவர் கூட்டம் பேசிக்கொண்டது.

சர்வே பிராக்டிகலுக்கு ஏதேனும் மலை வாசஸ்தலத்துக்கு போகலாம் என்று வகுப்பில் பேச்சு அடிபட ஆரம்பித்தது. முபாரக் இமயமலைக்குப் போலாம்டா என்று சொல்லி எல்லோரையும் கதற வைத்தான். அவனை எல்லோரும் மொத்தினார்கள். ஹெச்ஓடி அவர்களின் அலப்பறையால் கோபம் கொண்டு டெஸ்கில் ஏறி நில்லுங்கடா என்று

சத்தமிட்டார். முபாரக்கின் வெயிட்டால் இரும்பு டெஸ்க் லேசாக நெளிய ஆரம்பித்தது. வகுப்பே அடக்கமுடியாமல் மௌனமாக சிரித்தது.

ஞாயிறு முடிந்து வந்த டிசம்பர் மாதம் திங்கள் கிழமையன்று எல்லோரும் முபாரக்கையே பார்த்தனர். வகுப்பறையில் நுழைந்த அவன் வெகு அமைதியாக தன் இருக்கையிடம் சென்று அமர்ந்தான். “டேய் எல்லாரும் பார்க்குறதை வைச்சு புரியுதுடா எனக்கு... ப்ச் எனக்கு மத ஜாதி கடவுள் நம்பிக்கை எதுவும் கிடையாது. ஆனாக்க இடிச்சது தப்புடா” என்று சொல்லி குனிந்துக் கொண்டான். கதிரவன் அவன் பருத்த உடலை அணைத்துக் கொண்டான். “நண்பா இடிபட்டது மசூதிதாண்டா நம்ம மனசுங்க இல்லைடா” முபாரக் மெல்ல பாடினான். ‘இறைவனிடம் கையேந்துங்கள் அவன் இல்லையென்று சொல்லுவதில்லை.. பொறுமையுடன் கேட்டுப் பாருங்கள்.. அவன் பொக்கிசத்தை மூடுவதில்லை.. இல்லையென்று சொல்லும் மனம் இல்லாதவன்.. ஈடிணை இல்லாத கருணையுள்ளவன்...” முபாரக்கிருந்த டெஸ்க்கை நோக்கி சிலர் வந்து மெல்ல கைதட்டலில் தாளமிட்டனர். ‘...எண்ணங்களை இதயங்களைப் பார்க்கின்றவன்....” பருத்த உடலை அசைத்தபடி முபாரக் எல்லோரையும் புன்னகையுடன் பார்த்து மென்மையான குரலில் பாடிக் கொண்டிருந்தான். “... அல்லல் துன்பம் துயரங்களை கிள்ளி எறிபவன்.. பாசத்தோடு யாவரையும் பார்க்கின்றவன்..” வகுப்பறையே அவனைத் திரும்பிப் பார்த்துக் கொண்டிருந்தது.

சர்வே பிராக்டிகல் பீல்டு வொர்க்கிற்காக ஏற்காடை தேர்ந்தெடுத்தனர். மூன்று நாள் கேம்ப் என்றும் மாணவிகளுக்கு லோக்கலில் சுகந்தி மேடம் பயிற்சி தருவார் என்றும் ஹெச்ஓடி சொல்லிவிட்டார்.

சாப்பிட்டுவிட்டு வந்திருந்த மாலை தினசரியை விசுவன் எடுத்து பெஞ்சில் உட்கார்ந்தான். எதிர்த்த மெக்கானிக் பட்டறையில் மெக்கானிக்கோடு சர்வ சகஜமாக சிரித்துப் பேசிக்கொண்டிருந்தாள் விபத்தில் கணவனை இழந்திருந்த

பெண்மணி. 'இந்த மெக்கானிக்கோட சாவும் அந்தப் பொம்பளை கையிலதான்யா' யாரோ சொல்வது காதில் விழுந்தது. பேப்பரில் 'மாயாவி வீரப்பனை பத்து நாளில் பிடிப்பேன் எஸ்.பி சவால்' என்றிருந்தது. 'கிழிச்சாய்ங்க..' என்ற குரலைக்கேட்டு நிமிர்ந்தான். மேச்சேரி சாமி. 'டேய் சாமி இங்கே வா..' என்றான் விசுவன். 'எங்க ஏரியாப் பக்கமும் அப்பப்ப வருவாருண்ணே வீரப்பன்.. சொந்தக்காரப் பையன் சில மாசமா சந்தனக்கட்டை வீரப்பனைப் பேட்டி எடுக்க அலைஞ்சுகிட்டு இருக்காப்டி.... ஒண்ணும் முடியலை...' என்றான். 'ஏன்டா போலீசும் பத்திரிகைக்காரனும் ஒண்ணா?' என்றான் சிவப்ரகாஷ். "எல்லாம் ஜாதிப் பாசம் தான்டா?!"

ஏற்காட்டில் விடியற்காலையில் இறங்கினர். குளிர் மெல்ல அணைத்தது.

பத்து மணிபோல் தியோடைலைட்டையும் டிரிபாட் ஸ்டாண்டையும் தூக்கிக்கொண்டு மலைப் பாதைகளில் அலைந்து பயிற்சி எடுத்தனர். நான்கு குழுக்கள் தனித்தனியாக. கால் வலி பின்னியெடுக்க பயிற்சியை முடித்து தங்குமிடத்துக்கு வந்து சேர்ந்தனர், சாப்பிட்டுவிட்டு விசுவன் எழுதிய கவிதை வரிகளுக்கு சந்திரசேகரும் முபாரக்கும் சினிமா மெட்டில் பாட்டுக்கட்டிப் பாட இடமே கலகலப்பானது. சரவணன் இந்த இரவை ஒரு பெண்ணுடன் கழிப்பதுதான்டா சுவாரசியம் என்று சிலரை உசுப்பேற்றிக் கொண்டிருந்தான். 'டேய்... எய்ட்ஸ் வந்து செத்துத் தொலைக்காதீங்கடா... எதுவானாலும் காண்டம் யூஸ் பண்ணுங்க...' என்றான் விசுவன். 'பாவி.. புதைகுழிக்குள்ளே தள்ளிட்டுதான் மறுவேலை பார்ப்பான் போலே..' என்றான் சரவணன். ஏழு மாணவர்களை அறையில் காணவில்லை என்று தங்கராசு சார் வந்து சத்தமிட்டார். ஒருவேளை எவளையாவது தேடிப் போயிட்டானுங்களா? இரவு பனிரெண்டு மணிபோல் ஹரிஹரனோடு ஏழுபேர் எங்கோ சுற்றிவிட்டு மது போதையுடன் ஒவ்வொருவராக வந்து சேர்ந்தனர்.

அன்று மதியம் பச்சை சால்வையைப் போர்த்திக்கொண்டு கடையில் வாங்கிய விகடனையும் புதிய பார்வையையும் புரட்டிப் பார்த்தபடி மலைப்பாதையில் நடையைக் கால் போன போக்கில் செலுத்தினான் விசுவன். வழிதவறிவிட்டதாக அப்புறம்தான் உறைத்தது. வழியில் ஒருவரும் தென்படவில்லை. புதர்களும் மலைத் தொடர்களும் இருந்த வனம்தான் அவன் முன் நின்றது. அப்போது சில பெண்கள் எதிரே வந்து கொண்டிருந்தனர். அவர்களிடம் விசாரிக்க எண்ணினான். அவர்களில் ஒருத்தி தலைமுண்டாசை இறுக்கியவள் சேலையைத் தளர்த்தினாள். கசங்கி வெளிறிய சேலைக்குள் நைந்த ஜாக்கெட்டின் முன் ஹூக்குகளை சரிபண்ணும் பாவனையில் அவனை ஒரு தினுசாக பார்த்தபடி வந்தவர்களில் இருந்து பின்தங்கினாள். ஒருகணம் விசுவன் அவளை ஏறிட்டான். திமிறி ஏறி இறங்கும் மார்புக் கலசங்கள். விருட்டென்று நடையை எட்டிப்போட்டான். அவள் கூப்பிட்டாள். நின்றான். ‘அந்தப் பக்கமெல்லாம் போகாதீங்க டேஞ்சர்’ என்றவள் சரியான பாதையைச் சுட்டிக்காட்டித் திரும்பிப் பார்க்காமல் நடந்தாள். அவள் காட்டிய பாதையில் சந்தேகத்துடன் நடந்து வந்தான், அது சரியாக ஏற்காடு பஸ் ஸ்டாப்பில் கொண்டு வந்து விட்டது. அங்கிருந்து தங்கியிருந்த இடத்தை யூகித்து வந்து சேர்ந்தான்.

அடுத்த நாள் பயிற்சிக்கு விடுமுறை. படகு இல்லம் மான் பூங்கா பக்கோடா பாயிண்ட் என ஆளாளுக்கு சுற்றினர். மறு தினம் மீண்டும் களப் பயிற்சி எடுத்துவிட்டு அன்றைய இரவில் கிளம்ப ஏற்கனவே திட்டமிடப்பட்டிருந்தது. பக்கோடா பாயிண்ட் முனைக்குச் சென்றுவிட்டுத் திரும்பிய சரவணன் கோஷ்டியிடம் உள்ளூர் ஆட்கள் அங்க அடையாளங்களைச் சொல்லி ஒருவனை தேடிக்கொண்டிருப்பதைப் பற்றி விசாரித்தனர். அது ஹரிஹரனின் அடையாளமாக இருப்பதாக சரவணன் சந்தேகப்பட்டான்.

அடுத்த நாள் பயிற்சிக்கு அலைய வேண்டும் என்பதால் விசுவன் மாலை எங்கும் செல்லவில்லை. அவன் இருந்த அறைக்கு வந்த ஹரிஹரன் மிகுந்த பதற்றத்துடன் இருந்தான். சிகரெட்டை

ஊதி ஊதித் தள்ளினான். விசுவன் என்னவாயிற்று என்று கேட்டான்.

நேற்று இரவு என்று ஹரி சொல்ல ஆரம்பித்தான்.

'ஏழுபேரும் மது அருந்திவிட்டு பாறைமேட்டில் உட்கார்ந்து கதை அளந்துகொண்டிருந்தோம். குளிருக்கு மது இதமாக இருந்தது. தனியாக அவர்களைவிட்டு நடந்தேன். இருளும் வெளிச்சமுமாக இருந்த பஸ் ஸ்டாப்பின் ஒதுக்குப்புறத்தில் ஒருத்தி வனப்பமாக நின்றிருந்தாள். மெல்ல நெருங்கி நின்றேன். அவள் விலகவில்லை. என்னைப் பார்க்கிறாளா என்றும் இருளில் தெரியவில்லை. அவள் பின்புறத்தை மெல்லத் தட்டினேன். அவள் பதட்டப்படாமல் இங்கே வேண்டாம் என்றாள். வாங்கிய பொருளை வீட்டில் கொடுத்துவிட்டு வருகிறேன் காத்திருங்கள் என்றாள். அதே இடத்தில் நின்றேன். மூத்திரம் இருக்க வேண்டும் போலிருந்தது. ஓரமாக ஒதுங்கி விட்டு வரலாம் என்று தள்ளிப்போனேன். சில விநாடியில் ஆட்களின் குரல்களைக் கேட்டு பம்மினேன். போய்விட்டு வருகிறேன் என்றவள் ஆட்களைக் கூட்டி வந்துவிட்டாள் என்பது புரிந்து தட்டுத்தடுமாறி மறைந்து மறைந்து நேற்று வந்தேன்' என்றான். அவர்கள்தான் இன்று காலையிலிருந்து ஹரியைத் தேடிக்கொண்டிருப்பது புரிந்தது. தங்கராசு சார் உடனே 'பேக் அப்' என்று சொல்லி அடுத்த நாள் பயிற்சியை கேன்சல் செய்துவிட்டு சீக்கிரம் புறப்படச் சொல்லிவிட்டார். லேசாக இருட்ட ஆரம்பித்த பொழுதிலேயே கிளம்பி மலையை விட்டு இறங்கி வரும்படி ஆகிவிட்டது. "மவனே மாட்டியிருந்தே பொணந்தான்டா" என்றான் சரவணன். ஹரி தப்பித்த தெம்பில் உய்யலாலா பாடினான்.

வீட்டுக்குச் செல்கிறேன் என்று மணிக்கூண்டிலேயே இறங்கிக் கொண்டான் விசுவன். மணி இரவு ஒன்பதை நெருங்கிக் கொண்டிருந்தது. மத்தியப் பேருந்து நிலையத்தின் நடை மேடையில் கறுப்பு ஆரஞ்சு ஸ்கர்ட் அணிந்த இரு பவுடர் பூச்சுப் பெண்களைப் பார்த்தான். டியூப் லைட் வெளிச்ச சிதறலில் அவர்களின் மேக்கப் தூக்கலாகத் தெரிந்தது. நின்று

அவர்களைக் கவனிக்க ஆரம்பித்தான். கல்லூரியில் படிக்கும் வயதில்தான் இருந்தனர். அவனை அவ்வப்போது ஒருத்தி பார்த்துக்கொண்டுதானிருந்தாள். எங்கிருந்தோ இரண்டு இளைஞர்கள் புறப்பட்ட தினுசில் வந்தனர். அந்த இரு பெண்களும் இளைஞர்களின் இடுப்பைச் சுற்றி வளைத்து உரசியபடி மெட்ராஸ் செல்லும் பேருந்து நிற்கும் இடம் நோக்கிச் சென்றனர். பரபரப்புடன் இருந்த இரவு நேரப் பேருந்து நிலையத்தை விட்டு மூன்று தியேட்டர் பக்கம் சென்றான். இரண்டாம் ஆட்டம் படம் பார்த்துவிட்டுச் செல்லலாம். ஏழை ஜாதி ஆறுமணி ஷோ இன்னும் முடிந்திருக்கவில்லை. தியேட்டர் உள்ளே நுழைந்தபின் இரண்டாம் ஆட்டத்துக்கு வந்த பெண்கள் கூட்டத்தில் தக்க பெண்ணைக் கண்டுபிடித்து தளிர் விடுதிக்குக் கூட்டிச் சென்று விட விசுவன் திடீரென மனதில் கணக்குப் போட்டான். தியேட்டர் வளாகத்தில் தனியாக இருளில் நின்றான். சைக்கிள் ஸ்டாண்ட் பக்கம் மூன்று டியூப் லைட்டுகள் சோகையாக எரிந்துகொண்டிருந்தன. அதன் வெளிச்சம் நீண்டு அவன் நின்ற பகுதியில் மங்கலாக விழுந்திருந்தது. சாலையில் வாகனங்கள் பரபரப்புடன் இயங்கிக் கொண்டிருந்தன. விரைந்தோடும் வாகனங்களை வேடிக்கை பார்த்துக்கொண்டிருந்தான். சாலைக்கு மறுபக்கம் ஒருவர் நாலைந்து பீர் பாட்டில்களை நெஞ்சில் அணைத்தபடி சாலையைக் கடக்க முயன்றுகொண்டிருந்தார்.

அவர் தியேட்டர் வளாகத்தை நோக்கித்தான் வந்தார். விழும் நிலையிலிருந்த பீர் பாட்டில்களை ஓடிச்சென்று வாங்கி உதவினான். சைக்கிள் ஸ்டாண்டு பக்கமிருந்து ஓடிவந்த ஒருவன், “உங்க இமேஜ்க்கு இது தேவையா சார்” என்றான். அவர் சிரித்தார். சிகரெட் ஒன்றைப் பற்ற வைத்து ஆழமாக இழுத்தார். “எளிமையும் உண்மையுமே மனிதனுக்கு அழகு” என்றார். இருள் கலந்த வெளிச்சத்தில் சிகரெட் புகை சுருள் சுருளாக வெளியேறியது.

“கள்ளுக்கடை வியாபாரம் செய்ய சொந்தக்கார அரசியலதிகாரம் வழிகாட்டியதும் என் வாழ்வில் நடந்தது. பிரபஞ்சன் என்கிற பெயரில் மானுட விடுதலைக்கும் வைத்தியலிங்கம் என்கிற

பெயரில் கள்ளுக்கடை வியாபாரமும் செய்வேன்னு நினைச்சாம் பாரு... அவனைவிட கேவலமா உலகத்துல யாரும் என்னை நினைச்சிருக்க முடியாது.”

தியேட்டர் ஊழியன் நகர்ந்து சைக்கிள் ஸ்டாண்ட் பக்கம் சென்றான்.

விசுவனுக்குள் மானுடம் வென்று வானம் வசப்பட்டது போலிருந்தது.

“ஏன் சார் சுமதியை நடு சாலையில் அப்படியே விட்டுட்டு பஸ் ஏறிட்டீங்க?”

“ஓ... என்னைத் தெரிஞ்சுகிட்டுதான் ஓடிவந்தியா? மழை வந்தா வீடு ஒழுகுதுன்னு வேலை நடக்குது... நண்பர்கள் பார்க்க வர்றதா சொல்லியிருக்காங்க. இங்கே வரச் சொல்லியிருக்கேன்.. சின்னதா பார்ட்டி... நீயும் கலந்துக்க?”

யாரும் வந்திருக்கவில்லை.

“பெயர் வேணாம்யா ஊதியம் கொடுன்னு எழுதினதுக்கு வந்த காசு... நண்பர்களை சந்தோசப்படுத்தறது முக்கியமில்லையா?!”

சிகரெட்டை ரசித்து இழுத்தார்.

“அச்சு ஊடகம் படைப்பாளியின் வயிற்றைக் கீறி குடலை உருவக்கூடாது. எழுத்துக்கும் பொருளுக்குமான சூதாட்டத்தில் பொருள் பக்கம் சாயற மாதிரி தோன்றினாலும் பசியோட என் படைப்புப் பக்கம்தான் உட்கார்ந்திருக்கேன்... மானுட பசி போக்க ஒருபக்கம் பாடிக்கிட்டே சொந்தப் பசிக்கான உணவை தினம் தினம் தேடத்தான் வேண்டிக்கிடக்கு...” என்றவர் சிரித்தார்.

மூன்றாந்தர வெற்றிப் பெருமிதங்களுக்கு முன் ஒரு மகத்தானவன் ஒடுங்கிப் போகும் அவலம் அந்த முன்னிரவில் விசுவனுக்குள் இறங்கியது.

“எழுதிறீயா... எழுது எழுதாதேன்னு சொல்ல நான் யாரு? என் ராணிக்கு நல்ல கணவனாக நானில்லை. அவளுக்கு ஒரு நல்ல

கணவன் வாய்த்திருந்தால் அவள் நன்றாக வாழ்ந்திருப்பாள்..” வரவேண்டிய நண்பர்களை எதிர்பார்த்து சாலையை அடிக்கடி எட்டிப் பார்த்தார். அவர் கைகளைப் பற்றிக் கொண்டான் விசுவன். உள்ளங்கைச்சூடு இதமாக இருந்தது. ‘வண்ணங்கள்’ இதழ்களின் பக்கங்கள் காற்றில் பறந்தன.

“இரு வேளை உணவு தினம் சாப்பிட சிரமமில்லாம கிடைச்சிருந்தா இன்னும் நல்ல கதைகளை எழுதியிருப்பேன்” என்றவர் விசுவனின் கரங்களை அழுத்திப் பிடித்தார். மகாநதியின் பிரவாகம் வேக வீச்சில் ஓங்கி ஆர்ப்பரித்து மனதில் மோதிக் கலந்தது.

★★★

13

பேருந்து நிலைய நடைமேடை

விசுவன் இனி வட்டிக்கு பணம் விடப் போவதில்லை என்று முடிவெடுத்து இது வரை கொடுத்தவர்களிடம் தேடிச் சென்று வசூலிக்க ஆரம்பித்தான். அம்சவேணியின் திமிசுக்கட்டை உடம்புக்கு மட்டும் சலுகையை மனதளவில் அளித்திருந்தான். டேவிட்தான் இழுத்தடிப்பு செய்தான். பேருந்து நிலையத்தின் நடைமேடை விளிம்பில் நின்றுகொண்டிருந்தான். அம்சவேணி அவனைச் சத்தமிட்டு 'மைனரே' என்று கூப்பிட்டாள். அவன் திரும்பினான். சிவாண்ணன்தான் கூப்பிடச் சொல்லியிருந்தார். வந்தவனிடம் அரசியல் புலனாய்வு இதழைத் திணித்தான். மாயாவி வீரப்பனின் போட்டோ. அதிர்ச்சியும் வியப்பும் ஒருசேர எழுந்தது. மேச்சேரி சாமிநாதன் சொன்னது உண்மைதானா? கடைசியில் வீரப்பனை நிஜ உலகத்துக்கு நக்கீரன் மூலம் வெளிக்காட்டி வெற்றி

பெற்றுவிட்டாரரா சாமிநாதனின் உறவுக்காரர். போலீஸ் இனி சும்மா விடுமா? இரண்டொரு நாளில் இந்தியா டுடேயில் அதன் பெண் பத்திரிகையாசிரியரும் இணைந்து கூடச்சென்று வீரப்பனைச் சந்தித்ததாக வீரப்பனின் சில போட்டோக்களோடு கட்டுரை வெளியாகியிருந்தது. சாமிநாதனுக்குக் கடிதம் எழுதிக் கேட்டிருந்தான். இரண்டுக்கும் விற்றுவிட்டதாகவும் சொன்னபடி பணம் தராது போனதால் மற்றொன்றுக்கு விற்று அந்த இதழிலேயே பணிக்கு அவர் சேர்ந்துவிட்டதாகவும் பதில் கடிதம் போட்டிருந்தான். சில வாரங்களுக்கு முன்னர்தான் வீரப்பனைப் பிடிப்பேன் என்று சவால் விட்ட போலீஸ் எஸ்பி தலையிலான டீமை சந்தனக்கடத்தல் வீரப்பன் கண்ணிவெடி வைத்து பயங்கரக் கொலைவெறித் தாக்குதலை ஏற்படுத்தி பரபரப்பை உண்டு பண்ணியிருந்தான்.

கையிலிருந்த பத்திரிகையைப் பிடுங்கி ஓங்கி அறைந்தான் ஜம்புலிங்கம். எதிர்பாராத திடீர் தாக்குதலால் நிலைகுலைந்து நடைமேடையில் விழுந்தான் விசுவன். அவனை அடிப்பதைக் கண்டு தடுக்க ஓடிவந்தாள் அம்சவேணி. உள்ளே பஸ் நுழைவதும் வெளியேறுவதுமான ஹாரன் ஒலிகள் கேட்டவாறு இருந்தன. காது பக்கம் ஜிவ்வென்றிருந்தது. வலி பின்னியெடுத்தது. மறுபடியும் விசுவனை எட்டி உதைத்து சட்டையைப் பிடித்து தூக்கினான் ஜம்புலிங்கம். எல்லோரும் வேடிக்கை பார்க்க அம்சவேணியால் தடுக்க முடியாமல் எஸ்ஸார் ஹோட்டலை நோக்கி ஓடினாள். சிவாண்ணன் அவராகப் பார்த்து ஓடிவந்து ஜம்புலிங்கத்தை இழுத்துப் பிடித்தார். ஜம்புலிங்கத்தின் கோபம் ரங்கராஜன் வந்த பிறகுதான் குறைய ஆரம்பித்தது. ஹோட்டல் சமையலறையில் ரங்கராஜனிடம் மெல்லமாக விஷயத்தை ஜம்புலிங்கம் சொன்னான். வெற்றிலையைக் குதப்பிக் கொண்டிருந்த அவரால் நம்பமுடியாமல் அதிர்ச்சியுடன் அவனைப் பார்த்தார். கல்லாப் பெட்டிக்கருகே திருமலையுடன் குனிந்தபடி உட்கார்ந்திருந்த விசுவனுக்கு ஜம்புலிங்கம் திடீரென்று ஏன் அடித்தான் என்பதே புரியாமல் இருந்தது. உதட்டோர ரத்தக் கசிவு எரிச்சலை உண்டு பண்ணியது. சமையலறையில் இருந்தபடியே குனிந்தபடி உட்கார்ந்திருக்கும்

விசுவனை முகவாய்க் கட்டையைத் தேய்த்தவாறு பார்த்தார் ரங்கராஜன். ஜம்புலிங்கத்திடம் “இவன் ஆம்பளைய்யா... வெளியே தெரிஞ்சா அந்தப் பிள்ளைப் பேரு கெட்டுப் போயிடும்யா... கமுக்கமா கண்டிச்சு வைக்கலாம் கிளம்புய்யா” என்று கூறி ஜம்புலிங்கத்தை அனுப்பி வைத்தார்.

கடைக்குப் போகாமல் திரும்ப வீட்டுக்கு வந்தான். வீட்டு வாசலில் பூக்களெல்லாம் சிதறி மிதிபடலோடு கந்தரகோலமாக இருந்தது. கலையரசி அழுதபடி உட்கார்ந்திருந்தாள். அம்மா பின்கட்டில் இருப்பது தெரிந்தது. இவனைப் பார்த்ததும் பற்களை நறநறவென்று கடித்தவள் கோபத்தை அடக்கிக்கொள்வதைக் கண்டான்.

“ஏன்டா அந்த மனுசன் படாதபாடு பட்டுக்கிட்டு கிடக்கிறாரு... உனக்கு ஏன் புத்தி இப்படிப் போகுது” என்றவள் வாசலைக் கூட்டிப் பெருக்க ஆரம்பித்தாள். ஜம்புலிங்கம் இங்கு வந்து ஒரு ஆட்டம் ஆடிவிட்டுத்தான் பஸ் நிலையம் தேடி வந்திருக்கிறான். விசுவனுக்கு சோபனாவை உடனே பார்க்கவேண்டும் போலிருந்தது. ஜம்புலிங்கத்திற்கும் சோபனாவுக்கும் என்ன தொடர்பு? விசுவனுக்கு புரியவில்லை.

இரவு வந்த தணிகைநாதன் விசுவனைக் கூப்பிட்டான். “படிப்பு முடிஞ்சு என்ன பண்ணப் போறே?” என்று மட்டும் கேட்டான். சந்திரமதியிடம் திரும்பி “அரசாங்கத்துக்கிட்டேயிருந்து நோட்டீஸ் வந்துருக்குன்னு கடையை காலிபண்ணச் சொல்லிட்டாரு இடத்துக்காரரு” என்றான். “அவனை ஒரு வார்த்தை கண்டிக்கமாட்டீங்களா?” என்றாள் சந்திரமதி. “எல்லாம் அவனுக்குத் தெரியும் நீ சோத்தைப் போடுடி” என்று சத்தமிட்டான் தணிகைநாதன். வரும்போதே அவனை ஆள்விட்டு ரங்கராஜன் அழைத்து ‘விஷயத்தை பக்குவமாகப் பேசு’ என்று கூறி அனுப்பியிருந்தார். களைப்புடன் வந்தவனுக்கு அதிர்ச்சியாகத்தான் இருந்தது. ‘தோளுக்கு மேல் வளர்ந்துட்டான்ல’ என்று எண்ணிக் கொண்டான்.

அடுத்த வருட பிளஸ்டூ படிப்புக்கான ஸ்பெஷல் கிளாஸ் ஹோம் ஒர்க்கை கலை எழுதிக் கொண்டிருந்தாள்.

விசுவனுக்கு குழப்ப அலைகள் மனதுக்குள் அடித்து துவம்சம் பண்ணியது. தானே அப்பாவிடம் எல்லாம் சொல்லிவிடலாம் என்று ‘அப்பா...’ என்று ஆரம்பித்தான். அவன் பேசுவதற்கு முன்னரே “அவன்லாம் காசுவாங்கி அடியாள் வேலை பாக்குறவன்டா... நீ படிப்பைப் பாரு” என்றவன் கட்டிலை எடுத்துப் போட்டு படுக்கையை விரித்தான். விசுவன் மேற்கொண்டு எதுவும் பேசாமல் வீட்டிற்குள் வந்தான்.

பிரபல வாரப் பத்திரிகைகளிடமிருந்து கதைகள் தேர்வு பெற்ற தகவல் தபாலில் வந்திருந்தது. கணையாழியில் தகவலே சொல்லாமல் கதை பிரசுரமானதை சிவாண்ணன் கடையில் இதழை வாங்கும்போதுதான் அறிந்தான். உங்கள் ஜூனியர் மாத நாவலில் இருந்த பேனா நண்பர்களின் முகவரிக்கு கடிதங்கள் எழுத அவர்களில் சிலர் விசுவனுக்கு பதில் கடிதம் எழுதியிருந்தனர். அதில் கம்பம் முருகன் சுபமங்களா இதழைப் பற்றியும் கேரளா எல்லையில் சித்திரை மாதம் நடக்கும் கண்ணகி வழிபாட்டைப் பற்றியும் எழுதியிருந்தார். அவரைப் பார்க்க வேண்டும் என்று ஆவல் எழுந்தது. ஏன் சிவாண்ணன் கடையில் சுபமங்களா விற்பனைக்கு இல்லை. “அதெல்லாம் இலக்கியப் பொஸ்தகம் விக்காதுடா” என்றார். “கணையாழியை தொங்க விட்டிருக்கீயேண்ணே?” என்றான். “கல்கி ஏஜெண்டு போடுறாப்பலேடா” என்றார் வேல்சாமி. பழைய புத்தகக்கடை தாமோதரனிடம் விசாரித்தான். சில இதழ்கள் அவரிடம் இருந்தது. படிக்க புதுவிதமான உணர்வை அள்ளிப் பருகினான்.

இரண்டு நாள் கழித்து சிவாண்ணன் விகடன் ஏஜெண்ட் கொடுத்தார் என்று இரண்டு தடிமமான கவர்களைக் கொடுத்தார். அனுப்பிய இரண்டு கதைகளை ‘தகுதியில்லை என்று அர்த்தமில்லை. பிரசுரிக்க இயலவில்லை’ என்ற சிறிய ஸ்லிப்போடு விகடன் ஏஜெண்ட் வழி திருப்பி அனுப்பியிருந்தது. கவர்கள் பிரிக்கப்பட்டு சிலர் புத்தகக் கடையில் படித்திருப்பதை அவர்களின் முகக் குறிப்புகளில் அறிந்தான். ‘நீ எழுதுடா.... அவ பின்னாடி ஏன் அலையறே?’ அவர்கள் சோபனாவை பற்றிதான் பேசுகிறார்கள் என்று புரிந்தது.

இரண்டாம் வருட இறுதி செமஸ்டரை எழுதி முடித்து விட்டு மூன்று நாட்கள் வீட்டுக்குப் போகாமல் வண்டிகேட் ரூமிலேயே தனித்திருந்தான். சோபனாவுக்கு இரண்டு தேர்வுகள் பாக்கியிருந்தன.

இருவரும் தளிர் விடுதியில் முயங்கிக் கிடந்தனர். சோபனா அவனை விட்டு பிரிய மனமில்லாமல் அணைத்துக் கிடந்தாள். அவனுக்கு அவளின் சூடு இதமாக இருந்தது. ஆனால் அவள் அளவுக்கு பிரிவுத்துயர் இருப்பதாக அவன் மனம் நினைக்கவில்லை என்பதை வெளிக்காட்டாமல் இருந்தான். அதைதான் யாரோ பார்த்து சோபனா வீட்டில் கூறிப் பிரச்னை ஆகியிருக்கவேண்டும். ஆற்றுப் பக்கமோ கடைவீதிப்பக்கமோ அதற்குப் பிறகு சோபனாவைப் பார்க்க முடியவில்லை. கணவனிடம் அன்று அடிவாங்கிய சுதா இன்று கணவனின் இடுப்பை வளைத்துப் பிடித்தபடி சிரித்துப் பேசியபடி இருசக்கர வாகனத்தில் செல்வதைப் பார்த்தான்.

மனம் கசந்து நூலகத்துக்குச் சென்று ஏதேதோ எழுதி பத்திரிகைகளுக்கு அனுப்பினான். பேனா நண்பர் கம்பம் முருகனைச் சந்திக்க தேனிக்கு பஸ் ஏறினான். அவர் வீட்டைக் கண்டுபிடித்துச் செல்வதற்குள் இரவு எட்டாகி விட்டது. புதிதாக தனியார் டி.வி சேனல் வரப் போகிறது என்று அவர் வீட்டு தொலைக்காட்சிப் பெட்டி முன் உட்கார வைத்தார். 'சன் டீவியின் தமிழ் மாலை' என்று ஒலித்த ஒலி காதில் விசித்திரமாக நுழைவதாக உணர்ந்தான். இது சோதனை ஓட்டம் என்றார் முருகன். தூர்தர்ஷனில் ஒளியும் ஒலியும் நிகழ்ச்சியைச் சில சமயங்களில் அறை ஓனரின் வீட்டில் கும்பலாய் உட்கார்ந்து பார்த்திருக்கிறான். சுந்தரபுரத்தில் அங்கொன்றும் இங்கொன்றுமாக வீட்டுக் கூரைகளில் ஆன்டெனாக்கள் முளைக்க ஆரம்பித்த காலகட்டத்திலேயே அவனுக்கு அதில் ஆர்வம் இருந்திருக்கவில்லை. தன் வீட்டில் இல்லாதது ஒரு காரணமாக இருக்கலாம். இந்திரா எம்ஜியார் ராஜீவ் இறுதிச் சடங்குகளைத் தேடி ஓடிச்சென்று பார்த்தது உண்டு.

இரவு முருகன் இல்லாத சமயம் அவரின் நண்பர் என்று சொல்லி வந்தவர் அவனிடம் தனியாக 'லட்டர் போட்டா உடனே வந்துடுவீயா... ஒரு ஆள் சாப்பிட்டா எவ்வளவு செலவு ஆகும் தெரியுமா?' என்றார். மனம் துணுக்குற்றது. காலையிலேயே பஸ் ஏறிவிட்டான். முருகனிடம் அவர் நண்பர் கூறியதை சொல்லவில்லை அவன்.

செமஸ்டர் விடுமுறை முடிந்து மூன்றாம் வருட படிப்புக்கு வந்தனம் கூறினான். மூன்று நாள் வகுப்புக்குச் சென்று விட்டு வந்த நான்காவது நாள் எல்லோரும் படத்துக்கு போலாமாடா என்றான் கதிரவன். அவன் வீட்டுக்கு அருகில் இருந்த தியேட்டரில்தான் 'ராஜாதி ராஜ ராஜகுலோத்துங்க ராஜ மார்த்தாண்ட ராஜ கம்பீர காத்தவராய கிருஷ்ண காமராஜன்' படம் ரிலீசாகியிருந்தது.

"போதுமாடா நீளம்... எவன் படத்து பேரை ஒரே மூச்சுல தடுமாறாம சொல்றானோ அவனுக்குச் செலவு என்னது" என்றான் கதிரவன்.

"அவனை அடிங்கடா முதல்ல" என்று சரவணன் மூன்று டெஸ்க்கை ஒரே தாவாகத் தாவி அடிக்கப் பாய்ந்தான்.

இரண்டாம் வார யூனிட் டெஸ்டின் போதுதான் திவ்யா விசுவன் பெயரோடு தன் பெயரை புங்கை மரத்தில் செதுக்கினாள். சுதா சோபனா திவ்யா... தன் வாழ்வில் என்னதான் நடக்கிறது?

அதைப் பார்த்து "ஏலேங்கிளியே என்னைத் தாலாட்டும் இசையே உன்னைப் பாடாத நாளில்லையே" என்று சந்திரசேகர் பாட திவ்யா அவனைச் சிறுகல்லால் அடித்துத் துரத்தினாள். இப்போதெல்லாம் அவளைப் பார்த்தாலே உள்ளத்தில் ஒரு படபடப்பு வந்துவிடுகிறது. ஆனால் ஒரு தயக்கம் மனதின் ஓரத்தில் பிசிறடித்தது. அதுதான் ஏன் என்று அவனுக்குப் புரியவில்லை,

ஹரிஹரன் மோகனூரில் உள்ளூர் ஆட்களிடம் வம்பு பண்ணி பெரும் பிரச்னை ஆகியிருந்தது. அருகிலிருந்த டூ வீலர் மெக்கானிக் கடையிலிருந்த இரும்பு ராடைக் கொண்டு மூன்று

பேரின் மண்டையை ஹரி உடைத்திருந்தான். அவனுக்கும் உடம்பில் நல்ல அடி. இனி அவன் தொடர்ந்து படிப்பது கஷ்டம்தான். படிப்பை பாதியில் இடை நிறுத்திவிட்டுச் சென்று விடுவதுதான் அவன் உயிருக்கு உத்தரவாதம் என்று நண்பர்கள் பேசிக்கொண்டனர். அவனை ஆஸ்பத்திரியில் பார்த்துவிட்டு மோகனூர் கடைவீதியில் வந்து கொண்டிருந்தபோது யாரோ ஒரு பெண்குரல் அவனைக் கூப்பிட்டது. திரும்பினான். சோபனா வீட்டில் எலுமிச்சை ஜூஸ் கொடுத்த மத்திய வயதுப் பெண்மணி. அவளுக்கு அவனைக் கண்டதால் உண்டான மகிழ்ச்சி முகத்தில் தென்பட்டதைக் கவனித்தான். அவள் பேசுவதைப் பார்த்தால் ஜம்புலிங்கம் தன்னை அடித்த விஷயம் பற்றி எதுவும் தெரியாதவள் போலிருந்தாள். சோபானாவைக் குறித்து விசாரித்தான். “அவள் பெங்களூர்ல வேலை கிடைச்சுப் போயிட்டாளே... இப்ப கைநிறைய சம்பாதிக்கிறா!” என்றாள்.

எம்ஜியார் நினைவிடத்தில் முதல்வர் ஜெயலலிதா உண்ணாவிரதம் இருக்க நிலைமையே பரபரப்பானது. காவிரி நதி நீர்த் தீர்ப்பாய இடைக்கால உத்தரவை அமல்படுத்தக் கோரி இருந்த அந்த உண்ணாவிரதத்தைக் கண்டு சேலத்தில் இரு பெண்கள் தீக்குளித்தனர்.

“ஏன்டா செந்தில் உங்க ஏரியா பொம்மானாட்டிங்க தியாக தீபங்களாடா?” என்று சிவப்பிரகாஷ் அறையில் நக்கலடித்துக் கொண்டிருந்தான். விசுவனுக்கு சோபனா குறித்துக் கவலை வந்தது. இதனால் பெங்களூரில் கலவரம் வந்து அவளுக்கு பாதிப்பு வருமா? தொடர்பற்று இருப்பவளைக் குறித்து அதீதமாகக் கவலைப்படுவதாக நினைத்து கசங்கினான்.

பஞ்சர் ஒட்ட சைக்கிளை ஆனந்தா சைக்கிள் கடையில் விட்டிருந்தான். சைக்கிள் கடையின் வலதுபக்கமிருந்த சிறு இடத்தில் பாலாஜி ஆசாரி கண்ணாடிக் கூண்டை அமைக்கும் வேலையில் மும்முரமாயிருந்தார். பப்ளிக் டெலிபோன் பூத் வரப்போகிறது என்றார் சன்னாசி. “பேசுற நேரத்துக்கு காசு... எஸ்.டி.டீ... ஐ.எஸ்.டீ... பி.சி.ஓ... எல்லாம் பேசலாம்” ச்என்றார். அவனுக்கு சட்டென்று ஒன்றும் புரியவில்லை.

சைக்கிளை எடுத்தான். சோபனா வீட்டுப் பக்கம் சென்று வரலாமா என்று புத்தி குறுக்கில் யோசித்ததை அழித்து கைகாட்டிக்கு வந்தான். அவள் இல்லாத வீட்டுப் பக்கம் செல்ல ஏன் மனம் யோசித்தது? ராஸா ஸ்வீட் கடையில் உட்கார்ந்து பாதாம்பால் கேட்டான். ‘குடவாசல்ல மீட்டிங்யா... கோபால்சாமி பொளந்து கட்டப்போறாரு... வாய்யா போயிட்டு வரலாம்...” “திமுகவை எத்தனை வாட்டிதான் உடைப்பீங்கடா?” “இதெல்லாம் கதைக்கு ஆவாது பங்காளி... எது நடந்தாலும் சுந்தரபுரத்துல இளவரசனை மீறி இனி எந்தக் கட்சியும் வளராது..” “ஏன்யா.. சமாதானமாகி சேந்துட்டாக்கூட பி ரிச்சுவுட்ருவிங்களாட்ருக்கும்?!” “தினகரன் பேப்பரு புல்லா கோபால்சாமிக்குதான் சப்போர்ட்... படிக்கிறதில்லீயா நீ... ராசியாவறதுக்கு வழியேல்லேய்யா..!” அரசியல் அக்கப்போர் பேச்சுக்களிலிருந்து விடுபட்டு வெளியேறினான். புதிதாக தனது கட்சித் தலைவியின் கட் அவுட்டை இளவரசன் வைத்திருந்தான். சுற்றுலாத்துறையோடு இப்போது விவசாயத்துறையையும் சேர்த்து அவனுக்குத் தரப்பட்டிருந்தது. ஜாதிதான் இங்கு முக்கியம் என்று விசுவன் முணுமுணுத்தான்.

புதிய பேருந்து நிலையம் பக்கம் கடையை வைப்பதற்கான முயற்சியில் ஈடுபட்டிருந்தான் தணிகைநாதன். கடை அமைய வாகான இடத்தைத் தேடி அலைந்தான். விசுவனும் அந்தப்பக்கம் சென்று அலசி ஆராய்ந்தான். கட்டப் பட்டுக் கொண்டிருக்கும் புதிய பேருந்து நிலையத்தைப் பார்க்க உள்ளே நுழைந்து நடைமேடையில் நின்றான் விசுவன். பரந்து விரிந்த பேருந்து நிலையம் சுந்தரபுரத்தின் அழகையே மாற்றப்போகிறதா என்ன? அவனுக்குள் குடைந்தது. அந்த இடத்தைச் சுற்றிலும் இருந்தது நடமாட்டமற்ற வெற்றுப் பிரதேசம்தான். இங்கே அப்பா ஏன் கடை வைக்க எண்ணுகிறார். பேருந்து நிலைய வேலை இன்னும் முடியவில்லை. கட்டடப் பணி நடந்து கெண்டுதானிருந்தது.

“இந்தப் பக்கம் எங்கே?” என்ற குரல் கேட்டு நின்றான்.

“ஏன் வரப்பிடாதா?”

"இப்படி சுத்திண்டு சீட்டாட்டம் குதிரை ரேஸ்னு இருந்தா குடும்பத்தை எப்படி நீர் சமாளிப்பீர் ஓய்?"

அவர்களிருவரும் விசுவனின் பார்வைக்கும் செவிக்கும் எட்டும் தொலைவில் இருந்தனர். நிறைவடையாத கட்டிடப் பணியில் இருந்தது அவ்விடம்.

"எப்படியோ சமாளிக்கிறேன்... அதெல்லாம் எதுக்கு கிளறரீர்... இலக்கியத்தைப் பற்றிப் பேசுங்கோ... எழுத்தாளர்களைப் பத்தி ஏதும் வம்பு தும்பு இருந்தாலும் பேசலாம். அதெல்லாமும் ஒரு சுகம்தான் வோய்... செக்ஸ் பத்தியும் பேசலாம்... என்ன காதுக்கே கேக்காத மாதிரிப் பேசிக்கணும்... ஹா ஹா..."

"நாராயணசாமி... உம்மகிட்ட படிக்கிற பசங்க எப்படிங்கானும் உருப்படுவான்?"

"அவனவன் கர்மா என்னவோ அதுதான் நடக்கும்.. நேக்கு பால்யத்திலேர்ந்தே கஷ்டம்தான் ஆத்ம சிநேகிதன்... என்ன பண்ண? இந்த இன்பம் இருக்கே திருட்டுப் பண்டாரம் சட்டுன்னு என்னைக் கண்டாலே ஓடிடறது வக்காள ஓழி!"

"பேசுனா நாலு கெட்ட வார்த்தை வந்துடுதே உமக்கு அவுசாரி முண்டை தேவடியா தாயோலின்னு எங்கே கத்துண்டு வந்து தொலைத்தீர் கர்மம் கர்மம்..."

"சொன்னா நம்புவேளாக்கும்... எல்லாம் நான் படிச்ச வேத பாடசாலையிலதான்."

விசுவன் அவர்களை நெருங்கினான்.

"என்ன முழிக்கிறீர் எதெல்லாம் புனிதம்னு நினைக்கிறேளோ அங்கல்லாம் ஒரு கைப்பு இருக்கும்யா?!"

கரிச்சான் பறவை மெல்ல ஒலி எழுப்பிக்கொண்டு குறுக்கே பறந்தது. பேருந்து நிலையக் கட்டடப் பணிக்காக செங்கற்களை ஏற்றிக்கொண்டு வந்த மூன்று லாரிகள் சத்தத்தோடு கடந்து போயிற்று.

"நீர் என்னதான் முக்கினாலும் உம்ம பசித்த மானிடத்தை

எவனாவது கண்டுகிட்டானா?"

"நேக்கு வருத்தம்தான்... வாயையும் இதையும் அழுத்தி மூடிண்டு இருக்கான்களே... போக்கத்தவனுங்கன்னு"

ஏகாநதியின் மகிழ்ச்சி கரிச்சான் குஞ்சுவின் கீச்சொலியில் தாழப் பறந்தது. வயிற்றுப்பசி அதிகாரப்பசி காமப்பசியென பலவித பசிகளின் துரத்தல்களால் மானிட வாழ்வு கடைசியில் எதில்தான் நிறைவுறுகிறது. விடையறியத்தான் மெனக்கிடறார். உப்புப் புளி உலகில் ஜீவ வதையை அனுபவித்து படைப்பறத்தைக் கட்டிக் காத்த சமரசமற்ற கொள்கைவாதி. சொந்த வாழ்வில் அலைக்கழிக்கப்பட்ட ஒரு பாடப்படாத ஜீவாத்மா.

விசுவன் நெருங்கினான். அதுவரை விசனத்துடன் பேசியவர் அவரை விட்டுவிட்டு விலகிச் சென்றுகொண்டிருந்தார்.

"யாரைத் தேடி வந்தீரய்யா?" கனிந்த குரலில் விசுவன் கேட்டான்.

"ஆமாம் தேடித்தான் வந்தேன். கரிச்சான் குஞ்சுவைத் தேடித்தான். என்னைத்தான் தேடறேன். என்னை எங்கேயோ தொலைச்சுப்புட்டேன். காணோம்... தேடறேன்... தேடறேன்... தேடறேன்... கிடைக்கலேயே!?!"

★★★

14
திட்டச் செயல்முறைக் களம்

அறையில் வார மாத இதழ்கள் திக்குக்கு ஒன்றாகக் கலைந்த நிலையில் இருந்தன. பாலகுமாரன் தொடர்ந்து எழுதும் மேகலா மாத இதழால் பக்கத்து அறை நண்பர்கள் கூட்டம் வயது வித்தியாசம் இல்லாமல் விசுவனின் அறைக்கு வந்து விடுவர். படித்துவிட்டு அப்படியே விட்டுச் சென்ற பத்திரிகைகளை எடுத்து அடுக்கினான்.

கதிரவன் தந்த ஒயின்ஸ் பாட்டில் விளம்பர ஆளுயர நடிகை போஸ்டரை சந்திரசேகர் அறை வாசலுக்கு உள்புறம் ஒட்டினான். டியுப்லைட் வெளிச்சத்தில் நடிகை முந்தியை நழுவ விட்ட நிலையில் வசீகரமாகச் சிரித்தாள். ‘காலையில எழுந்ததும் இவ முகத்துலதான் முழிச்சுட்டுக் கிளம்பணுமாய்யா??’ என்று நக்கலாகக் கேட்டான் ரங்கராஜன்.

புராஜெக்ட் வொர்க்கிற்காக வகுப்பில் குழுக்கள் பிரிந்தன. கதிரவன் தலைமையிலான குழுவில் திவ்யா பத்மபிரியா சேகர் செந்தில்நாதன் ரேகா விசுவன் சந்திரசேகர் முபாரக் மணிவண்ணன் இருந்தனர். மேம்பாலம் ரிங் ரோடு அணைக்கட்டு என மினியேச்சர் வடிவில் கட்ட திட்டமிடப்பட்டு ஆட்டம் பாட்டத்தோடு ஆரம்பித்து வைத்தனர். இதற்கு முன்னர் இந்தத் திட்டங்கள் போல் எந்த செட் மாணவர்களும் யோசித்ததில்லை என்றார் இருசன் சார். இறுதி செமஸ்டரின் மதிய வகுப்புகள் புராஜெக்ட் வொர்க்கிற்காக வெயிலில் களைகட்டலோடு நகர்ந்தன.

பத்மபிரியாவைத் தேடி அடிக்கடி மெக்கானிகல் நரசிம்மன் வந்தபோதுதான் இருவரும் காதல் சாகரத்தில் விழுந்து புரண்டிருப்பதை மற்றவர் அறிந்தனர். திவ்யா விசுவனைப் பார்த்தாள். 'நீயும்தான் இருக்கீயே' என்பதைப் போலிருந்தது அவளின் பார்வை. அவளை தளிர் விடுதிக்கு அழைத்துப் போக மனதில் திட்டம் போட்டான் விசுவன். ரேகா கதிரவனின் காதல் மெட்ரிகுலேசன் படிப்பழகியின் நிராகரிப்பால் சிறகடித்து பறந்துகொண்டிருந்தது.

"பாஸ் மொட்டை மாடிக்குப் படுக்கப் போறோம் வறீங்க..." கட்டளைத் தொனியில் சிவப்பிரகாஷ் கூப்பிட்டான்.

"ஏன்டா அவரைத் தொந்தரவுபடுத்தறீங்க?" என்றான் சாமிநாதன்.

"யோவ் அவரு என்ன கவிதை எழுதறதையா கெடுத்தேன்."

"சீனியர்னு கொஞ்சமாவது மரியாதையிருக்காடா?" சாமிநாதன் தலையிலடித்துக் கொண்டான்.

"யோவ் போய்யா அடுத்தவருசம் வேலைக்கு லோலோன்னு அலையப்போறே சீனியராம்..." என்றான் சிவப்ரகாஷ்.

"மாப்ளே அந்தக் கதைல பாஸ் முலையை வாகாகப் பிடித்தேன்னு எழுதியிருந்தாருல்லே..." என்று எதற்கோ அடிபோட்டான் மேச்சேரி சாமி.

குறுகலான படிக்கட்டில் ஏறித்தான் மொட்டை மாடிக்கு வர வேண்டும். பெரும்பாலும் விசுவன் அங்கு படுக்கப் போவதில்லை. காலையில் சீக்கிரம் எழுந்து கீழே வரவேண்டும். அறையில் படுத்தால் இஷ்டத்துக்கு எழுந்திரிக்கலாம். வானத்தில் நிலா மெல்ல ஊர்ந்துகொண்டிருந்தது. ஒன்பது பேருக்கு மேல் மாடியில் இஷ்டமேனிக்கு பாயை விரித்துப் படுத்து அரட்டையடித்துக் கொண்டிருந்தனர். தருமபுரி செல்வகுமார் ஷியாம் அலங்காநல்லூர் பால்பாண்டியன் சந்திரகுமார் சாமிநாதன் சேலம் செந்தில்குமார் மேலூர் சிவப்ரகாஷ் மேச்சேரி சாமிநாதன் ஆராச்சி ரெங்கராஜன் பாலகிருஷ்ணம்பட்டி சந்திரசேகர்.

"பாஸ் உங்க காதல் கதையைச் சொல்லுங்களேன்."

சுதா சோபனா திவ்யா மூவரும் அவனில் எழுந்து வந்தனர். அம்சவேணி வெற்றிலையை மென்றபடி ஓரப்பார்வை பார்த்தாள். அவன் சுதாவை கற்பனையில் இழுத்து வந்து அவர்களுக்குக் காதல் போதையைத் தெளித்து சுவாரசியப்படுத்தினான். கவனமாக அவளுக்குத் திருமணம் ஆனதைக் கூறாமல் தவிர்த்தான்.

"நீங்களும் சோபனாவும் ஒண்ணாதான் பஸ்ல போவீங்கலாம் அவங்களை லவ் பண்ணலையா பாஸ்?"

சோபனாவுடன் சுகித்தது மனதில் கிளர்ந்து அந்த இரவை நாசப்படுத்தியது. பெண்களே இல்லாத ஒரு உலகம் இருந்தால் நல்லது என்று மனம் நினைத்தது. தவறியும் கூட திவ்யாவின் வலையில் விழுந்துவிடக் கூடாது என்று முடிவு கட்டினான்.

"பாஸ் ஏதாவது எடுத்து விடுங்க..."

அவன் மனம் முழுக்க காமம் வடிகாலற்று திமிறி அலைந்தது.

"முலை ததும்பும் உடல்கள்..." நிலவொளியில் நகரும் மேகங்களைப் பார்த்து வார்த்தைகளை இட்டுக்கட்ட ஆரம்பித்தான்.

பெரும்பாலும் சனிக்கிழமை புராஜெக்ட் சம்பந்தமாக அறையிலேயே தங்கும்படி ஆனது. வெள்ளி மாலை

தூர்தர்ஷனின் ஒலியும் ஒளியும் பார்க்க ஓனர் வீட்டில் தங்கியிருந்த அனைவருள்ளும் பரவசம் ஓடியதை அவர்களின் உடல்மொழியில் கண்டான். அவனை வலுக்கட்டாயமாக சிவப்ரகாஷ் அழைத்தான். ரங்கராஜன் வீட்டு ஓனர் டிவியில் பார்க்காமல் உரக்கடையை வீட்டோடு வைத்திருக்கும் வீட்டிற்குச் சென்று பார்த்தான். வீட்டு ஓனருக்கும் அவருக்கும் ஆகாது என்று தெரிந்தே அங்கு செல்வதாக வேறு சொன்னான். அடுத்த பாடல் என்ன என்று மனசில் ஒரு எதிர்பார்ப்பு கவ்வியதை சுதாவோடு இணைத்துப் பார்த்தான். அவளின் தாலிச்சரடு ஊஞ்சலாட அவளை விலக்கினான். அம்சவேணி பாடல் வரிகளோடு நடிகையின் பிம்பத்தை அழித்து முந்தியை நழுவவிட்டு அவனை அணைக்க ஓடிவந்தாள். ஏனோ மனம் இருவரையும் விலக்கி சோபனாவைத் தேடியது. அடுத்த பாடலில் ஜலக்கிரீடையோடு அவனையும் இழுத்து ஆற்று நீரில் விழுந்தாள். தளிர் விடுதி படுக்கை புரண்டது. மனம் சுகித்தலில் வெறுப்புற்று திவ்யாவை மறைந்திருந்து பார்த்தது. அவள் கள்ளமில்லாமல் சிரித்தாள். கன்னக்குழிச் சிரிப்பு அவன் இதழைப் பற்றி இழுத்தது. பாடல்களின் சுவாரசியம் வடிந்து வெற்று அமைதி எல்லோர் மனதிலும் படிந்தது.

“கேபிள் டிவி வரப்போகுதாம்யா... எல்லா நேரமும் பார்க்கலாமாம்...”

“சில ஊர்ங்கள்ல செலவு பண்ணி இழுத்துக்கிட்டு இருக்காங்கய்யா...”

“அதுக்கு ஆண்ட்னா தேவையில்லையாம் மாப்ளே...”

இரவு ஒன்பதரைக்கு சலங்கை ஒலி படம் போட இருப்பதாகச் சொல்ல பார்க்கத் தவறியிருந்த படத்தைப் பார்க்க விசுவன் ஆசைப்பட்டான். உரக்கடை வீட்டில் பேசி ரங்கராஜன் அழைத்துச் சென்றான்.

அடுத்த நாள் வீட்டு ஓனர் “என்ன விசுவன் நீ மட்டும்தான் நம்ம பேச்சைக் கேப்பேன்னு நினைச்சேன்... அவங்களுக்கும் நமக்கும் ஆகாதே” என்றார்.

அவரிடம் என்ன சொல்வது என்று விழித்தான்.

கழிவறை சென்றுவிட்டு வந்தபோது வளர்மணி வழி மறித்தாள். "என்ன செக்ஸியா எழுதறியாமாம்?" என்றாள். கேட்டு விட்டு க்ளுக் என்று சிரித்தாள். மேச்சேரி சாமிதான் சொன்னான் "அன்னைக்கு மாடில கவிதை சொன்னீங்கல்ல அதை அவளுங்க காதில வுளுந்துரிச்சு பாஸ்" என்றான். அப்படியென்றால் வீட்டு ஓனர் அவரின் மனைவி பையனுக்கும் கேட்டிருக்குமா? அவர்களுக்கு மனத் தெளிவு இருந்தால்தான் எல்லாவற்றையும் கடந்து செல்ல முடியும். அவர்களின் முகத்தில் எந்த வித்தியாசத்தையும் அவனால் கண்டுபிடிக்க முடியவில்லை. சுபத்ராதான் அவனிடம் தனியாக "நல்லா எழுதியிருக்கே" என்றாள். அவள் எதைப் படித்துச் சொன்னாள் என்று புரியவில்லை. அவனும் கேட்டுக்கொள்ளவில்லை. விகடனில் ஒரு கதை வந்தபோது இருசன் சார் "குமுதம் விகடன் படிக்கிறது வேஸ்ட்... படிப்புதான் சோறு போடும்...தெண்டமாக போயிடாதீங்க..." என்று பொதுவாக வகுப்பில் கூறினார். கதிரவன் "உன்னைதான் நண்பா மறைமுகமா சொல்றார்" என்றான். மெக்கானிகல் படிக்கும் ரஜினிகாந்த் "உங்களை விகடன் ஏமாத்திடுச்சு... ஒரு கதைக்கு வெறும் நூறு ரூபாதானா?" என்றான். உண்மையிலும் நடிகரை மனதில் வைத்து அவனுக்குப் பெயரிட்ட பள்ளி ஆசிரியையான அவனின் அம்மாதான் அவன் ஏமாற்றப்பட்டதாகச் சொன்னாளாம். சுபமங்களாவுக்கு ஒன்று எழுதி அனுப்பியிருந்தான். அது குறித்து அவன் அம்மாவிடம் ஊருக்குப் போகும்போது சொல்லவேண்டும் என்று விசுவன் ரஜினியிடம் கேட்டுக் கொண்டான். திவ்யா "எழுத்தை லவ் பண்றதாலதான் என்னையை லவ் பண்ண மாட்டேன்றியா?" என்று அவன் சட்டைக்காலரைப் பிடித்திழுத்தாள்.

"டேய் புராஜெக்ட் வொர்க் பண்ண வந்தீங்களா ரொமாண்ஸ் பண்ண வந்தீங்களா?"

"ரெண்டு பேரையும் ஒரே டீம்ல வச்சுக்கிட்டது தப்புய்யா?"

இனிவரும் சனி ஞாயிறு புராஜெக்டிற்கு ஒதுக்கவேண்டும். யூனிட் டெஸ்ட் வேறு வரவிருக்கிறது என்று முடிவு எடுக்கப்பட்டு

ஊருக்குச் செல்வது முடியாமல் போய்விட்டது. அந்த ஞாயிறு மாலை அவன் அறை நண்பர்களோடு ஆற்றுக்கு வலுக்கட்டாயமாக இழுத்துச் செல்லப்பட்டான். எல்லாம் பாறைகளாகவும் பெரிய சிறிய கற்களாகவும் விரவி இருந்தன. கால்களை வைக்கவே யோசனையாக இருந்தது. சுந்தரபுரத்தில் செல்லும் ஆறு வண்டல் மணலால் நிரம்பியது. இங்கு பாறைக் கற்களாக இருக்கிறது. மாலை வெயில் இதமாக வீசிய காற்றில் மெல்லப் படர நீராடலில் எல்லோருக்குள்ளும் குதியாட்டம் குதித்தாடியது.

"பெங்களூர்க்காரன் அடிச்ச மழைக்குத் தண்ணீயைத் தொறந்து வுட்டுட்டான்டி."

பெண்குரல் திவ்யாவுடையது. அவனுக்குள் சிலிர்ப்படங்கி எழுந்தது. அவள் அவனைப் பார்த்துவிட்டாள். இங்கே எப்படி என்று சைகையால் கேட்டாள். அறை நண்பர்களை கைகாட்டினான். அவள் அவனை வேறு திசைநோக்கி வா என்று அழைத்துவிட்டு நகர்ந்தாள். அவளுடன் வந்தவள் நமட்டுச் சிரிப்புடன் விலகினாள். அந்த இடம் மறைவாக இருந்தது. கரைமேல் தென்னை மாமரங்கள் பசுமையில் ஆடிக்கொண்டிருந்தன. அவள் தாவணியை உருவி நீரில் அலசினாள். மிகவும் மெலிந்தவளாகக் காணப்பட்டாள். "நிறைய சாப்பிடு" என்றான். "நீ லவ் பண்றேன்னு சொல்லு அள்ளிக் கொட்டிக்கிறேன்" என்றவள் பிளவ்ஸ் ஊக்குகளைக் கழற்றி லாகவமாக அவனைப் பார்த்தபடி பாவாடையை ஏற்றிக்கட்டி நெஞ்சில் முடிச்சிட்டாள்.

"உங்க ஊர்க்காரங்க வந்துடமாட்டாங்களா?" என்றான்.

"வந்தா வரட்டுமே உனக்கு தில் இல்லையா?" நீரில் பாய்ந்து அவனைக் கட்டிப் பிடித்தாள். அவளிடமிருந்து பூசுமஞ்சள் வாசம் அடித்தது. அவள் மதியம் சாப்பிட்டிருந்த மாமிசம் காரச்சுவையோடு மூச்சுக் காற்றிலிருந்து வெளிப்பட்டது. அவன் அவள் உதடுகளைக் கவ்வினான். அவள் பாவாடையை நீரில் தளர்த்தினாள். அவன் தன்னை இழந்து அவளுள் அடங்கினான்.

நிறைவேறாத சுதா புரிபடாத சோபனா தன்னை நெருங்கி இழுக்கும் திவ்யா. காலத்தின் கணக்குதான் என்ன?

"உனக்கு மட்டும் எப்படி எழுத வருது?" என்றாள். அவளின் வெள்ளை தேகம் நீரில் ஆடியது. சிறு மார்பக மேடு குத்தீட்டியாக அவன் தேகத்தில் உரசியது.

திங்கள் முற்பகல் பதினொரு மணி போலிருக்கும் பாலிடெக்னிக் வளாகத்தில் நுழைந்த சிலர் புராஜெக்ட் மினியேச்சர் கட்டடத்தைச் சிதைத்துக் கொண்டிருப்பதாகச் தகவல் கிடைத்து வகுப்பே பரபரப்பானது.

எல்லோரும் அங்கு ஓடினர். வேற்று ஆட்கள் நாலைந்து பேர் இருந்தனர்.

திவ்யாவை ஒரு நடுத்தர வயது ஆள் முடியைப் பிடித்திழுத்தார். அவள் திமிறினாள். ஒரு இளைஞன் "யார்டா இவகூட பேசிப் பழகறது?" என்று கத்தினான்.

"வகுப்புல எல்லாரும் பேசிப் பழகறதுதானே சகஜம். அதுக்கு புராஜெக்ட்டை ஏங்க உடைக்கிறீங்க?" என்றான் கதிரவன்.

"அந்த ஈன மயிருதான் தெரியுமே..." என்று அந்த இளைஞன் சத்தமிட்டான்.

சில நண்பர்கள் விசுவனை அங்கிருந்து கமுக்கமாக வகுப்பறைக்கு அழைத்துச் சென்று விட்டனர்.

சில மாதங்களுக்கு முன்தான் ஹரிஹரன் விஷயத்தில் மோகனூர் ஆட்கள் அரிவாள் தடியோடு வந்து அவனைத் தேடினார்கள். மருத்துவமனை சிகிச்சை முடிந்து வகுப்பிற்கு அவன் வந்த இரண்டாவது நாள். ஹரி தன்னை வெளியில் ஆட்கள் தேடுவதை அறிந்து மிகுந்து பயந்து போயிருந்தான். அவனைக் கிணற்றுப் பக்கம் மறைவாக இருக்கும்படி ஹெச்ஓடி சொன்னார். அவனின் அப்பா போஸ்ட் மாஸ்டர் என்பதால் போனில் பேசி விஷயத்தைக் கூறிவிட்டு உடனடியாக சான்றிதழ்களைத் தயார் செய்து "பாலிடெக்னிக்கிற்கு வெளியே நீ ஊருக்குப் போய்ச் சேருவது உன் சமர்த்து" என்று நிர்வாகம் அனுப்பி

வைத்துவிட்டது. இடையிலேயே ஹரி நின்ற கதையின் விகாரம் விசுவனை இப்போது பிடித்தாட்டியது. நேற்று ஆற்றில் நீராடியது வினையாகப் போய்விட்டதா?

“திவ்யா... யாரிவங்க?” என்றார் பிரின்ஸ்பால். அவர் காவல் நிலையத்துக்கு போன் செய்து அவர்களின் வருகைக்காகக் காத்திருந்தார்.

“எங்க சித்தப்பா சார்” முடியைப் பிடித்து அடித்த நபர் அவளை விட்டுவிட்டு பிரின்ஸபாலை நெருங்கினார்.

காவல்துறை வாகனம் வந்து நிற்கும் சத்தம் கேட்டு திவ்யாவின் சித்தப்பா திரும்பிப் பார்த்தார்.

“ஒண்ணும் பிரச்னையில்லீங்க காதல் மேட்டர்தானுங்க. சோழ மண்டலத்துல அவங்கள மாதிரி கொங்கு மண்டலத்துல நாங்க... எல்லாம் ஒண்ணுக்குள்ள ஒண்ணுதாங்க.. இருந்தாலும் படிப்புல இருக்கிற கவனம் சிதறிப்போயிடக்கூடாதுல்ல...” என்று தடாலடியாகப் பேசும் சித்தப்பாவை திவ்யா அதிர்ச்சியுடன் பார்த்தாள். காவல்துறை வாகனம் மத்தியஸ்தம் பேசிவிட்டு வெளியேறியது.

சில நிமிடங்களில் எல்லாம் ஓய்ந்து வகுப்பறையில் கூடினர்.

“டேய் நீ இன்னைக்கு லீவ்னு பிரின்ஸ்பாலே சொல்லிப் பிரச்னைய அமுக்கிட்டார்... எப்ப வேணா அவரு உன்னையேக் கூப்பிடலாம்..”

திவ்யா அவனிடம் “ஆத்துல நடந்ததை உளறாதே?” என்றாள் மெல்லிய குரலில்.

“அப்படின்னா?!”

“நான் உனக்காக எழுதி வைச்சிருக்கிற காதல் கடிதத்தை வீட்ல எடுத்துப் படிச்சிட்டாங்க” என்று அவனைப் பார்த்து கண்சிமிட்டினாள். அவள் தலைமுடியை இன்னும் சரிப்படுத்தியிருக்கவில்லை.

“கடிதம் எங்கே?”

மகேஸ்வரி அவர்களிடம் வந்தாள்.

"கடிதமா... அவ ஒரு நோட்டு முழுக்க எழுதி வச்சிருக்கா... அத படிச்சிட்டு முதல்ல எங்க வீட்டுக்குதான் இவளோட அம்மாவும் சித்தப்பாவும் வந்தாங்க..."

மகேஸ்வரியை இருவரும் ஏறிட்டனர்.

"எங்க வீட்லயும் எனக்குத் திட்டு... 'அந்தப் பையன் எஸ்ஸியான்னு' கேட்டு ஒரே கூப்பாடு"

மூவருமே மௌனமானார்கள். எல்லோருமே ஆப்பிரிக்கக் காட்டுல இருந்துதானே வந்தோம். ஜாதிவெறி மனங்களின் பிதற்றல்களைக் காலம் எப்போதுதான் உதாசீனப்படுத்தும்.

பிரின்ஸ்பாலை சந்தித்துவிட்டு வகுப்பறைக்கு வந்தான்.

அவனை அங்கேயே விட்டுவிட்டு எல்லோரும் புராஜெக்ட் ஸ்பாட்டுக்கு செல்ல ஹெச்ஓடி உத்தரவிட்டார்.

வகுப்பறையில் தனித்து இருந்தான். "விசுவா என்ன காதலா?" ஜன்னல் பக்கமிருந்து கேட்டக் குரலால் திடுக்கிட்டான். மிகுந்த உயரத்துடன் கறுப்புக் கண்ணாடி அணிந்த மொட்டைத்தலை நபர் விசுவனை ஜன்னல் கம்பிகளினூடே பார்த்துச் சிரித்தார்.

"தெரியலை சார்... ஆனா அவளோட சித்தப்பன் வில்லனா ரௌத்திரம் காட்டறார்?"

"எல்லா சித்தப்பன்களும் அப்படித்தான் போலிருக்கு. என் சித்தி கதை எழுதனும்னு ஆசைப்பட்டாள்... என் சித்தப்பன் 'கதை எழுதறாளா.. மயிரைப்போட்டு புடுங்குனா'ன்னு எழுதின பேப்பரையெல்லாம் சுக்கல் சுக்கலா கிழிச்சு எரியற அடுப்புல போட்டுட்டார்.."

"நீங்க எழுதுவீங்களா... உள்ளே வாங்க சார்" அவன் மனம் இனம் புரியாத தடதடப்புக்கு உள்ளானது.

"என் சித்திகூட 'நெனச்சே பாக்கலே... இப்படி திடீர்னு கதை எழுதுவான்னு... அதுவும் ஞானரதத்தில ஜெயகாந்தன் புஸ்தகத்துல எழுதியிருக்கானே.. என்னாலதான் எழுத முடியலே

அவனாவது எழுதட்டும்’னாளாம்”

அவர் உள்ளே வரவில்லை. விசுவன் ஜன்னல் பக்கம் போனான்.

“உங்களைப் பத்திச் சொல்லாமலே பேசிக்கிட்டுருக்கீங்க?”

“என் நண்பன் மதுசூதன் கிணற்றில் விழுந்து இறந்த இடத்தைப் பாக்கலாம்னு வந்தேன். மரணம் ஒரு விடுதலை. நான் ராம் மோஹன்.”

“ஸ்டெல்லா புரூஸ்... மை காட்!”

“நான் கிளம்பறேன் என் ஹேமா எனக்காகக் காத்திட்டிருப்பாள்”

“ஒரு நிலாக்காலத்தில் எதுவும் ஒருமுறைதான் பூக்கும் இல்லையா சார்?”

அவர் சிரித்தார்.

“உன் காதல் வெற்றியடையட்டும்... இந்த காளிதாஸின் வாழ்த்துகள் உன்னுள் கவிழ்ந்திருக்கும் மாயநதிகளை உடைத்தெறியட்டும்”

அவர் திரும்பிப் பாராமல் ஜன்னல் கம்பிகளினூடே விலகிக் கொண்டிருந்தார்.

★★★

15
நீர்ப்பாசனத்துறை அலுவலகச் சாலை

இருசன் சார் விசுவனைத் தனியே அழைத்தார். புரவிஷனல் சர்டிபிகேட் வாங்க வந்திருந்தான்.

“என்ன பண்றே?”

நிறைய எழுதப்போறேன் என்று சொன்னால் ஏதேனும் சொல்லக்கூடும். கதிரவன் சரவணன் ரேகா முபாரக் எல்லாம் பிஜி படிக்கப் போவதாக ஃபேர்வல் டே'யின்போது சொல்லித் திரிந்தனர். சாலமன் தனியே கன்ஸ்ட்ரக்சன் ஆரம்பித்து எவளையாவது துட்டு உள்ளவளா பார்த்து வாழ்க்கையில செட்டில் ஆயிடனும் என்றான். பல வண்ணக் கொடிகளை வகுப்பறை ஆய்வகங்கள் என குறுக்குநெடுக்குமாகக் கட்டி அலப்பறை செய்து கெண்டிருந்தனர். இனிப்பு லாடுகளை ஸ்பெஷலாகச் செய்து கொண்டு

வந்திருந்தாள் திவ்யா. சுகந்தி மேடம் அன்று கட்டி வந்த புடைவையினால் 'நிஜமா குஷ்பு கணக்காத்தான் இருக்காள்' என்றான் சாலமன். 'டேய் டியுட்டர்டா அவங்க' என்றான் குருசாமி. 'எல்லாரும் நாளைக்கு நீ யாரோ நான் யாரோ... இதிலென்னய்யா வேசம்... நம்மளைவிட அஞ்சாறு வயசு மூத்தவ அவ்வளவுதானே' இவனிடம் பேசுவது வேலைக்கு ஆகாது என்று குரு நகர்ந்து கீதா பக்கம் வந்தான். விசுவன் கீதாவிடம் 'என்ன பண்ணப்போறே?' என்றான். "கண்டிப்பாக உன்னை மாதிரி புத்தகப்புழுவா மாறிடமாட்டேன்" இவள் ஒருத்தி நேரங்கெட்ட நேரத்தில் வாரி விடுகிறாள்.

மெக்கானிகல் சாமிநாதன் அறைகளில் தங்கியிருந்த எல்லோரிடமும் காசு வசூல் பண்ணினான். 'ஃபேர்வல் பார்ட்டி ரூம்களில் அதகளப்படுது' 'என்னைக்கு?' நாளைக்கு சாயங்காலத்துலருந்து. நைட்டு கில்மா படத்தோட தொடங்குறோம். டிவியும் டெக்கும் வாடகைக்கு எடுத்து வந்து சத்தமில்லாமல் நீலப்படங்களை மானாவாரியாக விடிய விடிய பார்த்துத் தள்ளினர்.

"டேய் தூங்குங்கடா... காலையில கோழிக்கறி சமைக்கணும்."

"யோவ் பிரியாணிப் போடுங்கய்யா..."

"ஆக்கின சோத்துல கறி வறுவலைப் பிரட்டினா பிரியாணிடா"

"விளங்கமாட்டீங்க... ஜூனியர் சாபம் சும்மா விடாதுய்யா?"

அடுத்த நாள் கறி வறுவலும் ரகசியமாக தென்னங்கள்ளும் அறைகளில் புகுந்து விளையாடியது. அறைகளை ஒழுங்குபடுத்தி சாப்பிட சுபத்ராவையும் வளர்மணியையும் கூப்பிட்டனர். வருகிறோம் வருகிறோம் என்று பாட்டுப் பாடியவர்கள் இடத்தைவிட்டு எழுந்திரிக்காமல் இருந்தனர்.

"எங்களுக்கு வேற வேலையில்லையா... சாப்பிட வரீங்களா இல்லையா?"

"நாங்களும் சிலரைக் கூப்பிட்டுருக்கோம்... அவங்களும் வந்துடட்டும்..."

ஏழு பேர் கூட்டம் ஒன்று வந்தது. கொடுத்த காசுக்கு ஊரையே கூப்பிட்டுருக்கீங்களா என்று சாமிநாதன் பற்களைக் கடித்தான். ‘டெக்ல படம் பாத்தீங்களே எங்களே கூப்பிட்டீங்களா?’ என்று வளர்மணி எகிறினாள். என்னடா இவள்க வம்பு பண்றாளுங்க. பால்பாண்டி நொந்து நூடுல்ஸ் ஆனான். படம் பாக்கணும்னா வந்து கதவைத் தட்ட வேண்டியதுதானே என்று சிவப்ரகாஷ் மெல்லக் கூவினான். ‘ஆங்.. கதவைத் தட்டி...’ என்ற வளர்மணியும் சுபத்ராவும் ‘க்ளுக்’ என்று சிரித்தனர். ‘மாப்ளே என்ன படம் பாத்தோம்னு தெரிஞ்சுகிட்டுதான் வம்படிப் பேச்சு நடக்குதுன்னு நினைக்கிறேன்’ மேச்சேரி சாமி கிசுகிசுத்தான். “எங்ககிட்டே வாங்கின காசுல படமும்தான் இருக்குல்லே... போய்த்தொலையட்டும் வர்றவளுங்களுக்கு சாப்பாடு போடுங்க” வளர்மணி ரெட்டைச் சடையைத் தூக்கி முன்புறம் போட்டுக் கொண்டு ஓரப்பார்வை பார்த்தாள். சரியான பாதகத்திங்கடா என்று வந்தவர்களைப் பார்த்து ‘கொஞ்சமா சாப்பிடுங்க’ என்று பால்பண்டி நக்கலடித்தான்.

திவ்யாவும் அந்த ஏழு பேரில் இருந்தாள். ஜூனியர் பெண்கள் நால்வர் இருந்தனர். திவ்யா விசுவனைத் தேடினாள். சாப்பிட்ட கோழிக்கறியின் மதமதப்பில் அறையில் விசுவன் தனித்து இருந்தான். அவள் அறையில் நுழைந்து கதவை மெல்ல சாத்தி தனது உதடுகளில் கைவைத்து ‘உஷ்ஷ்...’ என்று அவனைப் பார்த்தாள்.

“மூணு வருசம் கட்டிக்காத்த பேரை மொத்தமா அள்ளி வீசியெறிய வந்தீயா?”

அவள் அவன் அருகில் அமர்ந்தாள். உனக்குப் பிரிஞ்சு போறோம்னு வருத்தமே இல்லையா விசு. அவள் இரண்டு வருடங்களாக எழுதிய காதல் வரிகளடங்கிய நோட்டை அவனிடம் தந்து தோளில் சாய்ந்தாள். அவன் நோட்டைப் புரட்டினான். ‘எல்லா நேரமும் மனசுக்குள்ளேயே இருந்தா நான் என்ன பண்ணுவேன்டா...’ என்கிற ரீதியில் வரிகள் பக்கம் பக்கமாக நீண்டது. சட்டென்று அவன் முகத்தைத் தன் இரு கரங்களால் தாங்கி உதடுகளை அவன் உதடுகளில்

பொருத்தி சுவைத்தாள். அவனுக்குள் உப்புச்சுவை கரைந்தது. அவன் முகம் முழுதும் உதடுகளால் மொத்தினாள். திடீரென்று எழுந்தவள் கதவைத் திறந்து யாரிடமும் சொல்லாது விறுவிறுவென அங்கிருந்து கிளம்பிச் சென்று விட்டாள். அவள் சாப்பிடவேயில்லை என்று சுபத்ரா சொல்லித்தான் தெரிந்தது. அன்று மாலை தில்லுமுல்லு ரஜினிப் படம் டிவி டெக்கில் ஓடிக்கொண்டிருந்தது. விசுவன் வண்டிகேட்டுக்கு வந்தான். மூன்று வருடப் பந்தம் முத்தமிட்ட உப்புச்சுவையோடு முடியப்போவது குறித்து மனதில் இனம்புரியாத தனிமையை அள்ளித் தெளித்தது. அடுத்து என்ன என்பதைவிட திவ்யாவை மனசில் எந்தளவு நெருக்கி வைத்திருக்கிறோம் என்று நினைத்தான். அவள் அளவுக்கு தன் மனதில் அவள் மீதான ஒட்டுதல் இல்லை என்றே தோன்றியது. சோபனாவைப் போல் அவளை எங்கும் தனித்து சந்திக்கும் சூழல் அதிகம் அமையவேயில்லை என்பதுதான் காரணமா? காலையில் ஒன்பதிலிருந்து மாலை ஐந்து மணி வரை படிப்பின் அசுர வலைப்பின்னல் தீவிரமான மன நெருக்கத்தைத் தரவில்லை. இலகுவான மன நெருக்கத்தைத் தந்த பொழுதுகள் அவளுக்கு வீடாகவும் தனக்கு சோபனாவுடனான பஸ் பயணம் தளிர் விடுதி அறைத் தங்கல்களாகவும் இருந்ததுதான் காரணமா? இறுதி வருடத்திலும் அவளுடனான நெருக்கம் விட்டகுறை தொட்டகுறையாகத்தான் இருந்திருக்கிறது.

“என்ன பாஸ் இங்கே வந்து உட்கார்ந்திட்டீங்க?” உட்கார்ந்திருந்த கருங்கல் மேடைக்கருகே வந்து நின்றான் சிவப்ரகாஷ்.

“மனசில எங்கேயோ ஒரு வெறுமை படிஞ்ச மாதிரி இருக்குடா”

“நிறைய எழுதுங்க பாஸ்... உங்களுக்கு நல்ல ஜாப் கிடைக்கும். மனசுக்குப் பிடிச்ச உங்க எழுத்தும் உங்க கூட வரும்...”

தன்னைவிட இளையவன். இந்த வார இறுதியில் வண்டிகேட் பந்தம் முடிவுக்கு வருகிறது.

“நாமெல்லாம் குழந்தைங்களாகவே இருந்திருக்கலாம் பாஸ்.”

விசுவன் அவனை அணைத்துக்கொண்டு நெருக்கமாக உட்கார்ந்தான். அவன் லேசாக குலுங்குவதுபோல் இருந்தது.

“டேய்... என்னடா ஆச்சு...”

“தெரியலை பாஸ். நீங்கபாட்டுக்கு வருவீங்க போவீங்க... நெருக்கமா எதுவும் பேசினதேயில்லே... வார லீவ்லயும் ஊருக்குப் போயிடுவீங்க. வச்சிட்டுப் போற உங்க புத்தகங்கள்தான் ரெண்டு நாள் லீவ்ல ஆறுதல் தர மனுசனா இருக்கும்” என்றவன் குனிந்து கொண்டான். அழுகிறானா? விசுவன் அவனை மேலும் இறுக்கி அணைத்து ஆதரவுடன் சாய்த்துக் கொண்டான். சாலை முக்கில் எரிந்த தெரு விளக்கு மினுக் மினுக்கென்று விட்டு விட்டு எரிந்துகொண்டிருந்தது.

இருசன் சார் அவனைத் தனது அறைக்கு அழைத்துச் சென்றார்.

“வாழ்க்கைல நிறைய விஷயம் நம்மளைக் கேட்டுட்டு நடக்கிறதில்லை விசுவன்.”

அவர் அவனை உட்காரச் சொன்னார். அரைமணி நேர உரையாடலுக்குப் பிறகு “அட்மினிஸ்ட்ரேஷன்ல இருக்கிற கிளர்க் பழனிச்சாமியைப் பார்” என்று அனுப்பி வைத்தார்.

கிளர்க் பழனிச்சாமி நெஞ்சுக்கு குறுக்காக கைகளைக் கட்டிக்கொண்டு “கொஞ்சம் செலவு ஆகும்” என்றான்.

அப்பா தனிகைநாதன் ‘எட்டாயிரம் லஞ்சமாகத் தந்து மாசம் எண்ணூறு ரூபா ஸ்டைபண்டுனா பகல் கொள்ளையில்லையா?’ என்றார். ஒரு வருட பயிற்சிக்கு இப்படியா கொள்ளையடிப்பது என்றவர் சீமானூர் பிரபுவிடம் ஒரு வார்த்தை கேட்டுட்டு வர அனுப்பினார். ஆட்சியில் இருக்கும் இளவரசன் மூலம் ஏதாவது நல்லது நடக்கும் என்று மனதில் கணக்குப் போட்டான். ஆனால் மாமன் மச்சினன் பிரச்னையில் திமுகவிலிருந்து பிரிந்து வை.கோபால்சாமி தொடங்கியிருந்த மறுமலர்ச்சி திமுகவில் விரைவில் சீமானூர் பிரபு சேர இருப்பதாகச் செய்தி அடிபட்டுக்கொண்டிருந்தது. அதிமுகவின் ஊழல் செய்திகள் பத்திரிகைகளில் கொடிகட்டிப் பறந்துகொண்டிருந்தன. இளவரசன் மீதும் கணக்கற்ற ஊழல் குற்றச்சாட்டுகளை

யூகங்களாகவும் ஆதாரங்களாகவும் புலனாய்வு பத்திரிகைகள் பிரித்து மேய்ந்துக்கொண்டிருந்தன.

“யாரு பழனிச்சாமியா... அவன்தான் பத்துப்பேரு லிஸ்டை என்கிட்டே கொடுத்திருக்கான்...” சீமானூர் பிரபு அந்த லிஸ்டில் இருக்கும் பெயர்களைப் படித்தான். அதில் விசுவன் பெயரும் இருந்தது.

“வக்காலி... நான் ரெண்டாயிரம்தான்டா ஒருத்தருக்கு வாங்கிறது. ஒரு ஆயிரம் ரூபா அதிகம் வாங்கலாம். இவன் என்னடா ஆறாயிரம் அதிகமா புடுங்கறான். கேடுகெட்டவன்.”

சீமானூர் பிரபு மூலம்தான் இருசன் ஹெச்ஓடி கிளர்க் என்று ஒரு பகல் கொள்ளைக் கும்பலை அறிய முடிந்தது.

விசுவனுக்கு பொதுப்பணித்துறையின் நீர்ப்பாசனப் பிரிவில் தொழிற் பழகுநராக பயிற்சி பெற வேலைவாய்ப்பு அலுவலகத்திலிருந்து கடிதம் வந்திருந்தது.

மூன்று பிரிவாகச் செல்லும் சாலைப்பிரிவின் வலது முனையில் பழங்காலக் கட்டடத்தில் நீர்ப்பாசனத்துறை அலுவலகம் இருந்தது. எருமப்பட்டிப் பிரிவு நாமக்கல் பிரிவு அலுவலகங்களும் செயற் பொறியாளர் அலுவலகத்தோடு நிர்வாகப்பிரிவு அலுவலகமும் ஒரே கட்டத்தில் இயங்கிக் கொண்டிருந்தன. இயங்கிக்கொண்டிருக்கவில்லை அவை தூங்கிக் கொண்டிருந்தன என்றுதான் சொல்லவேண்டும்.

“ஒரு வேலையும் கிடையாது தம்பி. இதில எதுக்கு வந்தீங்க?” என்று நக்கலாகச் சிரித்தபடி இளநிலைப் பொறியாளர் அருணாச்சலம் கேட்டார்.

விசுவனுக்குக் கொடுத்த பணத்தை எடுப்பதற்காகவாவது வந்தே ஆகவேண்டிய இக்கட்டு பிடித்தாட்டியது.

அவன் எருமப்பட்டிப் பிரிவில் காலையில் தினமலர் பேப்பரைப் படிப்பதிலிருந்து பணியைத் தொடங்கினான். வாங்கிச் சென்ற நக்கீரனில் வந்த ஆட்டோ சங்கரின் மரண வாக்குமூலம் ஜிவ்வென்றிருந்தது.

"அந்த நடிகைதானா? பேரையே பளிச்னு சொல்லியிருக்கானுங்களே..."

"திருக்குறள் உரை எழுதினவராய்யா அவரு... காமத்துப்பாலை டெஸ்ட் பண்ண நடிகையைக் கூப்பிட்டுருப்பாராய்யா."

"ஆதி பகவானுக்கே வெளிச்சம்யா... என்கிட்டே கேட்டா?"

"ஏன் மம்பட்டியானோட சின்னப் பொண்ணைக் கேட்டா சொல்லிட்டுப் போறா"

"தம்பி இந்த மாதிரி அரசியல் புக்குதான் வாங்குவீயா... அந்த மாதிரிப் புக்கையும் வாங்கிவிட்டு வா தம்பி... ஜாலியாப் படிக்கலாம்."

"வாங்கற ஸ்டைபண்டு புக்கு வாங்கவே பத்தாதே..."

உதவிப் பொறியாளர் கண்ணன் இருக்கும் அறை ஒரு வாரமாக ஆளே இல்லாமல் வெறிச்சென்றுதான் இருந்தது. திடீரென்று ஒரு நாள் வருகை புரிந்தான். நெடுநெடுவென்று உயரமாக இருந்த அந்தப் பொறியாளன் 'யாராவது வந்து கேட்டாங்களா?' என்று அங்கு பணியிலிருந்த மூன்று நபர்களிடமும் கேட்டான். மூவரும் தலையசைத்து மறுத்தனர். 'இவர் யாரு?' என்று விசுவனைப் பார்த்துக் கேட்க "அப்ரண்டிஸ் சார்" என்றார் மூவரில் ஒருவரான துரை.

"சுமதி என்னாச்சு?"

"அதுவும் வருது சார்... இன்னைக்கு லீவு சார்."

விசுவனுக்கு பின்னர்தான் தெரிந்தது உதவிப் பொறியாளனும் ஒழுங்காக வேலைக்கு வருவதில்லை. பயிற்சியிலிருந்த சுமதியும் வேலைக்குச் சரியாக வருவதில்லை என்று. அவன் வந்த ஒருவாரத்தில் இன்றுதான் தன்னுடன் சுமதியும் பணியிலிருக்கிறாள் என்பதே தெரிந்தது.

"என்னய்யா நாளைக்குதான் வருவேன்னு போனவாரம் சொன்னாரு..."

"பொழுது போகலைன்னா வந்துட வேண்டியதுதானே... இந்தப் பிள்ளை பாரு இன்னைக்குப் பார்த்து வரலை."

"யாருட்டேயாவது சொல்லியாவது வுடுய்யா."

சுமதி ஒல்லியாக கறுப்பு நிறத்தில் இருந்தாள். புடவையில் வந்திருந்தாள். துரை அவளின் கையைப்பிடித்து இருளாக இருந்த அந்த அறையில் மூன்று ஆண்கள் கல்லுக்கட்டாக உட்கார்ந்திருக்கும் போதே தடவிக்கொண்டே தனது இடுப்பில் வைத்து அழுத்தினார்.

"யோவ் ஏஇ வந்துட்டுருக்காருய்யா."

அன்று கண்காணிப்புப் பொறியாளர் வந்திருந்தார். அவருடன் இதுநாள் வரை அலுவலகத்தில் பார்த்திராத செயற்பொறியாளரும் வந்தார்.

அவர் மாதம் ஒரு முறை வந்து சில மணிநேரம் பணிகளைக் குறித்து விசாரித்துச் செல்வார் என்றனர். அன்றுதான் நாமக்கல் பிரிவு ஏஇ சேகரையும் பார்த்தான்.

"கொள்ளைச் சம்பளம் தம்பி... நினைச்சா வருவானுங்க" என்றார் ரோடு இன்ஸ்பெக்டர் விஜயன்.

"இப்ப எதுக்கு வந்துருப்பானுங்க செய்யாத வேலைக்கான காண்ட்ராக்ட் கமிசனை சுருட்டறதுக்காகத்தான்."

செய்யாத வேலைக்குச் செய்த மாதிரி கணக்குக் காட்ட ஒப்பந்ததாரருடன் இணைந்த அதிகாரிகள் மட்டம் சுறுசுறுப்பாக இயங்கிக்கொண்டிருந்தது.

"தூசூர் ஏரி தூர் வாரினதாக கணக்குத் தம்பி... எஸ்டிமேட்டை இந்தப் பழைய காப்பியைப் பார்த்து அப்படியே எழுது."

"தூர் வாரினா மழைக்காலத்துல ஏரிக்கு நல்லதுதானே சார்."

"என்ன பண்ண... உனக்குத் தெரியுது. அது... அந்த ஏரிப்பக்கம் போவவே முடியாது.. ஊர்க்காரனுங்கு எல்லாப் பக்கமும் பேண்டு வச்சிருப்பானுங்க..."

செயலும் கண்காணிப்பும் சென்ற பிறகு ஏஇ கண்ணன் துரையைக் கூப்பிட்டார். வெகுநேரம் இருவரும் பேசிக்கொண்டிருப்பது கேட்டது. திடீரென்று கண்ணன் சிரித்து "அப்படியே ஆட்டையாம்பட்டியில ஒரு தோட்டத்தை வாங்கிப்போட்டு இந்தச் சந்தடியில இருந்து ஒதுங்கி ஹாயா வாழ்ந்து முடிச்சிட வேண்டியதுதான்" உரக்கச் சொல்வது கேட்டது.

"கொடுத்து வச்ச வாழ்க்கை சார்" என்றாள் சுமதி மெல்லமாக.

"தம்பி கண்ணை மூடிக்குய்யா" என்று விசுவனைப் பார்த்துச் சொன்ன விஜயன் "புள்ளை ஒரு உம்மா கொடுக்கிறது" என்று சுமதியிடம் கொஞ்சலாகக் கேட்டார். அவள் வாய் கொள்ளாமல் சிரித்தபடி எழுந்தாள். நெருங்கி அவரின் கன்னத்தில் முத்தமிட்டாள். "என்ன புள்ளே எச்சையத் துப்பி வைக்கிறவ" என்றார் சிரித்து. அறைக்கதவைத் திறந்து ஏஇ கண்ணனும் துரையும் சட்டென்று அறையை விட்டு வெளியே வந்தனர். கையில் பேக்கோடு ஏஇ கிளம்பினார்.

"என்னாச்சு?"

"என்ன வெங்காயமாச்சு டூட்டி முடிஞ்சுச்சு போயாச்சு."

விஜயன் வெறும் வாயை மென்றபடி விசுவனைப் பார்த்தார்.

"தம்பி இதுமாதிரி உங்களுக்கு ஒரு வேலை கிடைச்சா எப்படியிருக்கும்" என்று சப்புக்கொட்டினார்.

"ஏன் எனக்குக் கிடைக்கக் கூடாதா?" என்றாள் சுமதி.

"வேலை கிடைக்கும்போது கிடைக்கட்டும் நீ வா" என்று சுமதியை இழுத்தார் துரை. அப்போது மணி ஒன்றை நெருங்கிக் கொண்டிருந்தது. வெளியே வெயில் சுள்ளென்று அடித்தது. விசுவனின் முதுகுக்குப் பின்னால் துரையின் சில்மிஷத்துக்குத் தகுந்தபடி சுமதி நெளிந்து சிரித்துக் கொண்டிருந்தாள். மற்ற இருவரும் சத்தமில்லாமல் சிரித்து ரசித்துக் கொண்டிருப்பது அவர்களின் முகக் குறிப்புகள் தெரிவித்தன. திரும்பிப் பார்க்கலாமா என்று யோசித்தான்.

மதியச் சாப்பாட்டிற்கு அவர்கள் கிளம்பிவிட்ட ஒரு மதியப் பொழுதில் சுமதி “வெட்கங்கெட்டவனுங்க” என்றாள். விசுவன் “யாரைச் சொல்றீங்க?” என்றான். “சொந்த வீட்டுக்குள்ளே நுழையவும் விட மாட்டானுங்க... குடிக்கத் தண்ணீயும் தரமாட்டானுங்க. கையைப் பிடிச்சு இழுக்கவும் பிளவுஸ்க்குள்ளே கையைவிடவும் மட்டும் சாதி வந்து தடுக்காது.” அவள் வார்த்தைகளில் கசப்பு நுரைதள்ளி வழிந்தது. யாருமற்ற ஒரு பின்மாலைப் பொழுதில் ஜன்னல் அருகில் நின்றவள் அவனை அழைத்து “கையைக் கொடேன்” என்று அவன் கையைப் பிடித்து மென்மையாகப் பிணைத்துக் கொண்டாள். ஜன்னலில் சேந்தமங்கலம் செல்லும் வாகனங்களின் இரைச்சலும் ஆட்களின் நடமாட்டங்களும் காட்சிப் பிம்பங்களாக நகர்ந்தன.

“காலத்தைக் கொல்ற மாதிரி இதென்ன பிழைப்பு” என்று வாய்விட்டுச் சொன்னாள். அவனுக்கும் சுழலுக்குள் சிக்கிக் கொண்ட மாதிரிதான் இருந்தது. ஏஇ அதிகம் வருவதேயில்லை பணிக்கு. ஜேஇ “நான் இளநிலைப் பொறியாளர்ப்பா” என்று சொன்னபோதுதான் அவரும் அங்கு பணி செய்வதே தெரிந்தது.

அவள் பயிற்சி முடித்துச் சென்றபின் அவன் மட்டும் தனித்திருந்தான். நாமக்கல் பிரிவு ஏஇ அவனைக் கூப்பிட்டு “லைப்ரரி மாதிரியாயிடுச்சுல்ல பிடபிள்யூடி ஆபிஸ்...” என்றார். காலையில் வந்ததும் எல்லோரும் செய்வது வந்திருக்கும் அன்றைய தினமலரைப் பிரித்து மேய்வதுதான். டி.எஸ். பி சிதம்பரநாதனை சந்தனக்கடத்தல் வீரப்பன் கடத்திய பரபரப்பான செய்தியை அவர் காதுபட விவாதித்ததைக் கேட்டிருந்தார். “நாளைக்கு புதன் சந்தை ஆரம்ப சுகாதார நிலையத்துல பராமரிப்புப் பணி நடக்குது சூபர்வைசிங் பண்ணுங்க... உங்க ஏஇகிட்டே நான் சொல்லிக்கிறேன்” என்றார். அவன் அடுத்தநாள் பஸ் காசு செலவு செய்து அங்கு சென்றான். இடிந்த நிலையிலிருந்த பில்டிங்கில் பராமரிப்புப் பணி நடந்துகொண்டிருந்தது. வந்த காண்ட்ராக்டர் அவனுக்கு ஒரு விஷ் பண்ணி கடந்தார். அவன் அமைதியாக உட்கார்ந்து கொண்டுசென்ற சுபமங்களா மாத இதழை விரித்தான். சுற்றிலும்

மரங்களடர்ந்த நிழலில் வாசிக்க சுகமாகயிருந்தது. ஆரம்ப சுகாதார நிலையத்தில் யாரும் சிகிச்சைக்கு வருவது போல் தெரியவில்லை. மூன்றாவது நாள் அவனை மகளிர் கல்லூரிக்குப் போகச் சொன்னார் நாமக்கல் ஏஇ. காண்ட்ராக்டர் அவரிடம் "சார் வேற லட்சணமா இருக்காரு தனியா லேடீஸ் காலேஜ்க்கு எதுக்குங்க... வில்லங்கமாயிடப் போவுது" என்றார்.

"சும்மா இருந்தார்னா விசுவனை பரமத்தி-வேலூர் ஆபிஸ்க்கு அனுப்புங்களேன்" என்று ஜேஇ சொல்ல, அவன் அங்கு சென்றான். அந்த அலுவலகத்தின் சாவியை ஜேஇ அருணாச்சலம் தந்தார். "அங்கு என்ன வேலை சார்" என்று கேட்டான். "மந்திரி எம்மெல்யே இல்லைன்னா உயரதிகாரிங்க எவளையாவது கூட்டிட்டு கில்மா வேலைக்கு ரெஸ்ட் எடுக்க வருவானுங்க?!" என்றவர் அவனைப் பார்த்துச் சிரித்தார்.

அலுவலகம் மெயின் சாலையிலிருந்து உள்ளடங்கிய கிராமத்துச் சாலையில் இருந்தது. வழியில் இருந்த வார மாத தினசரிகள் தொங்கிய கடையில் ஆட்டோ சங்கரின் தூக்குத்தண்டனை நிறைவேற்றப்பட்ட பரபரப்பான செய்தி வால்போஸ்டரில் தொங்கியது. சில வார இதழ்களை வாங்கினான்.

அலுவலகத்தைத் திறந்தான். புதுக் கட்டிடம். ஹாலில் இருந்த இரும்பு ரேக்குகளில் அடுக்கி வைக்கப்பட்டிருந்த புத்தகங்கள் அவனை வரவேற்றது. எல்லாம் பொறியியல் சம்பந்தமான தமிழ்ப் புத்தகங்கள். "நெடுமுடி சண்முகனார் கண்காணிப்புப் பொறியாளர் கேள்விபட்டதில்லையாப்பா. அவர் எழுதின புத்தகங்கள்தான்.. விக்காததைக் கொண்டு வந்து அடுக்கி வைச்சிருக்கார்" பின்னர் சந்தித்த ஒரு பொழுதில் ஜேஇ சொன்னார். இன்னொரு அறையில் படுக்கை பெட் வசதியோடு இருந்தது. தனியே பாத்தரூம் டாய்லெட் இருந்தது. பில்டிங்கின் சைடில் ஆற்றுப்பைப் குடிநீர் இணைப்பும் இருந்தது. அவன் படிக்கவும் எழுதவும் அந்த அலுவலகத்தைப் பயன்படுத்திக் கொண்டான். அவன் மட்டுமே தனித்திருக்கும் பொழுதுகளாய் இருந்தது. யாருமே அந்த அலுவலகத்திற்கு வரவில்லை. நாம் எதற்கு இங்கு இருக்கிறோம் என்று அவனுக்கு யோசனையாக

இருந்தது. வாட்ச்மேன் வேலைக்கும் இதற்கும் என்ன வித்தியாசம் என்றிருந்தது.

கவர்னர் சென்னாரெட்டி தன்னிடம் தவறாக நடக்க முயன்றார் என முதல்வர் ஜெயலலிதா பகிரங்கமாகக் கொடுத்த பேட்டி செய்தித்தாள்களின் முதல் பக்கத்தைக் கலங்கடித்தது. இதனால் அமைச்சர் இளவரசனின் செயல்பாடு என்னவாக இருக்கும் என்று யோசித்தான். கட்சியில் தன்னை நிலைப்படுத்திக் கொள்ள சரியான சந்தர்ப்பமாக கருதி ஏதேனும் போராட்டங்களை முன்னெடுக்கலாம். தலைவியின் அன்பைப் பெறுவதுதானே முக்கியம்.

அலுவலகத்தின் முன் செல்லும் கிராமத்துச் சாலையை அடுத்து நேர் எதிரே ஒரு பெட்டிக்கடை இருந்தது. அங்கு இருந்த பெண் கம்பியில் தொங்கிய தின்பண்டங்களுக்கு மத்தியில் இவனையே பார்ப்பது போலிருந்தது. பேப்பரை மடக்கி வைத்துவிட்டு அசுவாரசியமாக கடையைப் பார்த்துக் கொண்டிருந்தான். அந்தப் பெண் முந்தியை நழுவவிட்டு புடைத்திருந்த மார்பக பிளவுஸின் முன் ஹூக்குகளைக் கழட்டி மாட்டுவதாக பத்து நிமிடங்களுக்கு மேல் இருந்தாள். திடீரென்று ஒரு ஆண் எங்கிருந்தோ முளைத்து ஓடி வந்தான். அவள் தலைமயிரைப் பிடித்து இழுத்து கீழே தள்ளி எட்டி உதைத்தான். யாரோ சிலர் ஓடிவந்து அவர்களிருவரையும் தடுத்து சத்தமிட்டு விலக்கிக் கொண்டிருந்தனர். விசுவன் அலுவலகத்தை விட்டு வெளியே வரவில்லை. எழுதிக்கொண்டிருந்த தாள்களை அடுக்கிக்கொண்டு எந்தப் பத்திரிகைக்கு அனுப்பலாம் என்று யோசனையாக இருந்தான்.

“என்ன கிளம்பியாச்சா?”

திடுக்கிட்டு நிமிர்ந்தான். இரும்பு ரேக்கிலிருந்த புத்தகங்களை அந்த மனிதன் புரட்டிப் பார்த்துக்கொண்டிருந்தான். உள்ளே நுழைந்ததை எப்படிக் கவனிக்காமல் விட்டோம்.

“யாருங்க?”

“புற்றுக்குடிப் புலவர்” என்றார். இருமல் சத்தம் அமைதியைக் கிழித்தது. சிகரெட்டின் நிகோடின் மணம் அறையில் சூழ்ந்தது. வெளியே அந்தப் பெண் இன்னும் அவனிடம் மிதிபட்டுக் கொண்டிருந்தாள்.

“இன்னைக்கு என்ன எழுதியிருக்கீங்க?” என்றார் வந்தவர்.

“ஏதாவது சொல்லணுமா ஜேஇகிட்டே?”

“அப்பாவி பேச்செல்லாம் அம்பலம் ஏறாது... ஜியென் வந்தாலும் வராவிட்டாலும் யாரும் ஒன்றும் சொல்லப்போவதில்லை. நீ சொல்லு என்ன எழுதியிருக்கே?”

அவனிடம் தாள்களைப் பிடுங்காத குறையாக வாங்கிப் பார்த்துவிட்டு திருப்பித் தந்தார்.

“மனிதன் மகத்தான சல்லிப்பயல்...” என்றவர் திரும்பிச் சாலையைப் பார்த்தார். தலைவிரிகோலத்தில் அந்தப் பெண் எழுந்து தன்னைப் பிடித்து இழுத்து அடித்தவனைத் தள்ளி எட்டி உதைத்தாள்.

“உறவுக்காரப் பெண்கள் என் எழுத்துக்களையெல்லாம் படிச்சுட்டு ச்சீய் அசிங்கம்னுட்டாளுங்க.”

“நீங்க?”

“எல்லாருமே ‘நான்’தானே! அப்புறம் நான் மட்டும் என்ன?”

அவன் அலுவலக ஜன்னல்களைச் சாத்தினான். கதவைப் பூட்டி பூட்டை ஒரு முறை இழுத்துப் பார்த்துவிட்டு நிமிர்ந்தான்.

“ரொம்பக் குளிருதுல்ல” என்றார்.

அவன் “இல்லையே” என்று புருவமுயர்த்தினான்.

“சிதைக்குள் பதுங்கிக் கொண்டு அந்த நெருப்பில்தான் இந்தக் குளிரைப் போக்க வேண்டும்.”

கடைக்காரியின் உதைக்குப் பயந்து இவ்வளவு நேரம் அவளை அடித்தவன் அலறியடித்து அவளை விட்டுவிட்டு ஓடிக் கொண்டிருந்தான். இருவரும் கிராமத்துச் சாலையிலிருந்து மெயின் சாலைக்கு வந்தனர்.

“நாளைக்கும் வருவீங்களா?”

“நாளை மற்றுமொரு நாளே”

வந்த மதுரைப் பேருந்தை கைநீட்டித் தேக்கினார். துள்ளி ஏறியவர் படிக்கட்டுக் கம்பியை ஒரு கையால் பிடித்துக்கொண்டு மறு கையால் மீசையை லேசாக முறுக்கிக் கொண்டார்.

★★★

16
கோல்டன் பிளாட் நூறடிச்சாலை

பிரிவுச்சாலையின் மத்தியில் விசுவன் நின்றான்.

அப்பா தணிகைநாதன் விரைவில் வர இருக்கும் சுந்தரபுரத்தின் புதிய பேருந்து நிலையத்தின் அருகில் ஒரு கடையை வாடகைக்குப் பிடித்து வியாபாரத்தைத் தொடங்கியிருந்தார். ரயில்வே கேட் வியாபாரத்தோடு இதை ஒப்பிட முடியவில்லை. என்றாலும் வேறு வழி எதுவும் தெரிந்திருக்கவில்லை அவருக்கு. பேருந்து நிலையக் கட்டடப் பணி ஆமை வேகத்தில் இன்னமும் நடந்து கொண்டிருந்தது. கலையரசி கல்லூரிக்குச் சென்றுகொண்டிருந்தாள்.

“நீ ஏதாவது பண்ணுடா...” என்றார். அவர் பேச்சின் பின்னே பணத்தைக் கைப்பற்று என்பது தொக்கியிருந்தது.

“யோவ் கஸ்மாலம் ஏதாவது ஒரு பக்கம் நகந்து போ... இப்படி நடுரோட்ல நின்னுகிட்டு இருந்தா என்னா அர்த்தம்?”

ஆட்டோக்காரனின் குரல் இரவு முழுக்க வந்த பஸ் பயணக் களைப்பை விரட்டித் தள்ளியது. சட்டைப் பாக்கெட்டில் ஒப்பந்தக்காரர் நடராஜன் கொடுத்துவிட்ட துண்டுச்சீட்டு இருந்தது. பச்சை இங்கில் ஏதோ கிறுக்கி இருந்தார். எந்தக் கோணத்தில் பார்த்தாலும் அவர் எழுதியது புரியவில்லை. நாமக்கல் சத்தியமூர்த்தி ஒப்பந்ததாரரிடம் வேலை கேட்டுப் போயிருந்தபோது அவர்தான் தர்மபுரி நடராஜனைப் பாரு என்றார். தன்னிடம் தற்போது ஒப்பந்தப் பணிகள் எதுவும் இல்லை என்று அவரைக் கைகாட்டினார்.

“சார் நீங்க என்ன படிச்சிருக்கீங்க?”

“நான் படிக்கலைப்பா... ஈரோட்டுல நாலு பஸ் விட்டுட்டு இருந்தேன். அப்படியே விதி பில்டிங் காண்ட்ராக்ட் பக்கம் இழுத்து விட்டுடிச்சி”

சத்தியமூர்த்தியின் வீடு பளிங்கு மாளிகை போல் பளபளவென்றிருந்தது. பணத்தின் சாயல் கார் வீடு முன்தோட்டம் என எல்லாவற்றிலும் மினுங்கிக்கொண்டிருந்தது

தர்மபுரி பஸ் நிலையத்தில் இறங்கி விசாரித்தான்.

“பஸ் டெப்போவுல வேலை கேட்டு வந்திருக்கீங்களா?”

“இல்லைங்க... பில்டிங் காண்ட்ராக்ட் வேலை சம்பந்தமாக... சாரை பார்க்க முடியுமா?”

“இருப்பாரு போங்க.”

நடராஜன் பஸ் சர்வீஸானது கிட்டத்தட்ட நாற்பது பேருந்துகளை சேலம் கிருஷ்ணகிரி ஓசூர் தர்மபுரி வழிகளில் ஓட்டிக்கொண்டிருந்தது. அவர் குட்டையாக மினுமினுப்பாக இருந்தார். அவன் விவரங்களைக் கூறியதும் அவர் முகத்தில் புன்னகை தவழ்ந்ததைக் கவனித்தான்.

“நானும் அங்கேதான் படிச்சேன்” என்றார்.

தனக்கு அவர் சூப்பருக்கும் சூப்பர் சீனியர் என்பது அறிந்து பெருமை கலந்த வெட்கம் அவனைக் கவ்வியது.

"பாரீஸ் கார்னர்ல இறங்கி விசாரிச்சு ஆவடி வழி பஸ்ல ஏறிக்கோ!"

நூறடி ரோட்டின் கோல்டன் பிளாட் வாயிலில் இறங்கி நின்றான். அதன் எதிர்ப்புறம் ஷாப்பிங் காம்ப்ளக்ஸ் மாநகராட்சி சார்பில் கட்டும் பணி நடந்துகொண்டிருந்தது. "சண்முகம் இன்ஜினியர் வருவார் உட்காருங்க" என்று ஒரு இளைஞன் சொன்னான். கீற்றுகளால் ஆன ஆபிஸும் தங்கும் இடமும் சிமெண்ட் பவுடர் நெடிகளால் சூழ்ந்து புகைமண்டலம் போலிருந்தது. கட்டட வேலையில் செங்கல் கட்டுமானப் பணி நடந்துகொண்டிருந்தது.

வந்த சண்முகம் எதுவும் விசாரிக்காமல் "காசு எவ்வளவு வச்சிருக்கே... ஒரு நாப்பது ரூபா கொடு" என்றான்.

"கொடுத்திட்டீங்களா... வந்த முத நாளே இவர்ட்ட கைவச்சிட்டான்யா" என்றான் தெய்வநாயகம் என்ற சைட் சூபர்வைசர். சண்முகம் சைட் இன்ஜினியர் என்றும் எந்நேரமும் போதையில்தான் இருக்கிறான் எனவும் மேஸ்திரி கொத்தனார் சித்தாள் உட்பட எல்லோருமே அவனிடம் தனித்தனியே கூறினர். முதலாளியே கைப்படத் துண்டுச்சீட்டில் எழுதி அனுப்பியதைக் கண்டு விசுவனை முதலாளிக்குத் தெரிந்தவன் என்று அவர்கள் கணக்குப் போட்டனர்.

வேறொரு சைட்டிலிருந்து ஏழுமலை சைட் இன்ஜினியர் வந்தான். குட்டையாக கருகருவென உருளைக்கட்டையாக இருந்தான்.

"என்னடா... வந்த முத நாளே ஓபி அடிக்கிறீயா?"

விசுவனுக்கு சுருக்கென்றது. ஏழுமலையின் குரல் அங்கு எல்லோரையும் பாடாய்ப்படுத்திக் கொண்டிருந்தது.

"அந்தக் கருங்குரங்கு அப்படித்தான் சார்" என்றான் கொத்தனார் மெல்லிய குரலில்.

"நீங்க எந்த ஊருங்க?"

"அரியலூர் பக்கங்க... விவசாயம் பொய்ச்சுப் போச்சுங்க.

வேலை வெட்டி தேடி வந்து கண்ட நாய்ங்க கிட்டே சீப்பட வேண்டிக்கிடக்கு"

"இதையேன் அவர்ட்ட சொல்லிக்கிட்டுக் கிடக்கே... அவரும் ரெண்டு மூணு மாசம் ஆனாக்க இன்னொரு ஏலுமலையா மாறிக்கிடப்பாரு" என்றாள் சித்தாள் பெண். அவள் நன்றாக உருண்டு திரண்டு இருந்தாள். அவனைப் பார்த்து உதட்டைக் கோணிக்கொண்டாள்.

"சாரைப் பார்த்தா அப்படித் தெரியலை... பண்பா நடந்துக்கிறவரு மாதிரிதான் தெரியறாரு..."

சிமெண்ட் பவுடர் படர்ந்து கிடந்த மண்தரையினை ஒரு சித்தாள் பெண் கூட்டித்தள்ளி சுத்தப்படுத்திப் போனாள். அன்று இரவு படுக்க பழைய தினசரிப் பேப்பர்களை ஒன்றுக்கு நான்காக விரித்துப் படுத்தான். கொசுக்களை விரட்டப் போட்ட ஃபேன் விரித்த பேப்பர்களைக் காற்றில் தூக்கிப் படபடத்துக் கொண்டிருந்தது. தள்ளுவண்டிக் கடையில் இட்லி மாட்டுக் கறி வறுவலை மிளகுச்சுவையுடன் சாப்பிட்டிருந்தான். மதியம் பாடிச் செல்லும் சாலையில் இருந்த ஓட்டலில் மிளகுப் பொங்கலைச் சாப்பிட்டிருந்தான். அங்கு இங்கும் ஓடியாடிச்சென்று சிறிதும் உட்காராமல் இருந்தது களைப்பை வாரித் தந்திருந்தது. உறக்கம் அவனை உடனே அணைத்துக் கொண்டது. நடு இரவில் வியர்த்து வழிய திடுக்கிட்டு விழித்துக் கொண்டான். டியூப் லைட் வெளிச்சம் கண்ணைக் கூசியது. வெள்ளை வேட்டி சட்டையில் நரைத்த தலையுடன் ஒருவர் போதையில் இருந்த சைட் இன்ஜினியர் சண்முகத்துடன் ஒரு நோட்டை வைத்துக் கொண்டு கடுமையான குரலில் பேசிக் கொண்டிருந்தார். எழுந்து வெளியே வந்தான். தெய்வநாயகம் அவர் மேனேஜர் என்றான். "அதுக்கு ஏன்யா பேனை நிப்பாட்டினாரு... அவரும் வேக்காட்டுலதானே புழுங்கிக்கிட்டு கிடக்காரு" என்றான் விசுவன் எரிச்சலில்.

காலையில் விழிப்பு வந்தபோது நன்கு விடிந்து வெயில் வந்து விட்டிருந்தது. கான்கிரீட் வேலை தொடங்கியிருந்தது. ஆட்களின் சப்தங்களும் கான்கிரீட் கலவை இயந்திரங்களின்

இரைச்சல்களும் அவன் பிடறியில் அடித்தன. அத்தனை பேரும் அவனை வேடிக்கை பார்ப்பதாக அவமானம் பிடுங்கித் தின்றது. அவனை யாரும் எழுப்பவில்லை. இவ்வளவு பேருக்கு மத்தியில் முகம் கழுவி பல் துலக்கி ஓடிப்போய் சாப்பிட்டு விட்டு வர அவனுக்கு அயர்ச்சியாக இருந்தது. களைப்பு நெஞ்சுக்கூட்டில் படபடப்பைக் கூட்டியது. எழுந்து நடக்க முயற்சித்தபோது கால்கள் ரத்தம் ஓட்டமே இல்லாமல் அவனைத் தடுமாற வைத்தது. கெண்டைக்காலில் உறைந்திருந்த ரத்தம் மெல்ல மெல்ல ஓட்டத்தை அதிகப்படுத்திக்கொள்ள நிதானத்துக்கு வந்தான். மதியம் போல் சில பேப்பர்களைக் கொடுத்து ஜெராக்ஸ் எடுத்துவரச் சொன்னார்கள். ஜெராக்ஸ் கடையில் கும்பலாக இருந்தது. கடையின் எதிர்ப்புறம் தனியார் பள்ளி பிரம்மாண்டமாக எழுந்து நின்றிருந்தது. ஸ்கர்ட் அணிந்த ஒருத்தி துள்ளலோடு பள்ளியிலிருந்து வெளியே வந்து ஜெராக்ஸ் கடைக்குள் புகுந்தாள். அவளின் வெண்மையான திரண்ட கால்களையே பார்த்துக்கொண்டிருந்தான். கடைப் பெண் புஷ்டியாகப் புடைத்த மார்பக மேட்டை அடிக்கடி கைகளால் தடவிக் கொண்டிருந்தாள். மீதிச் சில்லறையை வாங்காமல் அவளின் உடல் வனப்பை நினைத்தபடியே வந்து விட்டிருந்தான். 'அவ முலையையே பாத்திட்டிருந்தியா கணக்குப் பார்த்து வாங்கி வர வேணாமாய்யா' என்றான் சண்முகம். விசுவனுக்கு சுருக்கென்றது.

வந்த ஞாயிற்றுக்கிழமை வேலை நடந்த இடம் வெறிச் என்று கிடந்தது. நாலு இட்லியைப் பிட்டு வாயில் வைத்தான். தக்காளிச் சட்னிச் சுவையோடு வயிற்றுக்குள் போனது. சில தினங்களுக்கு முன் நடந்த முதல்வரின் வளர்ப்பு மகனின் ஆடம்பரத் திருமணத்தைப் பற்றியே ஓட்டலில் பேச்சாக இருந்தது. புலானாய்வுப் பத்திரிகைகள் வண்ண வண்ணப் போட்டோக்களோடு பக்கம் பக்கமாகத் திருமணத்தை விமர்சித்து எழுதியிருந்தன. அமைச்சர் இளவரசனின் புது ஊழல் செய்தியும் வந்திருந்தது. மன விரிசலோடு சைட்டிற்கு வந்தான். யாரும் அங்கில்லை. பேக்கிலிருந்து இன்லண்ட் லட்டரை எடுத்தான். கலையரசிக்கும் அப்பா அம்மாவுக்கும்

கடிதம் எழுதலாம். எதை எழுத என்று நினைத்து கடிதத்தை மடித்து சட்டைப்பாக்கெட்டில் வைத்தான். கால் போன போக்கில் நடந்தான். வாகனங்கள் போவதும் வருவதுமாக பரபரப்புடன் இருந்தது. எதைத்தேடி இப்படி ஓடுகிறார்கள் என்றிருந்தது. பணம் பணம். ‘ஆசை’ படத்துக்கு டிக்கெட் எடுத்து தியேட்டருக்குள் நுழைந்து ஏஸி சில்லிப்பில் அமிழ்ந்தான். இடைவேளையின்போது சீட்டிலேயே உட்கார்ந்திருந்தான். மனம் படத்தில் லயித்திருக்கவில்லை என்பது புரிந்தது. மெல்லிய மஞ்சள் லைட்டின் வெளிச்சத்தில் அம்மா அப்பா தங்கையின் விசாரிப்போடு வேலை மன சஞ்சலங்களை நுணுக்கி நுணுக்கி எழுதினான். எழுதும்போதே மனம் கசந்து கண்ணீர்த் துளிகளைக் கடிதம் வாங்கி உறிஞ்சி படரவிட்டது. போஸ்ட் பாக்ஸில் படம் விட்டு வந்தபோது கடிதத்தைப் போட்டான்.

இரண்டு வாரங்கழித்து அவனை முகப்பேர் நொளாம்பூர் சைட்டுக்கு அனுப்பினர். ஓட்டை சைக்கிளில் இரவு அங்கு சென்றான். ஏழு மாடிக் கட்டிடம் மொத்தம் நான்கு இருந்தது. பிளம்பிங் வேலையும் பெயிண்டிங் வேலையும் அனைத்துப் பகுதிகளிலும் நடந்து கொண்டிருந்தது. சில இடங்களில் பூச்சு வேலை நடந்துகொண்டிருந்தது. கிட்டத்தட்ட பணிகள் நிறைவடையும் தறுவாயில் இருந்தது. அந்தப் பகுதியே இருளில் மூழ்கியிருந்தது.

“ஏரிப் பகுதி சார் இது.”

இரவு சாத்தப்படாத ஜன்னல்கள் காற்றில் படீர் படீர் என்று அடித்துக்கொண்டிருந்தது மனதில் திகிலை அப்பியது. தூக்கமே வரவில்லை. நடராஜன் காரில் வந்திருந்தார். எல்லோரும் அரக்கப் பரக்க ஓடினர். கார் ஹெட் லைட் வெளிச்சப் புள்ளிகளில் ஏதோ பேசிவிட்டு காரில் ஏறினார். கார் நகரவில்லை. எல்லோரும் பிடித்துத் தள்ள சிறிது தூரம் ஓடிய கார் நீர் தேங்கியிருந்த சேற்றில் பட்டு நகர அந்த வேகத்தில் சேற்றுத் தண்ணீர் தள்ளியபடியே வந்தவர்களின் உடம்பில் கண்களில் வீசியடித்தது. கார் உறுமலோடு நின்றது. யாரோ ஓடிப்போய் ஹோஸ் வழி நீரைத் திறந்து காரில் பட்டிருந்த

சேறைக் கழுவிவிட்டனர். கார் சீறிப் பாய்ந்து சென்றுவிட்டது. உடம்பில் சேறு பட்டவர்கள் அந்த இருளில் திக் பிரமைபிடித்து நின்றனர்.

காலையில் எழுந்தவுடன் மனம் பேதலித்துக் கிடந்தது. நினைவுகள் மனதில் மோதிச்சிதற ஏழு மாடிகளையும் எண்ண வேகத்தில் போட்டியிட்டுக் கொண்டு அவனையுமறியாமல் ஏறி மொட்டைமாடிக்கு வந்தான். வெகு உயரத்தில் வந்து நிற்பது மாயலோகத்தில் நுழைந்தது போலிருந்தது. இங்கிருந்து கிளம்பிப் போய்விடலாம் போலிருந்தது. சுந்தரபுரத்திற்குச் சென்று என்ன செய்வது. இங்கிருந்து வருடங்களைத் தவ்வித் தாவிக்கடந்து வெற்றிக்கனியைப் பறித்துச் சுவைக்க வாய்ப்பிருக்கும்தானே. என்ன வெற்றிக்கனி. கலையரசியின் திருமணம். அம்மாவின் பூக்கட்டலுக்கு விடுதலை. அப்பாவின் மளிகை வியாபாரச் சுமையை இறக்கி வைத்தல். எதை இழந்தால் அந்த வெற்றிக்கனி மடியில் விழும். ஏழுமலை சண்முகம் வெள்ளை வேட்டி மேனேஜர் இவர்களைக் கடந்து கிடைக்கும் சொற்ப ஊதியம் இவற்றை மனம் கரைத்து திடமடைந்து காலத்தை மென்று விழுங்கிக் கிடைக்கும் வெற்றிக் கனி. மொட்டை மாடியையே சுற்றிச் சுற்றி வந்தான். மனம் கனத்துக்கிடந்தது. மதியம் சாப்பாடு வரும் நேரம் தள்ளிப்போய்க்கொண்டிருந்தது. மறந்துவிட்டனரா. அவன் மட்டுமே காண்ட்ராக்ட் கம்பெனி சார்பாக அங்கு இருந்தான். மற்றவர்கள் தினக் கூலிக்கு வந்தவர்கள். உயர்ந்து நிற்கும் பில்டிங்குகள். சுற்றிலும் வெட்டவெளிப் பிரதேசம். விசுவனின் மனதில் பொத்தல் விழுந்துகொண்டிருந்தது. மூன்று மணிபோல் தெய்வநாயகம் ஓட்டை சைக்கிளில் வேறொரு சைட்டிலிருந்து ஓட்டலில் வாங்கி வந்த சாப்பாட்டுப் பார்சலைத் தந்துவிட்டுச் சென்றுவிட்டான். பசியில் பொட்டலத்தைப் பிரித்தான். நான்கு வாய் சாப்பிட்டிருப்பான். பசி வேட்கை அடங்கிவிட தொடர்ந்து சாப்பாடு இறங்கவில்லை. அப்படியே எடுத்துக் கொட்டிவிட்டு எழுந்தான். கிளம்பிவிடலாம் என்று மனம் கூக்குரலிட்டது. கிளம்பி என்ன செய்வது. எழுதிப் பிழைத்துக் கொள்ளலாம். இதுவரை எழுதி எவ்வளவு சம்பாதித்து இருப்பாய்? மனம் கேலிப் புன்னகையை வழியவிட்டது. சில

பத்திரிகைகள் பிரசுரமான தகவலையே தெரிவிக்கவில்லை. பின்னே எங்கே பணம் தருவது. பல்லைக் கடித்துக்கொண்டு 'மனம் திடமாக வரம் தா' என்று வானத்தைப் பார்த்துக் கத்தினான். அந்த மொட்டைமாடியின் உயரத்தில் அவனின் கத்தல் காற்றில் கரைந்து அவன் காதுக்கே திரும்பியது. அங்கொன்றும் இங்கொன்றுமாக தூரதூரத்தில் இருந்த கட்டடங்கள் வறண்ட பிரதேசத்தின் வெக்கையோடு அவனைச் சூழ்ந்து மையமிட்டுச் சுழன்றது.

மாலை நெருங்கியதும் அன்று நடந்த பணியின் விவரங்களை எழுதி வைத்துவிட்டு ஷாப்பிங் காம்ப்ளக்ஸ் சைட்டிற்கு வந்தான். பேக் அங்குதான் இருக்கிறது. மனம் கிளம்பு கிளம்பு என அரித்துக்கொண்டிருந்தது. பேக்கை எடுத்துத் தள்ளு வண்டிக்கடையில் வைத்துவிட்டு இட்லிகளையும் மாட்டுக்கறி வறுவலையும் புசித்தான். கடைக்காரரிடம் வந்து விடுவதாகச் சொல்லிவிட்டு சைட் அலுவலகத்திற்கு வந்தான். இருள் அப்பிக் கிடந்தது. வேலை முடிந்து எங்கு சென்று தொலைந்தனரோ. இல்லை சொல்லாமல் கிளம்பி விடலாமா. விடமறுத்தால் என்ன செய்வது என்றுதான் பேக்கை முன்கூட்டியே எடுத்துத் தள்ளுவண்டிக் கடையில் வைத்திருந்தான். அவசரமாக ஊருக்குச் செல்ல வேண்டியிருப்பதாகச் சொல்லிக் கிளம்பத் திட்டமிட்டான். சண்முகத்தைக் காணவில்லை. நிறைவடையாத கட்டடப் பணி பூதமாக இருளில் நின்றிருந்தது. வெளியே சாலையில் வெளிச்ச மினுக்கல்களோடு வாகனங்களின் இரைச்சல் மௌனத்தைக் கிழித்துக்கொண்டிருந்தன. வாட்ச்மேனையும் காணவில்லை. வெளியே வந்தான். சண்முகம் தள்ளாட்டத்துடன் வருவது தெரிந்தது.

"எங்கேய்யா போனே?"

விசுவனை நொளாம்பூர் சைட்டில் தேடி அலுத்துச் சிலர் திரும்பி இருந்தனர்.

"உன்னையே முதலாளி சேலம் கருப்பூர் இன்ஜினியர் காலேஜ்க்கு இன்னைக்கு நைட்டே கிளம்பிப் போகச் சொல்லிட்டாரு."

“இல்லை சார்... நான்...”

அவன் முடிப்பதற்கு முன் சண்முகம் மதுபோதையில் எகிறினான்.

“போடான்னா... லேடீஸ் ஹாஸ்டல்லதான் வேலை நடக்குது... விதவிதமான குட்டி முலைங்களை தினம் பாத்து ரசிக்கலாம்.”

அவனிடம் பஸ் பயணத்திற்குப் பணத்தைத் தந்துவிட்டு சண்முகம் படுத்துவிட்டான்.

மனம் கொதித்துக் குழம்பி அலைபாய்ந்தது.

விடியற்காலையிலிருந்து சேலம் பேருந்து நிலையத்தையே மனக்குழப்பத்தோடு சுற்றிக்கொண்டிருந்தான். அன்றைய தினசரிகளில் அந்தியூர் செலம்பூரம்மன் கோவிலிலிருந்து மூன்று வனத்துறை ஊழியர்களை சந்தனக் கடத்தல் வீரப்பன் கடத்திவிட்ட செய்தி பரபரப்பைத் தெளித்துக்கொண்டிருந்தது. ஒரு டீயோடு பன்னைத் தொட்டு சாப்பிட்டுவிட்டு இன்ஜினியர் காலேஜ் சைட்டுக்குச் சென்றான். மனதில் உத்வேகம் அப்பிக்கொண்டதைப் போலிருந்தது.

இடம் பச்சைப் பசேலுடன் ரம்யமாக இருந்தது. மனதில் குளுமை வீசியது.

“கம்ப்யூட்டர் சென்டர் பில்டிங் வொர்க் சீக்கிரம் ஸ்டார்ட் ஆகப் போகுது. அதுக்கு முன்னே நாலு பிளாக் லேடிஸ் ஹாஸ்டல் விரிவுபடுத்தற கட்டட வேலையை முடிக்கணும்” என்று ஹாஸ்டலுக்குள் அவனை அனுப்பினான் சைட் இன்ஜினியர். அன்று இரவு கான்கிரீட் பணி நடக்க இருந்தது. வண்ண வண்ண ஆடைகளில் கல்லூரி மாணவிகள் விடுதி அறைகளிலிருந்து நோட்டுப் புத்தகங்களோடு வெளிப்பட்டுக் கொண்டிருந்தனர். அவன் ஒரு காட்டுச் செடியைப் பூவோடு பறித்து முகர்ந்துகொண்டிருந்தான். ஒரு மாணவி அவனை ஓரக்கண்ணால் பார்த்து மெலிதாகப் புன்னகைத்துச் சென்றாள்.

பின்மாலைப் பொழுதில் வெயில் கீழ்வானத்தில் அமிழ்ந்து கொண்டிருந்தது. சில அறைகளில் மாணவிகளின் நடமாட்டம்

சிறு சிறு சத்தங்களோடு இருந்தன. கட்டட வேலையில் சென்ட்ரிங் பணி நடந்துகொண்டிருந்தது. விடுதி வராண்டாவில் மெல்ல நடந்து வேலை நடக்கும் இடம் நோக்கி நகர்ந்தான். மென்மையாக இருமும் பெண்ணின் குரலொலி அவனை நிற்க வைத்தது.

சிறிய இடைவெளியில் திறந்திருந்த கதவுக்குப் பின்னால் மெலிந்த தேகத்தில் அந்தப் பெண்மணி இருந்தார். திறந்து வைத்த பேனாவைப் பிடித்துக்கொண்டு உட்கார்ந்தபடியே அவனைப் பார்த்தார்.

“புதிதாகப் பணிக்கு வந்திருக்கீயா?”

அவனை உட்காரச் சொன்னாள். விசுவன் உட்காரவில்லை. காவேரி யாமினி என பேனாவால் எழுதப்பட்ட நோட்டுப் புத்தகங்கள் சீரற்று இருந்தன மேசையில். நீர் வண்ண ஓவியங்கள் புது மெருகு குலையாமல் சுவரினை அலங்கரித்துக் கொண்டிருந்தன. அவன் அதில் லயித்திருந்தான்.

“நான்கு சுவருக்குள் என் உலகம். உனக்கு அப்படியில்லை. ஒரே பணி வெவ்வேறு ஊர்கள்” என்றார்.

“என்ன எழுதிக்கிட்டிருக்கீங்க?”

“மனதுக்கினியவள் என்ன எழுதிவிடப் போகிறாள்? நுட்பமான புறச்சூழல் அவதானிப்புகளில்லாமல் அகச் சித்தரிப்புகளும் இல்லாமல் சொல்ல நினைத்ததைச் சொல்ல ஒரு களம் தேடி மனம் அலைந்து ஏதேனும் கண்டுபிடிக்கும்.”

மேசையில் இருந்த தாள்களைப் பார்த்தான். எழுதி முடிக்கப்பட்ட தறுவாயில் அவை இருப்பதாகப்பட்டது. அவன் பார்வையை அறிந்து அந்தத் தாள்களை அவன் முன் எடுத்து நீட்டினார். புரட்டினான். சேவை இல்லத்தின் மாணவர் இல்லம், இலவச மருந்தகம், உடல் நலச்சேவை மையம் என தலைப்பிட்டுத் தொடர்ந்த வரிகளில் அவன் மனம் இருக்கும்போது அவர் மென்மையான குரலில், “உயில் எழுதிக்கிட்டிருக்கேன்” என்றார். அவன் பெண்மணியை மின்னலென ஏறிட்டுப் பார்த்தான்.

“எழுதி சம்பாதித்த சொத்துக்களா?” அவனுக்குள் வியப்பும் கேள்விக்குறிகளும் அலையடித்து வந்தன. மெலிந்த தேகப் பெண்மணி அவனிடமிருந்து தாள்களை வாங்கி சூடாமணிராகவன் என்று ஒவ்வொரு தாளின் இறுதியிலும் கையொப்பம் இட்டுக் கொண்டிருந்தார்.

“எழுதி இவ்வளவு சம்பாதிக்க முடியுமா என்ன?” என்றான் மீண்டும்.

பதிலளிக்காமல் அவனைப் பார்த்துச் சிரித்தாள்.

“எழுதி மட்டும் சம்பாதிக்க முடியாது” குரலில் பூடகம் நிறைந்து வழிந்தது.

அவர் வரைந்த நீர் வண்ண ஓவியங்கள் சுவரிலிருந்து கீழே இறங்கி வந்தன.

★★★

17
ஏற்றுமதி நிறுவன வளாகம்

வெறிச்சோடியிருந்த வீதியின் முற்பகல் வெயில் சுள்ளென்று அடித்தது. அம்மா திண்ணையில் பூ மாலை கட்டிக் கொண்டிருந்தாள். அவளின் இடது பக்கக் காதோரம் இரண்டு வெள்ளை முடிகள் அவள் அசைவுக்கு ஆடிக் கொண்டிருந்தன. வீட்டுக்குள் வந்து பெட்டில் படுத்தான். அவனருகிலேயே நின்று விட்ட சுபமங்களாவின் கடைசி இதழ் இன்னும் அவனால் படித்து முடிக்காமல் கிடந்தது. பொங்கல் முடிந்து வேலைக்குப் போகலாம் என்று நினைத்தவன், அப்படியே பிப்ரவரியையும் கடந்திருந்தான். வேலை செய்யுமிடம் மனதுக்கு உற்சாகத்தை அள்ளித் தரவேயில்லை. மனதில் ஒவ்வாமைகள் பிடித்தாட்டின. ஏதேதோ எண்ணங்கள் மனதை அழுத்த சோர்வு அவனை விழுங்கியது.

“என்னடி இப்படித் தினமும் தூங்கித்தான் பொழுதைக் கழிக்கிறானா? ரெண்டு

மாசமாச்சு வேலைக்குப் போகலியா? பிடிக்கலைன்னா வேற பக்கம் முயற்சிக்க வேண்டியதுதானே. இல்லைன்னா கடை வியாபாரத்தையாவது வந்து கவனிக்கலாம்ல...”

அப்பாவின் குரல் சத்தத்தால் விழிப்புத்தட்ட கண்களை மூடிக்கொண்டே படுத்திருந்தான். தணிகைநாதன் சாப்பிட வந்திருப்பதாக விசுவன் நினைத்தான். ஆனால் அவர் எதையோ எடுக்க வந்திருப்பதாக அவரின் நடமாட்ட சப்தங்கள் காதில் விழுவதை வைத்து ஊகித்தான்.

“ரயில்வே கேட் வியாபாரத்தையெல்லாம் புது பஸ் ஸ்டாண்ட் வியாபாரத்தோடு ஒப்பிட முடியாதுடி. பஸ் ஸ்டாண்ட் திறந்து போக்குவரத்து அதிகமானாக்க நாலுகாசு எதிர்பார்க்கலாம். அதுவரை இழுத்துப்பிடிச்சு வண்டியை ஓட்டணும். அதுக்குள்ளே கலைக்கு ஒரு வழியை அமைச்சுக் கொடுத்துடலாம்.”

“நல்ல இடம்னாக்க முடிச்சிடலாம்... என்ன படிப்பு முடியட்டும்னுவா...”

“முதல்ல ஜாதகத்தைக் கொடுப்போம்... அவன் எழுந்தவுடனே கடைக்காவது வரச்சொல்லுடி.. இப்படி நேரங்கெட்ட நேரத்துல தூங்குறானே” அவர் குரலில் சலிப்பும் எரிச்சலும் மண்டிக் கிடந்தன. அவன் அப்போதும் கண்களை மூடிப் படுத்துக் கிடந்தான். அம்மா எழுப்புவாள் என்று எதிர்பார்த்தான். அவள் எழுப்பவில்லை. கலையரசி கல்லூரிவிட்டு மாலைதான் வருவாள். அதுவரை பசிதாங்க முடியாது.

“ஏன்டா விசு... சாப்பிடலையா?... மூணாவதுடா மணி. சாப்பிட்டு அந்தப் பூ மாலைகளைக் கடையில கொடுத்துட்டு வரீயா?”

மாலைகளைக் கைகாட்டிக் கடைகளில் கொடுத்துவிட்டு பழைய பேருந்து நிலையம் பக்கம் சென்றான். ஆனந்தா சைக்கிள் கடையின் ஒரு பக்கத்தில் இருந்த டெலிபோன் பூத் பிஸியாக இருந்தது. சுந்தரபுரத்தில் ஆறு டெலிபோன் பூத்கள் வெவ்வேறு இடங்களில் முளைத்திருந்தன. புதிய பேருந்து நிலையம் திறந்து விட்டால் இந்த இடம் இப்போது இருக்கும் பரபரப்பைத்

தக்கவைத்திருக்குமா என்று தெரியவில்லை. அம்சவேணி மெலிந்து எலும்பும் தோலுமாக இருந்தாள். பழத்தட்டுகளில் ஈக்கள் மொய்த்தபடி இருந்தன. அவனைப் பார்த்ததும் "என் நிலைமை இப்படிக் கேவலமா போச்சு பாத்தியா" என்கிற மாதிரி விரக்தியுடன் மெலிதாகச் சிரித்தாள். 'அவளுக்கு எய்ட்ஸ் அறிகுறி இருக்குறதா பேச்சு' என்றான் எஸ்ஸார் ஹோட்டலில் வேலை செய்யும் சிலோன்காரன். டேவிட் தனியாக தள்ளுவண்டிக்கடை போட்டுவிட்டான் புது பஸ் ஸ்டாண்டு பக்கம். பஸ் நிலையமே இன்னும் திறக்கவில்லை என்றாலும் இனி சுந்தரபுரத்தின் மையம் அதுதான் என்று பேச்சு பரவி இருந்தது.

"என்னடா ஒரு மாசமா இங்கிட்டுதான் இருக்கிற மாதிரியிருக்கு?" என்றார் எஸ்ஸார் ஓட்டல் ரங்கராஜன். அவர் வாய் வெற்றிலையை மென்றுகொண்டிருந்தது.

"போவணும் பெரீப்பா."

"பேரூராட்சில அப்ரூவல் வாங்கறதுக்கு இன்ஜினியருக்கு டிமாண்டாம். எதாவது ஆபிஸ் போட்டுப் பொழைக்கிறதுக்கு வழியை ஏற்படுத்திக்கடா."

அவன் அவரிடமிருந்து விடுபட்டால் போதும் என்று வேல்சாமி புத்தகக்கடைக்குச் சென்று சிவாண்ணனிடம் கடனுக்குச் சில புத்தகங்களை வாங்கி வந்தான். புத்தகம் எழுத்து வாசிப்பு என்று ஒரு வாழ்க்கை வாழ மனசு பிரியப்பட்டது. யதார்த்தத்தில் பணம் சம்பாதிப்பதுதான் ஆணுக்கு அழகு என்று உறவுகளிலிருந்து நட்புகள் வரை வேதம் ஓதிக்கொண்டிருந்தன. எழுதிமட்டும் சம்பாதிக்கும் தமிழ்ச்சூழல் என்று வாய்க்குமோ என்றிருந்தது. இதுவரை எழுதி எவ்வளவு வரும்படி பார்த்திருப்போம் என்று மனதில் ஒரு கணக்குப் போட்டான். சொல்லிக்கொள்ளும்படி இல்லை. சம்பாதிப்பதுதான் எழுத்தா? அது ஒரு தவம் இல்லையா? தவம் சோறு போடுமா? ஒருமுறை சிவாண்ணன் 'ராஜேஷ்குமார் எழுதியே ரெண்டு வீடு கட்டிட்டதாச் சொல்றாங்கடா.. அதுமாதிரி எழுதித்தள்ளுடா' என்றார்.

ராஸா ஸ்வீட் வாசல் படிக்கட்டில் உட்கார்ந்து கைகாட்டியை வேடிக்கை பார்த்துக்கொண்டிருந்தான். வாகனங்களின்

போக்குவரத்து மிகுந்திருந்தது. ஜனங்களின் நடமாட்ட நெருக்கடிக்கும் குறைச்சலில்லை. தூர்தர்ஷனில் நடிகர் ரஜினி அளித்த கேள்விப் பதில் பேட்டி ஒளிபரப்பைப் பற்றி ஸ்வீட் கடை வாசலில் இருவர் அலசிக்கொண்டிருந்தனர். “யோவ் கட்சி ஆரம்பிச்சு அம்மாக்கு டஃப் கொடுத்துடுவாராய்யா?” “மதிமுகவோடு சேர்ந்து நிப்பாருய்யா” “டேய் விசிலடிச்சான் குஞ்சுகளா பொழைப்பைப் பாருங்கடா” “ஆங்... இளவரசன் புரோட்டா தட்டிக்கிட்டு இருந்தப்போ இப்படித்தானே சொல்லிக்கிட்டு திரிஞ்சீரு... நாங்களும் வருவோம்ல” ஒரே சிரிப்பும் கும்மாளமுமாக இருந்தது கடை வாசல். ‘அய்யோ வேணாம்’ என்கிற வெட்கப்படும் பெண் குரலைக் கேட்ட உந்துதலில் திரும்பிப் பார்த்தான். சோபனா. அவனுக்கு முதுகைக் காட்டியபடி ஹீரோ ஹோண்டாவில் அமர்ந்திருந்தவனின் தோள்பட்டையைப் பிடித்தபடி சிணுங்கிக் கொண்டிருந்தாள். புடவையின் மெருகு புதுப்பெண்ணைப் போல் பார்ப்பவரைக் கிறங்க வைத்தது. திரும்பினால் பேசலாம் என்றிருந்தான். அவள் பைக்கில் ஏறி அமர்ந்தபோது தாலிச்சரடு ஆடியதைக் கவனித்தான். அவள் அவனைப் பார்த்தாள். முகம் சட்டென்று இருண்டது. பின் புன்னகையை வலுக்கட்டாயமாக வரவழைத்து பைக்கில் இருந்தவனைக் கட்டி அணைத்துக்கொண்டாள். பைக் கிளம்பியது. “பெங்களூர் வாழ்க்கைய்யா... நீ வாயைப் பொழக்காதே” ஸ்வீட் கடையில் யாரோ யாரிடமோ சொல்வது காதில் விழுந்தது. எழாமல் உட்கார்ந்திருந்தான். பார்த்தும் பார்க்காததைப் போல் செல்பவளை நினைத்து மனம் நரகலைத் தொட்டதைப்போல் நெளிந்தது. திவ்யாவைக் குறித்து கதிரவனிடம் எழுதிக் கேட்டிருந்தான். அடுத்த கடிதத்தில் அவள் கோவை பொறியியல் கல்லூரியில் படிப்பைத் தொடராமல் நின்று விட்டதாகவும் என்ன காரணம் என்று தெரியவில்லை என்ற பதிலைத் தெரிவித்திருந்தான். அவளின் தொடர்பை ஏன் மனது பலப்படுத்த முயற்சிக்கவில்லை என்பது அவனுக்கே புரியாத புதிராக இருந்தது. அந்த மனத் துக்கத்திலிருந்து மீண்ட சில தினங்களில் சோபனாவின் பாராமுகம். எழுந்து சைக்கிளை எடுத்தவன் தூரத்தில் ஜம்புலிங்கம் வந்துக்கொண்டிருப்பதைப் பார்த்தான். சில வருடங்களுக்கு முன் அவன் அடித்த அடிக்கு

இன்றைய சோபனாவின் பாராமுகத்தால் மனதில் விழுந்த வெற்றிடத்தைச் சரிக்கட்ட அவனை இழுத்துச் சாத்துவதில் தணித்துக்கொள்ள எண்ணினான். ஏனோ 'ச்சீய்..' என காறித் துப்பிவிட்டு அப்பாவின் கடைக்கு வண்டியை மிதித்தான்.

சைக்கிள் கேரியரில் இருந்த புத்தகங்களைத் தணிகைநாதன் பார்த்தார்.

"சம்பாதிக்கத் துப்பில்லைன்னாலும் இதுக்கு ஒன்னும் குறைச்சலில்லை" என்று கடுப்புடன் வார்த்தைகளை உதிர்த்தார். அவன் அவரின் சொற்களைக் கண்டுகொள்ளவில்லை. இன்று கடை வியாபாரத்தில் புத்தகங்களுக்கான காசை எடுக்க வேண்டும். கோபத்தில் பதிலுக்கு ஏதும் பேசிக் கெடுத்துக் கொள்ளக்கூடாது. மாட்டுத்தீவன மூட்டைகள் வந்து இறங்கின. 'அந்தக் கிழங்கு மாவு மூட்டைங்களை அந்தப் பக்கம் வையப்பா' லோடுமேனிடம் அப்பா சொல்லிக்கொண்டிருக்க கல்லாப் பெட்டியில் உட்கார்ந்தான். மளிகை லிஸ்டோடு மத்திய வயதில் ஒரு பெண் வர அவற்றை எடுக்க விசுவன் எழுந்தான்.

சத்திரத்திற்குச் சென்று விவேகா புக் ஸ்டாலில் புதிதாக வந்திருந்த புதிய இலக்கிய இதழ்களை வாரி அள்ளினான். தமிழ் இலக்கியக் கழகத்துக்குச் சென்றால் சகாயமாக புத்தகங்களை வாங்கலாம் என்று ஒருவர் சொல்ல விசாரித்துச் சென்றான். சந்தடி மிகுந்த சாலையில் அமைதியாக இருந்தது புத்தக நிலையம். உள்ளே நுழைந்தபோது யாருமில்லை. ஆச்சர்யமாக இருந்தது. முன் பகுதியில் இருந்த 'மணிக்கொடி எழுத்தாளர்கள் வரிசை' என்கிற தலையணை சைஸ் புத்தகத்தை எடுத்தான். யாரும் வருவது போல் தெரியவில்லை. நல்ல மதியப் பொழுது. புத்தகத்தை எடுத்துக்கொண்டு திரும்பிப் பார்க்காமல் விடுவிடுவென்று சாலையில் இறங்கி வந்த பஸ்ஸைத் தேக்கி ஓடி ஏறினான். குப்பென்று உடலெங்கும் வியர்த்தது.

"இப்படி இருந்தா எப்படிண்ணே... என்னைய வேற இந்தப்பா கல்யாணத்துக்கு ஒத்துக்கோ கையில காசிருக்கப்பவே உனக்கு ஒரு வழி காட்டிடறேம்மான்றாரு.. நீ ஏதாச்சும் ஒரு வேலைக்குப் போ... வேலைக்குப் போயிட்டே எழுதலாம்ல.."

கலையரசியை முறைத்தான். அவள் கல்லூரியில் யாரோ சொன்னதாக ஏற்றுமதி கம்பெனி கட்டற கட்டடத்துக்கு சூபர்வைசிங் பண்ண ஆள் தேவைப்படும் விவரத்தைச் சொன்னாள்.

ஆடை ஏற்றுமதி நிறுவனம் அறுபது தையல் இயந்திரங்களுடன் அமைய இருக்கும் தனி யூனிட்டை நவீன பாணியில் கட்ட பிரபல ஆர்க்கிடெக்டிடம் பிளான் வாங்கி இருந்தது. அதைச் செயல்படுத்த சைட் இன்ஜினியராக விசுவன் உள்ளே நுழைந்தான். உரித்த வாழைப்பழத்தைச் சாப்பிடும் வேலைதான். திட்டத்தைச் செயல்படுத்துவது மட்டும்தான் அவன் பணி. ஆட்கள், கட்டுமானப் பொருட்கள் இத்யாதிகளை கம்பெனியே ஏற்பாடு செய்து தந்து விட விசுவனுக்கு லகுவான வேலையாக இருந்தது. அவனுக்கு கம்பெனி 'பேஜர் போன்' ஒன்றையும் கொடுத்திருந்தது. தினமும் வீடு வந்துவிடத்தக்க பணி என்பதும் வாசிக்கவும் எழுதவும் காலம் கருணை காட்டியிருப்பதாக மனதில் பட்டாம்பூச்சிகள் பறந்தன.

கம்பெனி மெயின் கேட்டின் முன் நீண்டிருந்த சுற்றுச் சுவரை தரம் உயர்த்துவதற்கான சிந்தனையில் சுற்றி வந்து கொண்டிருந்தான். கம்பெனி செக்யூரிடி கார்டு முன் விசாரித்தபடி வெடவெடவென்ற உயரத்தில் முடிகள் காற்றில் பறக்க நிற்கும் இளம்பெண்ணைப் பார்த்தான். அவள் அவனை அலட்சியமாகப் பார்ப்பது போலிருந்தது. கம்பெனி இயங்கும் இரைச்சலில் அவள் என்ன விசாரிக்கிறாள் என்று அறிய முடியவில்லை. அவள் உள்ளே நுழைந்து போர்டிகோ வளாகத்தைக் கடந்து ரிசப்சனை நோக்கிச் செல்வதைப் பார்த்தான். யாரோ என்று தனக்குள் சொல்லிக்கொண்டு உடலைக் குலுக்கிக் கொண்டான். அன்று நடந்துகொண்டிருக்கும் கட்டடப் பணிகள் குறித்து ஜியெம்மிடம் வழக்கமானபடி தரும் ரிப்போர்ட்டை எடுத்துக் கொண்டு அவரின் அறையில் நுழைந்தான்.

கேட்டில் பார்த்த இளம்பெண் அவர் மேசையின் முன் இருந்த இரண்டு நாற்காலியின் ஒன்றில் உட்கார்ந்தபடி அவர் கூறும் குறிப்புகளை எழுதிக்கொண்டிருப்பதாகக் கருதினான்.

தன்னிச்சையான செயலாக அவளருகில் இருந்த நாற்காலியில் உட்கார்ந்தான். அவளிடமிருந்து மல்லிகையும் மரிக்கொழுந்தும் கலந்த வாசம் அடித்தது. அருகில் அமர்ந்திருந்தாலும் அவளை உற்றுப் பார்க்க முடியாத தர்மசங்கடமான சூழ்நிலை. ஆனால் அவள் எழுதிக்கொண்டிருந்ததை நிறுத்திவிட்டு அவனை உற்றுப் பார்ப்பதை உணர்ந்தான்.

“ரம்யா இவர் மிஸ்டர் விசுவன். கம்பெனி பில்டிங் சைட் இன்ஜினியர். கட்டிட்டு இருக்கிற தையல் யூனிட்டை ஃபுட் கிரேடு தயாரிப்பு சிஸ்டமாக மாற்ற கம்பெனி திட்டமிட்டிருக்கு. அதுக்கு மைக்ரோ பயாலஜிஸ்ட் ரம்யாதான் இன்ஸார்ஜ்.”

அவள் அவனுக்கு ஒரு ‘ஹலோவை’ வைத்தாள். அவன் அவள் முக வசீகரிப்பில் லயித்து லேசாகப் புன்னகையை மட்டும் கசியவிட்டான்.

அவள் கட்டுமானப்பணி நடக்கும் இடத்துக்கு வந்து சில மாற்றங்களை கம்பெனியின் அனுமதியுடன் சொல்ல ஆரம்பித்தாள்.

“கம்பெனி ஹாஸ்டல்லயா தங்கியிருக்கீங்க?”

“ஆமாமாம்...”

அவள் கம்பெனி தந்திருந்த பேஜரில் வந்திருந்த தகவலைப் படித்துக் கொண்டிருந்தாள். நூறு கிலோமீட்டர் தூரத்தில் வசிப்பதுதான் விடுதிவாசத்துக்குக் காரணம் என்றாள். அவளின் தந்தை காவல் துறையில் பணியாற்றுவதாகவும் தற்போது சந்தனக் கடத்தல் வீரப்பனைத் தேடும் அதிரடிப்படையில் இரண்டாம் நிலை அதிகாரியாக இருப்பதாகவும் சொன்னாள்.

அன்று முன்னிரவு சுந்தரபுரம் வந்ததும் ‘ஹாய்’ என்று குறுஞ்செய்தியை அவளுக்கு அனுப்பினான்.

“சாயங்காலம்தான் பாத்துப் பேசிட்டுப் போனோம். போனதையும் மெஸேஜ் அனுப்பியிருக்கீங்க?” என்றாள் அடுத்த நாள் வாய்கொள்ளாத சிரிப்புடன்.

வேலை அதிகமில்லாத அன்றைய பொழுதில் சிவாண்ணன்

வீட்டில் இருந்தான். சற்று முன்னர்தான் ஆதி பகவதி வழிபாட்டு மன்றத் தலைவி பழனியம்மாளிடம் ஆசிவாங்க சந்திரமதி அவனை அழைத்துச் சென்றாள். அவளின் விருப்பத்தை ஏன் தடுப்பானேன் என்று கடமைக்காக உடன் சென்றான், முன்னரை விட இடம் ஜகஜோதியாக இருந்தது. மின் வசதி குடிநீர் வசதி, நல்ல கட்டிடம். அடர்ந்து பரந்து விரிந்த வேப்ப மரம் அரசமரம் வில்வ மரம் என இடம் மனதுக்கு இதமாக இருந்தது. இடம் உரிமை: கருமானூர் சக்திபீட அறக்கட்டளை என்றிருந்த கல்வெட்டைப் பார்த்தான். பக்தர்கள் அளித்த பணத்தில் வாங்கிய சொத்து அனாயாசமாக சக்திபீடம் கைப்பற்றிவிட்டதாகக் கருதினான். ‘ஓம்சக்தி பகவதிசக்தி ஆதிசக்தி’ என்கிற எழுத்துகள் எங்கும் நீக்கமற ஆரஞ்சு வண்ணத்தில் நிறைந்திருந்தது. கலையரசியின் திருமண விஷயமாக அம்மாவும் ரங்கராஜு பெரிப்பாவும் பேசிக் கொண்டிருந்தனர். சிவாண்ணன் இருந்த அறையில்தான் டி.வி இருந்தது. கேபிள் இழுத்திருந்தார். சந்தனக் கடத்தல் வீரப்பனின் பேட்டி தனியார் தொலைக்காட்சியில் ஒளிபரப்பானதை தற்செயலாகக் காண நேர்ந்தது. ‘என் தங்கச்சியைக் கற்பழிச்சு சிதைச்சான்ல... அதான் தலையை எடுத்தேனாக்கும்’ டிஎஃப்ஓ ஸ்ரீநிவாஸ் படுகொலைக்குக் காரணம் சொன்னான். ‘செலம்பூரம்மனு கோவில்ல கடத்தன மூணு வாட்சர்ங்கள்ல நான்தான் போங்கடேன்னு விட்டுட்டேன்... அதை என்னடான்னா கர்நாடகா அதிரடிப்படையாளுங்க நாங்கதான் மீட்டோம்ன்றாய்ங்க... தமிழ்நாடு அதிரடிப்படை மீசக்காரு எப்படி மீட்டோம்னு பேட்டி கொடுக்குறாக... கதை எப்படிப் போவுது பாத்தீரா?’ சிவாண்ணன் சிரித்தார். விசுவனுக்கும் சுவாரசியம் தட்டியது. ‘வளர்ப்பு கண்ணாலம் நடத்தற காசு சொஞ்சமா நஞ்சமா...’ என்று அடுத்த டாபிக்கைத் தொட்டான் வீரப்பன். சிவாண்ணன் “இவம் பேசறதைப் பாத்தாக்க ரசிக மன்றமே வச்சிடுவானுங்களே” என்றார். ‘அரசாங்க நிலத்தைக் குறைச்ச விலைக்கு வாங்கறது முதல்வரு பதவிக்கு கௌரதையா என்ன? கேஸு போட அனுமதி தந்ததுக்குத்தான் கவர்னரு தப்பா நடந்துக்க பாத்தாருன்னுட்டாங்க...’ அம்மா அவனைக்

கூப்பிட்டாள். பாதியிலேயே கிளம்பி அவளுடன் வீட்டுக்கு வந்து விட்டான். பெரீப்பா முடிந்த உதவியைச் செய்வதாகச் சொல்லியிருந்தார்.

புதிய பார்வையில் அவனைப் பற்றிய சிறுகுறிப்போடு சிறுகதை பிரசுரமாகியிருந்தது. அன்று முற்பகலில் என்றும் வராத ஜியெம் கட்டுமானப் பணி நடக்கும் இடத்துக்கு அவனைத் தேடி வந்திருப்பதாகவே அவனுக்குத் தோன்றியது.

"நல்லா எழுதியிருக்கீங்க... சில இடத்துல பிசிறு அடிக்குது மத்தபடி நல்ல கதை... நல்ல கதை..." என்று மனம் லயித்துச் சொல்லுவதாக அவனுக்குப் பட்டது. ஒருகாலத்தில் எழுதுவதில் ஆர்வமாக இருந்து பின் எழுதுவதை விட்டுவிட்ட அவரின் சொல்லாடல்களை அவர் மூலமாகவே அறிந்தான். அவர் மீதான அவனின் உணர்வுகள் பசைபோல் மனதிலிருந்து எழுந்தன. கண்ணுக்குத் தெரியாத இழைகளால் இருவரையும் பிணைத்து ஒட்டிக்கொண்டன.

"ஓ... ஸ்டோரி ரைட்டரா நீங்க?!" என்றாள் ரம்யா.

"ஆச்சர்யப்பட்டுக் கேக்கிற மாதிரி தெரியலையே?"

"என்ன கிண்டல் பண்றேனாக்கும். கதை எழுதறவங்களை இதுவரை நான் சந்திச்சதேயில்லை... அந்த பிரமிப்பை என் முகத்தில இருந்து அறிய முடியலையாக்கும். என்ன ரைட்டர் நீங்க..." அவள் அவனருகில் நெருக்கமாக நின்றுகொண்டாள். தலையில் சூடியிருந்த தாழம்பூவும் மரிக்கொழுந்தும் மாலைநேரக் காற்றில் ஊடுருவி சுவாசத்தை வசியப்படுத்தியிருந்தது.

"தான் துக்கப்படாம வாழ்ந்துட்டாலும் பிறருடைய துக்கத்தை உணரக்கூடியவனா இருக்கிறதே பெரிய விஷயம் இல்லையா?"

"மனசை நேரடியாத் தொட்டுட்டாவே அது இலக்கியம்தான்."

"எழுதியே சம்பாதிச்சுடுவீங்க... சைடு வருமானம்போல..."

அவளை உற்றுப் பார்த்தான். பின் சிரித்துக்கொண்டான்.

"எழுதலாம்... சம்பாதிக்க முடியுமான்னு தெரியலை. இலக்கிய

எழுத்துக்கெல்லாம் விரல்விட்டு வரக்கூடிய மதிப்புதான். ஆனா கால காலத்துக்கும் மதிக்கப்படற எழுத்தாக மட்டும் இருக்கும். எழுத்து வயிற்றை நிரப்பற அளவுக்குக் கூட பணத்தைத் தரதில்லை.”

“ஆத்ம திருப்தியா?”

“சொல்லத் தெரியலை. வர்த்தக எழுத்தாளனையே பெரிய எழுத்தாளனாக மதிக்கிற சமூகம். அவனே பெரிய கலைஞனாகவும் ஊர்வலம் வருகிறான். இந்தத் தாழ்வு இந்த அவலம் எல்லாம் இங்கேதான். இந்த ரெண்டாந்தர எழுத்தாளர்கள்தான் தமிழ் இலக்கியம்னு சமூகம் நினைக்குது. பெரும்பாலும் வசதியான ஆளுங்க வீட்டுல நல்ல புத்தகங்கள் இருக்காது. மோசமான பத்திரிகைங்க நாவலுங்க சினிமாங்கன்னுதான் அவங்க ரசனையாக இருக்கும். உயர்ந்த விஷயங்களுக்கு அவங்க உள்ளத்தில இடம் இருக்காது. அப்படியிருந்துட்டால் எங்களைப் போன்றவங்க எழுதியே சம்பாதிக்கலாம்தான்.”

“யப்பா... உங்களைப் பத்தி என்னவோ நினைச்சேன். உங்க பாயிண்ட் ஆஃப் வ்யூ க்ரேட். யோசிக்க வேண்டிய விஷயந்தான்.”

அவளுக்கு நிறைய புத்தகங்களைக் கொண்டு வந்து தந்தான்.

“புத்தகம் வாங்கவே பத்தாது போலிருக்கே?”

“ஜியெம்மைப் பாத்து சம்பளத்தை உயர்த்தித் தரச் சொல்லு?”

“எங்கே நானா? நல்ல ஜோக்தான். போகிற போக்கப் பாத்தா அவரே கம்பெனியைவிட்டுக் கிளம்பிடுவாரு போலிருக்கு?”

“அய்யோ ஏன்?”

“எனக்கு இன்ஸ்ட்ரக்சன் கொடுக்கிறப்போ எல்லாம் அடிக்கடி அவருக்கு போன் வருது. டென்சனாயிடறாரு...”

அவள் சொன்னது உண்மைதான். காரணம் என்னவென்று தெரியவில்லை. அவர் வேலையை விட்டு நீங்கிவிட்டதான தகவலே நான்கு நாட்கள் கழித்துதான் கம்பெனிக்கே தெரிந்தது. அதுமட்டுமல்ல ரம்யாவும் திடீரென்று நின்று

விட்டாள். ஊருக்குச் சென்றவள் அதற்குப் பிறகு கம்பெனிக்கு வரவில்லை. அதிரடிப் படையில் அவளின் தந்தை பயங்கர மன உளைச்சலை சந்தித்து வருவதாக ஒருமுறை சொன்னது நினைவுக்கு வந்தது. அவன் பேஜர் எண்ணுக்கு 'உன் நட்பு இனிமையானது' என்று குறுஞ்செய்தி அனுப்பியிருந்தாள். பிறகு அவளைக் குறித்து ஒரு செய்தியும் இல்லை ஒரு தொடர்பும் இல்லை. மனிதனின் மகத்தான விஷயம் மறதிதான். அவள் குறித்தான நினைவுகளை மனம் எப்போது மறக்கும் என்று தடுமாறிப்போனான். மூன்று நாட்கள் விசுவனுக்கு பித்துப் பிடித்தது போலிருந்தது.

எழுதியே ஆற்றாமையே தீர்த்துக்கொண்டிருந்தான். எழுதி எழுதித் தீராத பக்கங்களாக அவளின் நினைவு அவனைச் சுழற்றியடித்துக் கொண்டிருந்தது. அவனின் மனக்கதவைத் திறந்து வசமாக ரம்யா உட்கார்ந்திருப்பதை அவள் விலகிச் சென்றபின்தான் அவனால் உணரமுடிந்தது. திவ்யா ஏனோ மனதின் ஓரம் எட்டிப்பார்த்து காற்றலைகளில் மறைந்துப் போனாள். எழுதியவற்றை மீண்டும் படித்துப் படித்து சொற்கள் நினைவுக் குமிழ்களாக அவனைச் சூழ்ந்து பெருகிக் கொண்டிருந்தன. மனதிலிருந்து சொல்வதற்கான வாக்கியங்கள் ஊற்றுப்பெருக்காக வந்துகொண்டிருந்தன.

“சொல்வதற்கு விஷயம் உள்ளவர்களுக்கு 'மொழி' தேவையில்லை. உன் விஷயத்தைச் சொல்ல 'உன் மொழி'யைக் கண்டுபிடி. யாரிடம் சொல்ல விஷயம் இல்லையோ அவரிடம் மொழி இருக்காது. தமிழில் சிறப்பான சாதனை புரிந்தவர்கள் எல்லோரும் தன் மொழியைக் கண்டுபிடித்தவர்கள்... தொல்காப்பியன், பாரதி, புதுமைப்பித்தன், மௌனி, லா.ச.ரா...”

நிலைப்படி வாசல்முன் வலக்கையை மேல்கட்டையில் பிடித்துக்கொண்டு மழுமழுவென்ற முகத்துடன் சதுர மூக்குக்கண்ணாடி வழியே அவனைப் பார்த்துச் சொல்லிக் கொண்டிருந்தவரைக் கண்டு எழுந்து நின்றான். ராமசாமி சார். அவனுக்குள்ளிருந்த ஆச்சர்யம் மேலெழுந்து வந்தது.

“இங்கே எப்படி சார்?”

“கைத்தறித் துணிகளை ஐவுளிக் கடைக்காக பர்சேஸ் பண்ண வந்தேன். நானும் சிதம்பரசுப்ரமணியனும் வந்தோம். அவருக்கு ஞாயிற்றுக்கிழமையானால் கண்டிப்பாக சினிமாவுக்குப் போகவேண்டும்.”

“வாஹினியின் விஜயா புரொடக்ஷன்ஸில் தலைமை நிர்வாகி சினிமா மீது பித்தாக இருக்கக் கூடாதா?” வெளியே நின்றிருந்த காரில் உட்கார்ந்திருந்த அவர் சொல்லிக்கொண்டே கதவைத் திறந்து இறங்கினார். மண்ணில் தெரியுது வானம் தரையில் நின்றது. புளியமரத்துக் கதையின் இதயநாதம் விசுவனுள் ரீங்காரித்தது.

“சுயநலம் மிகுந்த மனிதனிலிருந்துதான் கருணை பொழியும் புத்தனும் பிறக்கிறான். உனது எழுத்து வரிகளில் அன்பின் நீருற்று கசிகிறது” இருவரும் அறையுள் நுழைந்து தாள்களைப் புரட்டினர். நடேச சிதம்பரசுப்ரமணியன் சில தாள்களை எடுத்துக்கொண்டு காரில் ஏறி அமர்ந்து கதவைச் சாத்திக்கொண்டார்.

ராமசாமி எழுந்தார். “உனது மொழி உனக்கு வழிகாட்டும்” என்றார்.

“காதல் பித்து வரிகள் சார் இவை...”

“தாழ்வு எண்ணம் வேண்டாம்... எழுத்துக்களின் முகிழ்வுதான் முக்கியம். மூலம் எதுவாக இருந்தால் என்ன?”

அவனிலிருந்து விலகி தனது காரை நோக்கிச் சென்றார். காரின் பின் சீட்டில் உட்கார்ந்திருந்த சிதம்பரசுப்பிரமணியன் அவனை அழைத்து, “வார்த்தைகளில் ஒளி பிறக்கட்டும்” என்றார். காரில் ஏறிய சுந்தர ராமசாமி லாகவமாக காரைத்திருப்பி மெல்ல ஓட்டிச்சென்றார். காருக்குள்ளிருந்த இருவரும் மேகங்களென நகர்ந்து மறைந்தனர். மாலை வெயில் மெல்லத் தாழ்ந்து சிவந்து கொண்டிருந்தது.

★★★

18
மலை வாசஸ்தலச் சந்திப்பு முனை

ஆட்கள் குறைப்பைக் காரணம் காட்டியிருந்தால் கூட மனதை சமாதானப்படுத்திக் கொண்டிருப்பான். ‘அனுபவமுள்ள கொத்தனாரை வச்சு முடிக்காம இதென்னய்யா தெண்டச் சம்பளத்துக்கு’ என்று கம்பெனியின் மேலிடம் சொல்லிவிட்டதாகக் கேள்விப்பட்டபோது நொந்துபோனான். வேலையை விட்டு நின்ற காலம்போய் வேலைக்கு வேண்டாம் என நீக்கிய காலத்தை விசித்திரமாகப் பார்த்தான். கலையரசியின் திருமணநாள் நெருங்கும் சமயம் இப்படி நடந்ததைக் குறித்து விசனப்பட்டான். ‘என்ன பண்ணிக்கிட்டிருக்கே?’ என்பதான கேள்விகளை எப்படி எதிர்கொள்வது. எழுதிப் பிரசுரமானவற்றைக் காட்டமுடிந்து பெருமைப்பட்டுக்கொள்ள முடியுமா? ஒவ்வொரு எழுத்துருவும் எவ்வளவு பணமாக உருமாறியது என புருவமுயர்த்தலாம்.

'ஊர் ஊராக ஆர்க்கெஸ்ட்ராவுல பாட்டு ஆட்டம்னு இருந்தான்யா... ரெண்டே வருசம் சினிமாவுக்குப் போயி இப்ப மதிப்பை பாத்தியாய்யா... நல்ல உழைப்புய்யா' என வியக்கும் மனம் எழுதுபவனைக் கண்டால் கிள்ளுக்கீரையாகத்தான் நினைக்கிறது. நடிகர் நடிகைகளுக்குக் கொடுக்கும் முழு வண்ணப் பக்கங்களை எந்தப் பத்திரிகையும் எழுத்தாளச் ஜென்மங்களுக்குக் கொடுத்ததாகத் தெரியவில்லை. இலக்கியப் பத்திரிகைகளில் தெரியும் முகங்களை ஒரு நூறு பேராவது தரிசித்திருந்தால் அதுவே சரித்திரம். கேலிப் புன்னகை முகத்தில் நெளிய முகச்சவரத்தை முடித்துக் கண்ணாடியை அதனிடத்தில் மாட்டினான்.

கலையரசிக்குப் பார்த்த மாப்பிள்ளை மலைப்பிரதேசத்தில் அமைந்த எஸ்டேட்டில் மேலாளராகப் பணியில் இருந்தார். திருமணப் பத்திரிகைகளைக் கொடுக்க தணிகைநாதன் சில உறவினர்களின் வீட்டிற்கு விசுவனை அனுப்பி வைத்தார். எல்லோருமே அவனிடம் சொல்லி வைத்தது போல் என்ன வேலை என்ன சம்பளம் என்கிற கேள்விகளையே கேட்டது கண்டு அவனுக்குள் அலுப்பு வந்து ஆட்டிப் படைத்தது. ஒருவரிடமும் 'எழுதுகிறேன்' என்று பெருமையாகச் சொல்லக்கூட முடியவில்லை. பைத்தியமாயிடாதேடா என்று சொல்ல எந்த நேரமும் அவர்கள் தயாராக இருப்பதாக அவனுக்குத் தோன்றியது. அழைப்பிதழ்களைக் கொடுத்துவிட்டு ஓடிவராத குறையாக விலகினான். பணியில் இருப்பதாகச் சொல்லவும் தயக்கம். இரண்டாயிரம் பேர் பணி செய்யும் கம்பெனியில் எந்த உறவுப் பந்த தொடர்ச்சியாவது அங்கு பணியில் இருந்து தான் இப்போது பணியில் இல்லை என்ற விவரத்தை கூறித்தொலைத்தால் என்னாவது. நிறைய உறவுகளுக்கு அவன் இன்னார் என்று முதலில் விளங்கவில்லை. 'போக வர இருந்தா தானேப்பா உறமுறைப்பத்தி விளங்கிக்க முடியும்' அவனைப் பற்றி அதிகம் விசாரிக்காத உறவுகளிடம் அதிக நேரம் இருந்தான். ஆசைகளற்ற மனங்களில் நெருக்கமாக இருப்பதை தன் மனம் விரும்புவதைக் கண்டான். வாழும் வரை இனிமையைக் கொண்டாடுவோம். எல்லா நண்பர்களின் வீட்டுக்கும்

சென்று அழைப்பிதழைக் கொடுத்தான். வாழ்வின் சுழல் ஒவ்வொருவருக்கும் ஒரு பக்கத்தை எழுதிக் கொண்டிருப்பதைக் கவனித்தான். திவ்யாவின் வீட்டில் அவள் இல்லை. அவளின் சித்தப்பா அவனை யார் என்று விசாரித்தார். “தங்கச்சிக்கு கண்ணாலமா... இப்ப அவ அம்மாவோடு விசயமங்கலம் பக்கம் போயிட்டாளே” விலாசம் வாங்கினான். அவ்வளவு தூரம் செல்ல இப்போது ஒத்துவராது என்று தபாலில் பத்திரிகையைச் சேர்த்தான். மீண்டும் துளிர்க்க வைக்கலாம் என்றால் காலம் மறுபடியும் சுணங்கிக் கொண்டது.

நடந்து முடிந்த சட்டமன்றத் தேர்தலில் இளவரசன் படுதோல்வியைத் தழுவியிருந்தான். தலைவியே பறக்கும்போது தொண்டனின் நிலையைப் பற்றி என்ன சொல்வது. ஊழல் குற்றச்சாட்டில் இளவரசனைச் சிக்கவைத்து வருமானத்துக்கு அதிகமான சொத்து சேர்ப்பு வழக்கில் புதிதாக வந்த அரசு அவனைப் பாடாய்ப்படுத்திக்கொண்டிருந்தது. எந்த நேரமும் பரபரப்பாக இருந்த அவன் அலுவலகம் இன்று பாழடைந்த மண்டபமாகக் காட்சி தந்தது. அங்கிருந்த நபரிடம் தணிகைநாதன் மகளின் திருமணப் பத்திரிகையைக் கொடுத்தார். “அண்ணே போலீஸுக்குப் பயந்து மறைஞ்சிருக்காப்லயே” என்றபடியே அங்கிருந்த நபர் பத்திரிகையை வாங்கினார். தனித்த கூட்டணியில் நின்ற மதிமுக இருக்கும் இடம் தெரியாமலாக அக்கட்சியில் இருந்த சீமானூர் பிரபு அதிலிருந்து விலகி ஆளுங்கட்சியில் ஐக்கியமாகி வரவிருக்கும் உள்ளாட்சித் தேர்தலில் ஒரு பதவியைப் பெற முனைந்திருப்பதாகப் பேச்சு அடிபட்டது. அறை ஆட்களால் நிரம்பி வழிந்தது. “அவ்வளவு தூரத்திலேயா பாப்பாவுக்கு மாப்ளை கிடைச்சாரு... வீட்டுக்கு வந்து கலந்துக்கிறேன்” இளவரசனின் இருப்பிடத்துக்கும் அவன் மச்சினனின் இருப்பிடத்துக்கும்தான் எவ்வளவு வித்தியாசம். தணிகைநாதனின் யோசனை சுந்தரபுரத்தையே ஒரு கணம் அலச வைத்தது. பழைய பேருந்து நிலையத்தின் பகுதிகள் சிறிது சிறிதாகக் களை இழந்துகொண்டிருப்பதாக உணர்ந்தார். பைபாஸ் சாலையில் புதிய பேருந்து நிலையம் களைகட்ட ஆரம்பித்துவிட்டால் இங்கே சூழல் மேலும் சோபை இழந்து

வெளிற ஆரம்பிக்கலாம். எஸ்ஸார் ஹோட்டல் ரங்கராஜன் "முன்னே மாதிரி வியாபாரம் இல்லைடா.. பைபாஸ் பக்கம் வாடகைக்காவது ஓட்டலை ஆரம்பிச்சாகணும்" என்றார். சன்னாசி சீக்கிரம் வாடகை சைக்கிள் கடையை ஏறக்கட்டிடலாம்னு இருக்கேன் என்றவர் கலையரசிக்குப் பார்த்த மாப்பிள்ளையைக் குறித்து விசாரிக்க ஆரம்பித்தார். தணிகைநாதனின் கவனம் அவர் வைத்திருத்த பப்ளிக் டெலிபோன் பூத்திலேயே இருந்தது. மளிகைக் கடை ஓரம் ஒரு பூத்தை வைத்துவிட மனம் எண்ணியது. பியெஸ்ஸென்னெல்லில் விதிமுறைகளைக் கேட்டு ஏதேனும் செய்ய எண்ணினான். காலம் என்ன கணக்கு வைத்திருக்கிறதோ.

திருமணத்தன்று கலையரசியின் செருப்பைக் காணவில்லை என்று விடியற்காலையில் அலப்பறையானது. இந்த நேரத்தில் புது செருப்பை எங்கே வாங்குவது? எந்தக் கடையும் திறக்காத மலைப்பிரதேசம். அவனுக்கு மாமா முறையானவர் அவனை அழைத்துக்கொண்டு டீக்கடைக்குச் சென்றார். டீக்கடைக்காரர் விஷயத்தைக் கேட்டு அருகிலிருந்த பாய்வீட்டுக்குச் சென்றார். அவரின் செருப்புக் கடை பேருந்து நிறுத்தத்தின் அருகில் இருந்தது. வீடு மற்றொரு திசையில் விலகி இருந்தது. "சின்னக்கடை சட்னு திறந்து எடுத்துட முடியாது. இருக்கிற ஸ்டாண்ட் அட்டைப் பெட்டிங்கன்னு முன்னாடி இருக்கிறதையெல்லாம் எடுத்து வெளியே வச்ச பிறகுதான் கடைக்குள்ளேயே நுழையமுடியும். என்ன சைஸ்?" என்றவர் அவர்களின் முகத் தவிப்பைக் கண்டவர் முகத்தைக் கழுவிவிட்டு அழைத்துச் சென்றார். சுமையா மிதியடிக் கடை மரப்பலகைத் தடுப்புகளால் பூட்டியிருந்தது. திறந்து குறிப்பிட்ட சைஸை வாங்கி திருமணம் நடைபெறும் இடத்துக்கு வந்து சேர்ந்தனர். விசுவனுக்குத் தன்னுடன் படித்த முபாரக்கின் நினைவு வந்தது. அவன் அப்பா செய்து வந்த டிராவல்ஸ் சர்வீஸை விரிவுபடுத்தி நடத்தி வருவதைக் கேள்விப்பட்டிருந்தான். அடுத்தவாரம் அவனைச் சந்தித்து பிழைப்புக்கு ஏதேனும் வழி கிடைக்குமா என்று பார்க்க வேண்டும். வட்டித் தொழில் செய்யலாம் என்றால், பணம் புரள்வது, கடைமாற்றம், திருமண ஏற்பாடு

படிச்ச செலவினங்கள் என பல காரணங்களில் அது கானல் நீராக பார்வையில் தட்டுப்பட்டு மறைகிறது.

முகூர்த்தம் முடிந்து விருந்தினர்கள் நண்பர்கள் சென்றுவிட்ட பிற்பகலில் அருகில் இருந்த உறவினர் வீட்டில் சற்று கண்ணயர்ந்தான். பின்புறம் சமையல்கட்டைத் தாண்டி ஒரு வழி இருந்தது. பசுமையான மரங்களடங்கிய வெளி கண்களை வாரி அணைத்தது. முன்புற வாசலில் கோலங்கள் செம்மண் கரையிட்டு வசீகரித்தது. உறவுகளின் சம்பாத்திய விசாரணை மனதின் மென்னியைத் திருகியது. “பில்டிங் காண்ட்ராக்ட் படிப்பையா படிச்சிருக்கே... சீக்கிரம் ரியல் எஸ்டேட் கன்ஸ்ட்ரக்சன்னு சினிமாக்காரன் மாதிரி திடீர்ப் பணக்காரனாகிடலாம்யா விட்டுடாதே கெட்டியம்மா பிடிச்சுக்கோ.” அவர்களிடம் பிரசுரமான எழுத்துகளைப் பற்றிப் பேச மனம் விரும்பியது. ஆனால் பேச முடியாத மனச்சோர்வை அவர்களின் உடல் மொழி அவனைப் பாடாய்ப்படுத்தியது. கயிற்றுக் கட்டிலில் இருளடர்ந்த அறையில் படுத்தான். கண்ணயர்ந்த சிறிது நேரத்தில் அவன் அருகில் பொத்தென்று யாரோ அமர்வதை உடல் உணர்ந்து விழித்துக்கொண்டது. தாழம்பு துளசி மரிக்கொழுந்து முல்லைப் பூக்கள் கலந்த நறுமணம் நாசியைத் தழுவியது. தலைமுடியோடு பூச்சரம் கட்டிலில் சுவரைப் பார்த்து ஒருக்களித்துப் படுத்திருந்த அவனின் இடது கையின் முட்டிப் பகுதியில் உரசுவதை உணர்ந்தான். அசைவினை உணர்ந்து சங்கடப்பட்டு எழ முயன்றான். “இல்லையில்லை படுத்துக்குங்க...” மென்மையான பெண்குரல். படுத்துக்கொண்டான். பட்டுப்புடைவையின் சரசரப்போடு அவள் அவனை ஒட்டியமர்ந்திருந்தாள். பின் விநாடிகள் கரைய வாகாக அவன் முதுகை அணைத்தவாறு சாய்ந்து உட்கார்வதை உணர்ந்தான். பாச்சை உருண்டையின் நறுமணம் லேசாகப் பரவியது. அவளின் புடைவை மொத்தமாக அவன்மீது விழுவதைக் கண்டு திடுக்கிட்டு நிமிர்ந்தான். அவள் அவனுக்கு மாமன் வழி வரும் முறைப்பெண். முந்தியை முழுவதும் அவன்மீது போட்டிருந்தாள். அவனைப் பார்த்துச் சிரித்தாள். பிளவ்ஸைக் கழட்டியிருந்தாள். ஏனென்று தெரியவில்லை. துணி

ஏற்படுத்திய அலர்ஜியாக இருக்கலாம் என்று நினைத்தான். சுற்றிலும் உறவுகள் இருக்க இங்கு தான் மட்டும் இருப்பதாக நினைத்து வந்த இடத்தில் பிரச்னையாகி விடக்கூடாது என்று நினைத்துக் கட்டிலை விட்டு இறங்க முயன்றான். 'ச்சூ... பேசாம படு அவளின் வெள்ளைதேகம் இரு கறுப்புப் புள்ளிகளின் நெஞ்சோடு அறையிருளில் ஊசலாடியது. அவன் மீது உட்கார்ந்த வாக்கிலேயே படர்ந்தாள். தாலிக் கொடியை முதுகுப்புறம் தள்ளினாள். பூசுமஞ்சள் வாசத்தை நுகர்ந்தான். மார்பகப் பிதுக்கல்கள் அவன் அணிந்திருந்த சட்டையை மீறி தேகத்தைத் தழுவியது. அவனுக்குள் படபடப்பு அதிகரித்துக் கொண்டிருந்தது. மார்பக மென்மையை அனுபவித்துத் தழுவும் செயலாக அந்தப் பொழுது அவனுக்கு இல்லை. அவளோ அதை அனுபவித்து உணர்வுகளை வழியவிட்டுக் கொண்டிருந்தாள். அவன் பேண்ட் பெல்ட்டை உருவ முயன்றாள். எளிதாக வர மறுத்தது. பெல்ட்டை விடுத்து ஜிப்பை இழுத்து விட்டாள். சர்வ நாடியும் அவனுக்குள் ஒடுங்கியது. 'மரக்கட்டையா நீ... இவ்வளவு பண்றேன்... செத்த பொணமாட்டம் கிடக்கிறவன்' என்று கோபத்துடன் கிசுகிசுத்தாள். சீயக்காய் மணத்துடன் இருந்த அவளின் கேசத்தைப் பற்றி நெற்றியில் முத்தமிட்டான். வாசல் புறத்திலிருந்து யாரோ பேசியபடி உள்ளே வருவதான விநாடியில் அவள் விருட்டென்று எழுந்து சமையல் கட்டைத் தாண்டி பின்புற வாசல் வழி இறங்கும் மலைப்பாதையை நோக்கிச் சென்றுவிட்டாள். "என்னடா விசுவா எழுந்திரு... மறு அழைப்புக்குப் போயிட்டு அப்படியே ஊருக்குக் கிளம்ப வேண்டியதுதான்." அம்மா சந்திரமதியின் குரல். அவன் சுவரைப் பார்த்துத் தூங்குவதைப் போல் படுத்திருந்தான். எழுந்தால் பேண்ட் பெல்ட் பாதி உருவப்பட்ட கோலம் வெளிப்படும். அவள் பாட்டுக்கு அரவம் கேட்டு ஓடிப்போய்விட்டாள். அம்மா பேசிக்கொண்டே வரும்போது ஓரிடத்தில் தடுமாறித் திகைப்பதுபோல் சில விநாடிகள் நின்று பின் பேசுவதை உணர்ந்தான். அம்மா சென்று விட்டாளா? அறையில் வேறு யாராவது உள்ளனரா? திரும்பினான். யாருமில்லை. அவள் கழட்டிப் போட்டிருந்த பட்டு பிளவ்ஸ் கட்டிலில் அவன்

படுத்திருந்த முதுகுப்புறப் பகுதியில் கிடந்தது. விசுவன் அய்யோவென்று தலையில் கைவைத்துக் கொண்டான். அம்மா பார்த்திருப்பாளோ? கண்டிப்பாக அவள் கண்ணில் இந்த அடர்ந்த மயில் வண்ணம் படாமல் இருந்திருக்காது. 'ச்சே' என்றிருந்தது. பேண்ட் ஜிப்பை இழுத்துவிட்டுக் கொண்டான்.

பின்புற வாயிலில் வந்து நின்றான்.

திட்டுத் திட்டான பசுமை நிறைந்த மேடுகளினூடே மலைப்பிரதேசம் கண்களில் விரிந்தது. அங்கொன்றும் இங்கொன்றுமாக நிறைய திட்டுகளில் மரங்கள் சூழ்ந்த வீடுகள் தென்பட்டன. பலவகையான செடிகள் வானம் மப்பும் மந்தாரமுமாக இருந்த பின்னணியில் அசைந்து கொண்டிருந்தன. நெல்லி கமுகு மா தென்னை மங்கோஸ்டின் புளிய மரங்களென பூமி சிறு பிள்ளையாகத் தவழ்ந்தது. பலவிதமான செடிகள் கொடிகள் மரங்கள். பழங்கள் கனிந்து கிளைகளில் தொங்கின. கொய்யா ஜாம்னா சப்போட்டா பூபாலி அன்னாசி.

மெல்ல நடந்தான். காற்று சிலுசிலுவென வீசியது.

"எடீய்யே..." குரல் கேட்டு நின்றான். வலப்புற மலை திட்டில் இருந்த வீட்டின் முன் மாங்கோஸ்டின் மரத்தடியில் உட்கார்ந்திருந்த நபர் தன் வழுக்கைத் தலையை மென்மையாகத் தடவியபடி வீட்டு வாசலைப் பார்த்துக் கூப்பிட்டார். அவர் அருகில் இருந்த கிராமபோனிலிருந்து பங்கஜ் மல்லிக்கின் கஜல் பாடல் மெல்ல ஒலித்துக்கொண்டிருந்தது. அவர் முன்னிருந்த எழுத்து மேசை அவன் கவனத்தைக் கவர்ந்தது. புத்தகங்களும் தாள்களும் பேனாக்களும் பார்வையில் பட்டன. வீட்டினுள் இருந்து வந்த பெண்ணுக்கும் அவருக்கும் வயது வித்தியாசம் அதிகமிருப்பதாக பார்த்த மாத்திரத்தில் தோன்றியது. சுலைமானியைக் குடிக்க எடுத்து வந்திருந்தார்.

விசுவனின் நிழலசைவை இருவரும் கண்டனர். தேநீரைக் குடித்தபடி அவர் கையசைத்து அவனைக் கூப்பிட்டார். அவன் அவரருகில் உட்கார்ந்தான். சுலைமானியை அவரின் மனைவி குடிக்கத் தந்தார். மிகவும் சுவையாக இருந்தது. மேசையில்

இருந்த கடிதம் வீசிய காற்றுக்கு பறக்க ஓடிச் சென்று எடுத்தான். வரிகளில் பார்வை மேய்ந்தது. ஜாங்கிரி போன்ற எழுத்துகள்.

'குருவே, எம்.டி என்ற பையன் இருக்கிறானே அவன் பிரமீளா என்ற நாயர்குட்டியைத் தள்ளிக் கொண்டு போய்விட்டான். குரு, விசாரிப்பீர்கள்தானே?' என்.வி. கிருஷ்ண வாரியார். மாத்ரூ பூமி வழுக்கைத் தலையைத் தடவிக்கொண்டே ஏதோ ஒரு சிந்தனையுடன் அவனைப் பார்த்தார். "பாண்டிப் பக்கமா?" என்றார். அவன் தலையசைத்தான். கடிதத்தை மேசையில் வைத்து அதன் மேல் ஒரு புத்தகத்தை வைத்தான். வீட்டின் வலப்பக்கமிருந்து கோழி பசுமாடு வாத்துகளின் நடமாட்டத்தையும் அவைகளின் குரலொலிகளையும் கேட்டான். அவர் குடித்த தேநீர் கிளாஸைத் தலைகீழாகக் கவிழ்த்து வைத்தார்.

"பதினேழு வயதில் காந்தியைத் தொட்ட கை" என்றவர் அவன் தலையில் வலக்கையை வைத்தார்.

"ஒரு படைப்பை வாசிக்கிற சாதாரணமானவங்களுக்கு அதைப்போல தன்னாலயும் எழுத முடியும்னு தோன்ற வேண்டும். ஆனால், எழுதும்போது அது அவங்களால முடியவும் கூடாது... இது என் வாசகமல்ல இபினு முகஃபஅஹ் என்ற அரபு இலக்கியவாதி சொன்னது."

"பாத்தும்மயுடெ ஆடு படிச்சிருக்கேன்."

"ஓ... நா இன்னாரென்னு அறிஞ்சுதான் இருக்கீயா?!"

"திருச்சூர் மனநல மருத்துவமனையில் மனப்பிறழ்வுகளுக்காக சிகிச்சை பெற்ற சமயத்தில் எழுதியது அல்லவா."

அவர் வாய்விட்டுச் சிரித்தார். "எடீய்யே... பாண்டித் தம்பிகிட்டே அந்த மெத்தைக்குள்ளேயிருந்த குட்டிச்சாத்தானைப் பிய்ச்சக் கதையை வந்து சொல்லு" அவர் மனைவி அவனைப் பார்த்து மாட்டை இழுத்துக் கட்டியபடி தூரத்திலிருந்து சிரித்தார்.

"அப்ப, பஷீருக்கு பைத்தியம் பிடிச்சிருக்கு, கள்ளு குடி முத்திப் பைத்தியமாயிடுச்சுன்னு அக்கம் பக்கத்துக்காரனவ கதையளக்க

ஆரம்பிச்சுட்டானுவ... ஆனாப் பாரு, அன்னைக்கு நா மதுவைத் தொடலையாக்கும்."

நிபந்தனையற்ற நெருக்கத்துடன் அவரிடமிருந்து கசிந்த அன்பு மொழியைத் தனக்குள் சுருட்டிக் கொண்டான். பிரபலமானவர்கள் அல்லாதவர்கள் பைத்தியங்கள் பிகபாக்கெட் அடிப்பவர்கள் ஜோசியர்கள் டீக்கடைக்காரர்கள் மரமேறுபவர்கள். எல்லோரையும் சிநேகத்துடன் அரவணைக்கும் மாமனிதர். சைகாலின் கஜல் பாட்டு சூழலை மென்மைப்படுத்திக் கொண்டிருந்தது.

அவனிலிருந்து வீசிய பெண் வாசத்தை அறிந்தாரோ என்னவோ. "எல்லா ஜாதிப்பெண்களாலும் பாலூட்டப்பட்டிருக்கிறேன். ஒவ்வொரு ஜாதிப் பெண்ணுடனும் உடலுறவு கொண்டிருக்கிறேன். மனித உடல் ஒரே மாதிரியானதுதான். அனைவரும் ஒரே ஜாதி; ஒரே மதம். அனைவருக்கும் ஒரே கடவுள். இதுதான் இந்த வைக்கம் முகமது பஷீரின் எண்ணம்" என்றார்.

படைப்புக்காக வாழ்ந்த எழுத்துக் கலைஞனின் வாழ்வே மாபெரும் படைப்புதான்.

அவன் விடைபெறுவதற்காக எழுந்தான்.

'நானே கதை; நான் கலைஞன். நான் எழுதுவதே மொழி. நானே பூவும் பூங்காவனமும். சென்று வா."

மலைக்காற்று வருடலுடன் உடலைத் தழுவிச்சென்றது.

★★★

19
புதிய பேருந்து நிலையம்

இடம் மிகக் குறுகியதாக இருந்தது. 'விசுவன் பில்டர்ஸ்' பெயர்ப் பலகையை வைப்பதற்குத் தோதான இடம் இல்லை. இரண்டாவது மாடியில் இருந்த காலி இடத்தில் சாலையைப் பார்த்து போவோர் வருவோர் பார்வையில் படும்படி மாட்டினான். விசாரித்து வருவர் என நம்பினான். புதிய பேருந்து நிலையத்தால் நகரின் விரிவாக்கம் தனக்கு புது வழியைக் காட்டும் என்று உவகை கொண்டான். கட்டட வரைபடம், பேரூராட்சி அப்ரூவல், கன்ஸ்ட்ரக்ஸன் எஸ்டிமேட், கட்டிடப் பராமரிப்புக்கு அணுகவும் என பத்துக் கட்டிடம் தள்ளி இருந்த அப்பாவின் கடை போன் எண்ணை போர்டில் எழுதியிருந்தான். ப்ளூ ப்ரிண்ட் எடுப்பதற்கான ட்ரேசிங் பேப்பர், கண்ணாடிச் சட்டகம், அம்மோனியா, சார்ட் பேப்பர், இந்தியன் இங்க் டிப் பேனா அலுவலகத்துக்கு மேசை சேர் என சிறிது

செலவு செய்திருந்தான். கலையின் மொய்ப் பணத்தைத்தான் தணிகைநாதன் திசைத்திருப்பிவிட்டிருந்தார். பேரூராட்சி அலுவலகத்துக்குப் போக வர இருந்த ஒரு பின்மாலைப் பொழுதில் தொழிலதிபர் வெங்கடாசலம் அவனை அழைத்தார். கான்கிரீட் கம்பிகள் தயாரிக்கும் பேக்டரியை அவர் முன்னூறு கிலோமீட்டர் தூரத்தில் இருக்குமிடத்தில் இருபது வருடங்களாக நடத்தி வருபவர். சுந்தரபுரம் அவருக்குச் சொந்த ஊர் என்பதை அவரிடம் பேசியபின்தான் அறிந்தான். "ஒரு ஸ்கூல் லீஸுக்கு எடுத்திருக்கேன்... அதை விரிவுபடுத்திக் கட்டணும்" என்றார். மெட்ரிகுலேசன் ஸ்கூல்கள் புற்றீசல்களாக முளைத்துக் கொண்டிருப்பதைக் கவனித்தான். கிட்டத்தட்ட ஏற்றுமதி நிறுவனத்தில் பார்த்த கட்டடப் பணி போலத்தான். நான்கு பேர் அறிமுகமாகவும் தனது பில்டர்ஸ் பணி அடுத்தகட்டத்தை நோக்கி நகரவும் உதவும் என்று முனைப்புடன் ஈடுபட்டான். அந்தப் பணி முடித்த சில மாதங்கழித்து ஒரு பெரியவர் அவன் அலுவலகத்துக்கு வந்தார்.

"பாதியில் நிற்கும் வீட்டைக் கட்டி முடிச்சுத் தரணும் தம்பி..."

சென்று பார்த்தான். அதற்குரிய பணிகளைக் கணக்கிட்டு வேலையைத் தொடங்கினான். கட்டிடப் பணிக்கு ஆள் கிடைப்பதுதான் குதிரைக்கொம்பாக இருப்பதை உணர்ந்தான். நிரந்தரமாக ஒரு டீமை வைத்துக்கொள்ள வேண்டும் என்கிற யோசனை மனதில் ஓடியது. இரண்டு வாரங்கழித்து பெரியவரைச் சந்திக்க அவரின் இருப்பிடத்திற்குச் சென்றான். அவர் இல்லை. பில்டிங் கட்டுமான இடத்திற்குச் சென்றான். அன்று வேலைக்கு வருவதாகச் சொன்ன கொத்தனார் சித்தாள்கள் வரவில்லை என்பதை அங்கு சென்றுதான் அறிந்தான். கோபம் மனதில் முளைவிட்டது. வேறு பக்கம் வேலை கிடைத்துவிட்டால் இதை அம்போன்னு விட்டுடறானுங்க... நம்மளைவிட்டா எவன் வந்து முடிச்சுத் தரப்போறான்னு நினைப்பு. எரிச்சல் மண்டியது. பாதி வேலையில் நிற்கும் பில்டிங்கைச் சுற்றி வந்தான். அந்த இடம் வெகு அமைதியாக இருந்தது. இங்கொன்றும் அங்கொன்றுமாக வீடுகள் இருந்தன. அருகில் கூப்பிடு தூரத்தில் ஒரு வீடு இருந்தது.

அந்தப் பழங்காலத்து பில்டிங்கை இங்கிருந்தே பார்த்தான். அங்கிருந்து அவனைக் கையசைத்துக் கூப்பிடும் திடீரென்று முளைத்த உருவத்தைப் பார்த்தான். நெருங்க நெருங்கத்தான் அது ஒரு பெண் என்பது புலப்பட்டது.

“கூப்பிட்டுக் கேக்கிறேன்னு தப்பா நினைக்க வேணாம்.”

ஓட்டு வில்லை வீட்டின் திண்ணையில் மர நாற்காலியில் உட்காரச் சொன்னாள். நாற்காலி ஆடுவதைப் போலிருந்தது. அவள் வீட்டுக்குள் சென்றாள். பத்து வயதிருக்கும் அவளின் மகனை வீட்டின் பின்கட்டுக்கு அனுப்பி வைக்கும் கடுமையான அவளின் குரலைக் கேட்டான். வீட்டுப் பத்திரத்தை எடுத்துக்கொண்டு அவனிடம் வலிந்து திணித்த சிரிப்புடன் வந்தாள். அணிந்திருந்த மெல்லிய நைலக்ஸ் சேலை பெட்டிக்கோட்டையும் ஜாக்கெட்டையும் அப்பட்டமாக வெளிப்படுத்தியதைக் கவனித்தான். அவசரமாக பவுடரை முகத்தில் பூசி வந்திருப்பதையும் நடையில் சிறு தடுமாற்றத்தையும் கவனித்தான்.

“இது வீட்டுப் பத்திரம் சார்... அவர் கேட்டுட்டு வாங்களேன்னா மாட்டேன்றாரு. வீட்டுக்குப் பக்கத்து இடத்துக்காரங்க பிரச்னை பண்றாங்க.. அதான் தடுப்புச்சுவரு கட்டணும். லெட்ரின் பாத்ரூமும் கட்டித்தரணும் சார்...”

ஆபிஸுக்கு வரச் சொல்லலாமா என்று யோசித்த விநாடியில் நாற்காலி அவனின் அசைவுக்கு ஆட்டம் கண்டு நொடித்து விழப்போனான். அவள் சட்டென்று அவனை எட்டிப் பிடித்தாள். அவளின் கை மென்மை அவனுக்குள் இறங்கியது. உட்கார வேறு நாற்காலி இல்லையென வீட்டிற்குள் அழைத்தாள். ரேடியோ ஏதோ ஒரு ஸ்டேசனில் கொரகொரவென சத்தமிட்டுக் கொண்டிருந்தது மெல்லமாக. இரும்புக் கட்டில் மெத்தையில் உட்காரச் சொன்னாள். அருகிருந்த ஜன்னலை லேசாகத் திறந்தாள். மெல்லிய வெளிச்சம் நுழைந்தது.

“டியூப் லைட் மினுக்மினுக்’னு மக்கர் பண்ணுது சார்”

அவன் பத்திரத்தைப் புரட்டினான்.

"கீதாஞ்சலி யாரு?"

"நான்தான் சார்..."

"உங்க பேர்லயே லோன் அப்ளை பண்ணி..."

அவள் பெட்டில் அவனுக்கு நெருக்கமாக உட்கார்ந்திருப்பதை அவளின் சுவாசக்காற்றின் தீண்டலால் அப்போதுதான் உணர்ந்தான். இதில் வேறு சங்கதி இருப்பதாக மனம் தடுமாறிக் கணக்கிட்டுக் குழம்பியது. அவளின் மெல்லிய நைலக்ஸ் நழுவியது. பின்கட்டு கதவின் இடைவெளியில் பத்து வயதுப் பையன் சம்மணமிட்டு உட்கார்ந்து கைகட்டி வாயைப் பொத்தியபடி தூணில் சாய்ந்து உட்கார்ந்திருப்பது சரியாக சாத்தப்படாத கதவின் வழியே கண்டான். கீதாஞ்சலி பெட்டிக்கோட் ஜாக்கெட்டோடு எழுந்து நின்றாள். புடவை தரையில் கிடந்தது. அவனுக்குள் 'எழுந்து சென்று விடலாமா' என்று ஒருகணம் தோன்றி மறைந்தது. அவள் ஒரு காலை பெட்டில் வைத்தும் தரையில் ஊன்றிய காலினில் கையினை வைத்து அழுத்திக்கொண்டு மறு கையால் அவன் தாவாங்கட்டையைப் பிடித்துக் கிறக்கத்துடன் பார்த்தாள். விசுவன் தடுமாறினான்.

"என்னயிது...?"

"என்னையத் தெரியிலையா?" என்றாள்.

உதடுகளைப் பிதுக்கினான். அவள் அவன் உதடுகளைக் கவ்வினாள். திடீரென்று வாசல் கதவு திறந்தது. உள்ளே நுழைந்த லேசாக நரை கூடிய ஆண் உருவம் இவர்களைப் பார்த்து டியூப்லைட் ஸ்விட்சைத் தட்டியது. மினுக் லைட் என்று அவள் சொன்னது பளிச் என்று எரிந்தது. ஆண் உருவத்தைக் கண்டதும் அவள் புடைவையை வாரிச்சுருட்டிக் கொண்டு பின்கட்டுக் கதவை நோக்கி ஓடினாள். விசுவன் திகைத்து எழுந்தான். ஆண் உருவம் அவன் கழுத்தைப் பிடித்துத் தள்ளிக்கொண்டு வாசல் கதவைத் தாண்டி இழுத்து வந்தது. வெளியே ஏதோ பேசியபடி இருந்த இரண்டு ஆண்கள் இவர்களைப் பார்த்து அதிர்ச்சியில் பேச்சை நிறுத்தினர்.

அவன் குனிந்தபடியே இருசக்கர வாகனத்தை எடுத்துக் கொண்டு யாருமற்ற சாலைக்கு வந்து வண்டியின் வேகத்தை முறுக்கினான். ஐந்து நிமிடங்கழித்து ஓரிடத்தில் நிறுத்தினான். மனது அலைபாய்ந்து தன்னையே குத்திக் கொண்டது. கண்கள் எட்டும் தூரம் வரை நீண்டு வரிசையாக நிற்கும் புளிய மரங்களைப் பார்த்தான். ஒரு லாரி வேகத்துடன் கடந்து போயிற்று. யாருமற்ற வெற்றுச்சாலை. சிறிது நேர யோசனைக்குப் பிறகு தனது அலுவலகத்துக்கு வந்தான்.

சாலையில் நாலைந்து பேர் நிற்பதைப் பார்த்தான். அருகிருந்த பேன்ஸி ஸ்டோரில் இரண்டு பெண்கள் வளையல் செட்டுகளைப் பார்த்துக்கொண்டிருப்பது தெரிந்தது. ஷட்டரைத் திறந்து உள்ளே உட்கார்ந்தான். வெளியே நின்றிருந்த நாலைந்து பேர் உள்ளே வந்தனர். என்னவென்று விசாரிப்பதற்கு முன் ஒருவன் விசுவனின் சட்டையைப் பிடித்தான். எவ்விப் பிடித்ததில் மேசையில் இருந்த பேனா பென்சில்கள் சில பைல்கள் எகிறிக் கீழே விழுந்தன. சட்சட்டென்று அவனைக் கண்மண் தெரியாமல் மற்றவர்கள் அடிக்க அவன் அலறினான். அவன் அலறலைக்கேட்டு அருகிலிருப்பவர்கள் ஓடிவந்தனர்.

“யாருப்பா நீங்க.. இப்படி அடிக்கிறீங்க... எதுவாக இருந்தாலும் போலீஸுக்குப் போகாம இதென்ன அழிச்சாட்டியம்?”

“நீ மூடிக்கிட்டுப் போய்யா.”

பேசியவர் விக்கித்துப் பின்வாங்கினார். ஏதும் ரியல் எஸ்டேட் பிரச்னை போலிருக்கிறது என்று தங்களுக்குள் கிசுகிசுத்துக் கொண்டனர். யாரோ தணிகைநாதனுக்குத் தகவல் சொல்லிவிட பதறியடித்துக்கொண்டு வந்தார்.

“நல்லபடியான தம்பிதானேப்பா எதுவாருந்தாலும் பேசித் தீத்துக்கலாம்.”

மத்தியஸ்தம் பண்ண வந்தவருக்கும் அடி விழ தணிகைநாதன் அவர்களைக் கைபிடித்துத் தடுக்க முயன்றார். அவரையும் தள்ளிவிட்டனர்.

"கதையெல்லாம் எழுதுவாப்டியப்பா... நல்ல மாதிரிதான்" பேன்சிக் கடைக்காரர் சொன்னார்.

"அந்த ஈன வெங்காயமெல்லாம் எங்களுக்கும் தெரியும்யா... அவன் எழுதினதெல்லாம் முலையும் பொச்சும்தான்... உனக்கு அது தெரியுமா?"

"பொம்பளையை மயக்கி குடும்பத்தை சீரழிக்கிறவன்யா... அந்த இடத்திலேயே நசுக்கி விட்டுருக்கணும் மாமா... இந்தத் தாயளியை..."

"நாலு பேருக்குத் தெரிய உதைச்சாத்தான்டா இவன் பவுசு எல்லாருக்கும் தெரியும்" கீதாஞ்சலி வீட்டில் பார்த்த நரைத்தமுடியின் முகம். தாக்குவதற்காகப் புதிதாகச் சிலர் வந்திருப்பதும் புலப்பட்டது.

"ஏன்யா இவனை அடிக்கிறதிருக்கட்டும்... 'அது யாரு பொம்பளைன்னு எல்லா பயலும் நாக்கைத் தொங்கப்போட்டு விசாரிப்பானுங்களே' அது அந்தப் பிள்ளைக்கு நல்லதாய்யா?"

அவர்கள் அவனை விட்டுவிட்டு மிரட்டலோடு தங்கள் இருசக்கர வாகனங்களில் கிளம்பினர், அலுவலகம் கால் வைக்க முடியாத அளவுக்கு ஸ்டேசனரி பொருட்களால் சிதறிக் கிடந்தன. ப்ளூ ப்ரிண்ட் எடுக்கும் கண்ணாடிச் சட்டகம் கழண்டு நொறுங்கியிருந்தது. தணிகைநாதன் ஷட்டரை இழுத்து மூடிவிட்டு அவனை வீட்டுக்கு அழைத்து வந்தார். சந்திரமதி வெம்பிப் போனாள். விசுவனின் முகம் வீங்கியிருந்தது. உதடுகள் கிழிந்து தடித்து இருந்தன. ஆட்சியில் இருந்தாலாவது இளவரசனிடம் உதவி கேட்கலாம். அவனே போலீஸுக்குப் பயந்து மறைந்து திரிகிறான். போலீஸுக்குப் போகலாம் என்றால் பெண் மேட்டர் விஷயம் திசை திரும்பிடுச்சுன்னா வில்லங்கம் என்று எஸ்ஸார் ஓட்டல் ரங்கராஜன் சொல்ல, பேசி முடிவெடுக்க தணிகைநாதன் முடிவெடுத்தார். சந்திரமதி அவனுக்கு ஒத்தடம் கொடுத்தாள். ஏதாவது கேட்பாள் என்று எதிர்பார்த்தான் விசுவன். அவள் "எல்லாத்தையும் மறந்துட்டு ஆக வேண்டியதைப் பார்றா" என்று பூக்களைச் சரம் தொடுக்கப் போய்விட்டாள்.

'நாலுநாள் லீவுக்கு தானும் மாப்பிள்ளையும் வருகிறோம் என்று கலையரசி கடிதம் போட்டிருந்தாள். விசுவன் அடிபட்ட முக தரிசனத்தை அவர்களிடம் காட்ட விரும்பவில்லை. அலுவலகத்தையும் எடுத்துவிட்டான். வாடகைக்கு விட்டவர் காலி பண்ணச் சொல்லிவிட்டார். பாதியில் விட்ட கட்டிடப் பணியைச் செய்ய இயலாது என்று பெரியவரிடம் சொன்னபோது "தம்பி நீ கொஞ்சம் உஷாரா இருப்பேன்னு நினைச்சேம்பா?" என்றார். அதற்கு என்ன அர்த்தம். அப்படியென்றால் திட்டமிட்டு நடத்திய சதிராட்டமா? சாதி பலம் இல்லையென்றால் ஆள் பலம் இருந்தால்தான் இங்கே எதுவும் எடுபடுமா? ஒருவனை வீழ்த்த காமம்தான் எளிமையான சங்கதியா?

'பெரம்பலூரில் ஒரு இன்டர்வ்யூ' என்று கூறிவிட்டு அவன் ஈரோட்டுப் பக்கமாக பயணப்பட்டான். அவன் பாக்கெட் நோட்டில் திவ்யாவின் விலாசம் பத்திரமாக இருந்தது. அவளைத் திருமணம் செய்துகொள்வது என்கிற முடிவு அவனுக்குள் நாலைந்து நாட்களாக மண்டைக்குள் குடைந்துகொண்டிருந்தது. இப்போது என்ன சொல்லப் போகிறாளோ என்றும் மனதில் சஞ்சலம் படர்ந்தது. அவளாக நெருங்கி வந்தபோது விலகிய மனம் இப்போது பைத்தியம் பிடிக்காத குறையாக அவளைத் தேடுவது விசித்திரமாக இருந்தது. ஒருவேளை 'சரியான சம்பாத்தியம் இருந்தால் சரியென்றிருப்பேன்...' என்று அவள் மறுத்துவிட்டால் விலகிவிடுவோம் என்று நினைத்துக் கொண்டான். அவளுக்குத் திருமணம் ஆகியிருந்தால்? வீட்டில் அவள் அம்மா மட்டும் தானே இருப்பாள் பார்க்க வந்ததாகச் சொல்லிவிட்டுக் கிளம்பி விடுவோம் என்றும் யோசித்திருந்தான். பல கோண மன யோசிப்புகள் ஈரோட்டை நெருங்கும் சமயம் 'பேசாமல் திரும்பி விடுவோமா' என்று குதர்க்கத்தில் தடுமாறியது.

விஜயமங்கலத்துக்கு டிக்கெட் எடுத்து நகரப் பேருந்தை விட்டு இறங்கியபோது முற்பகலைத் தாண்டியிருந்தது. விசாரித்துக் கேட்ட வழியில் சென்ற இடம் பசேலென்ற தோட்டத்தோடு

உள்ள வீடாக இருந்தது. முன்புற இடம் விசாலமாக இருந்தது. மூன்று கீற்றுக் கொட்டகைகள் தள்ளி தள்ளி இருந்தன. கான்கிரீட் வீட்டில் சமீபத்தில் அடித்திருந்த வண்ணம் மெருகோடிருந்தது.

கைக்குழந்தையோடு திவ்யா அவனை எதிர்கொண்ட போதே அவனுக்குள் எல்லாம் நொறுங்கி விழுந்து விட்டது. அவனைப் பார்த்த நொடியில் அவள் முகத்தில் புன்னகை பூரிப்புடன் பொங்கி வழிந்ததைக் கண்டான்.

“யேய் விசு என்ன திடீர்னு... விசேசமா? வா வா... உட்கார்.”

அவனுக்குக் கயிற்றுக் கட்டிலை எடுத்துப் போட்டாள். ஏழு வயதுச் சிறுவன் “அம்மா...” என்று அவளைப் பார்த்து ஏதோ சொல்ல வீட்டுக்குள்ளிருந்து ஓடி வந்தவன் இவனைப் பார்த்தவுடன் வார்த்தைகளை விழுங்கிவிட்டு யாரென்று பார்த்தான். விசுவனுக்குள் படிப்பு முடித்த காலமும் திவ்யா லேட்ரல் என்டிரியில் படிக்கப் போன காலமும் கணக்கிட்டுக் குழம்பியது.

“ரொம்பக் குழம்பாதே விசு... அக்காப் பையன். வால் பையன்.” என்றவள் அந்தச் சிறுவன் முன் வேண்டாம் பிறகு சொல்கிறேன் என்பதாக சைகை காட்டினாள்.

“சதிஷ் இவர் உனக்கு சித்தப்பாடா.”

“அப்பாக்கு கூடப்பிறந்தவங்க யாருமில்லையே எப்படிம்மா?”

“சொன்னேன்ல வால் பையன்னு” என்று சிரித்தாள். அவனுக்கு பனங்கருப்பட்டிக் காப்பி போட்டுத் தந்தாள். ஏலக்காய் மணம் வீசியது.

சதிஷ் பழைய சைக்கிள் டயரைக் குச்சியால் உருட்டிக்கொண்டு ஓடிவிட்டான்.

“எங்க மாமா வொய்ப் கர்ப்பப்பை பிரச்னையில ட்ரீட்மெண்ட் எடுத்தும் சரியாகாமல் இறந்துட்டாங்க... அவங்களோட பையன்தான் சதிஷ். அதான் படிப்பை பாதியில விட்டுட்டு அம்மா சொன்னபடிக்கு மாமாவை கல்யாணம்

செய்துக்கிட்டேன்... ஒன்றரை வயசாகுது... பொண்ணு...” என்றபடி அவனிடம் இடுப்பில் வைத்திருந்த குழந்தையைக் கொடுத்தாள். பயணக் களைப்பு குழந்தையின் ஸ்பரிசம் பட்டவுடன் விலகியதைப் போலிருந்தது.

“தங்கை கல்யாணத்துக்கு வருவேன்னு எதிர்பார்த்தேன்” ஏதாவது பேசவேண்டும் என்பதற்காக பேசுவதைக் கண்டு அவனுக்கே என்னவோ போலிருந்தது. கிளம்பிவிடுவதே உசிதம். அப்போது டிவியெஸ் பிப்டியில் காதோரம் நரைத்த தலையில் துண்டை சும்மாடாகக் கட்டிய நபர் வந்திறங்கினார்.

வந்தவர் சும்மாடை கழற்றியபடியே “வாங்க வாங்க...” என்றார். அவரின் முகம் மலர்ச்சியில் நிறைந்து தளும்புவதைக் கண்டான். முன்பின் அறிமுகமேயில்லாமல் பார்த்து நெடுநாள் பழகியதைப்போல் அவர் பேசியதைக் கண்டு விசுவன் சிறு திடுக்கிடலுக்கு உள்ளானான்.

“எங்க மாமா...” என்றாள் திவ்யா. விசுவன் அவருக்கு வணக்கம் வைத்தான். எங்கேயோ பார்த்த முகமாக இருந்தது.

“கல்யாணத்துல பிஸியா இருந்தீங்களா சட்னு பேசிக்க முடியலை... விசாரிச்சு வர்றதுக்குள்ளே லேட்டாயிடுச்சு. விருந்து சாப்டுட்டு உங்களைத் தேடினேன். காங்கலே... சரின்னு புறப்பட்டுட்டேன்...”

தங்கையின் கல்யாணத்துக்கு வந்திருந்ததை அவர் சொல்லித்தான் அவன் அறிந்தான். தான் ஓய்வெடுக்க படுக்கச் சென்றிருந்ததைக் கூற கூசினான்.

“திவ்யா...” என்றபடி அவர் உள்ளே சென்று விட்டார். உள்ளே சென்றுவிட்டு வந்தவள் இளநீர் கொண்டு வந்து கொடுத்தாள்.

“உங்க கதைங்களையெல்லாம் மாமா படிச்சிருக்கிறாரு.”

குடித்த இளநீர் புரையேறியது. குடிப்பதை நிறுத்தி அவளைக் கண்கொட்டாமல் பார்த்தான்.

“புதியபார்வைக்கு அப்புறம் எழுதி வந்ததை வச்சிருக்கீங்களா” என்றபடி திவ்யாவின் கணவன் வந்தான்.

அதற்குப்பிறகு அவன் எதுவும் எழுதாமலிருந்ததை அப்போதுதான் உணர்ந்தான்.

அவள் மஞ்சள் தோட்டப்பக்கம் அழைத்துச் சென்றாள். கருணைக்கிழங்கு விளைச்சலைக் காட்டினாள். அவள் கணவன் வீட்டுப் பின்பக்கம் சென்றவனைக் காணவில்லை.

"நான் கிளம்பறேன் திவ்யா..."

"கிளம்பறேயா... உனக்காக மாமா நாட்டுக் கோழி அடிச்சு கிளீன் பண்ணிக்கிட்டிருக்காங்க... விளையாடறீயா... இருந்து சாப்பிட்டு ஒருநா தங்கிட்டுப் போ..."

அவனைக் கட்டிலில் உட்காரச் சொன்னாள்.

"எழுதறதை விட்டுடாதே விசு" என்றாள். அவன் எழுதி பிரசுரமான இதழ்களை எடுத்து வந்து காட்டினாள். அவனிடம் கூட பிரசுரமான புத்தகங்கள் இவ்வளவு பத்திரமாக இல்லை.

"இதில பாதி தந்தது கதிரவன்தான்... உனக்கொன்னு தெரியுமா? கதிரவன் ஒரு முஸ்லிம் பொண்ணை லவ் பண்றான்" என்று கூறிச் சிரித்தாள். ரேகாவைப் பற்றிக் கேட்க நினைத்து கேட்காமல் விட்டான். அவள் எழுதிக் கொடுத்த நோட்டைப்பற்றிப் பேச்சுத் திரும்பி தான் வந்த காரணத்தை உளறிவிட வாய்ப்புண்டு என்று நினைத்து பேச்சை திசை திருப்பினான்.

"கதைங்களைப் படிச்சு உன் மாமா எதுவும் சொல்லலையா?"

"அவருட்டேயே கேளு... நிறையப் படிக்கிறவங்க"

"இல்லை... நான் எழுதியதில..."

"என்ன செக்ஸுவல்லா எழுதறதப் பத்தியா?"

அவன் அவளைப் பார்த்தான்.

"மனசுல அழுக்கு இருக்கிறவனுக்குப் புரியாது விசு... உன் மனசுல படறதை எழுது... சொந்த பந்தத்துக்கிட்டேயெல்லாம் காட்டித் தொலைச்சுடாதே... காலா காலத்துக்கும் குத்தம் உள்ள மனசா நம்மளைத் தவிக்க விட்டுடுவாங்க... அவங்களா கண்டுகிட்டு படிச்சு வந்தா... தெளிவுள்ள மனசு தோள்மேல

கைபோட்டுப் பேசும் விசு”

“திவ்யா..” உள்ளிருந்து அவளின் மாமா கூப்பிடும் குரலைக்கேட்டு எழுந்து சென்றாள். அவனின் பிரசுரமான எழுத்துக்கள் பலவிதமான நிறத்தாள்களில் காற்றில் படபடத்துக் கொண்டிருந்தன. குழந்தை கட்டிலில் தூங்கிக் கொண்டிருந்தது. மர நிழலின் குளுமை தேகமெங்கும் ஊடுருவியது. தனது எழுத்துக்களை முழுதும் படித்த திவ்யாவின் கணவன். அவன் மீது வைத்திருக்கும் மதிப்பை வந்ததிலிருந்து அவன் தன்னிடம் நடந்துகொண்ட விதத்தில் உணர்ந்தேயிருந்தான் விசுவன். மனதில் கனிவு நிறைந்து வழிந்தது.

பேருந்து நிலையத்திற்கு வந்தான். நாட்டுக்கோழிக் குழம்பின் மணம் அவனைப் பின்தொடர்ந்து வந்திருந்தது. அவனுக்கான பேருந்து வரும் நேரத்திற்காகக் காத்திருந்தான். சுவரில் ஒட்டியிருந்த இருவர், பாரதி கண்ணம்மா திரைப்பட போஸ்டர்களைப் பார்த்தான். அதன் அருகிலிருந்த பழைய புத்தகக்கடை கண்ணில் பட, சென்று ஒரு பார்வையில் அலசினான். பழைய தீபம் இதழ்கள் சில நூல் பைண்டால் தைக்கப்பட்ட நிலையில் அவனைப் பார்த்தது. வாங்கி வந்து புரட்டினான். அப்போது ஒரு பெரியவர் அருகில் வந்து உட்கார்ந்தார்.

“கும்பகோணம் போகணும் என்ன வெயிலு” என்றபடி அவனைப் பார்த்தார்.

“நாபாவோட தீபமா?”

“நீங்க சார்?”

“கநாசு வர்றேன்னான் காத்திருக்கேன்.”

“உங்களைப் பத்திக் கேட்டேன் சார்.”

“பட்டுச் சரிகை வியாபாரம் பண்றேன். காங்கிரஸ் சார்பா கவுன்சிலர் எலக்சன்ல நின்னு தோத்துப்போனவன்...”

“இல்லை சார் தீபத்தை பத்தியெல்லாம் தெரிஞ்சுருக்கீங்க?”

அவர் சிரித்தார்.

“நான் ‘தேனீ’ வச்சு நடத்தி எழுதறவங்களுக்கு சன்மானம்லாம் தந்தவன்... ஆனா நான் எழுதித் தந்ததுகளுக்கெல்லாம் ஒரு அறமும் இல்லாமல் தூக்கி எறியப்பட்டவன். விக்ரஹவிநாசன்!”

“காதுகள்?”

“மனக்காதுகளின் உட்புறத்தில் ஒலிக்கும் ஆத்மார்த்தமான சம்பாசனை. நித்ய கன்னியின் மனக்கிடக்கை”

“நீங்க பேசறது மனசுக்கு இதமாக இருக்கிறது”

அவர் வயிற்றையும் வாயையும் சுட்டிக் காட்டி ‘இதனால இதுங்களுக்கு ஒரு பிரயோசனம் இல்லை’ என்பதாக சைகை பாஷையில் அசைந்தார்.

“எழுதி எழுதி தீர்த்தேன்... பாதி எனக்காகவும் பாதி பசிக்காகவும்.”

“என்னங்காணும் எம்விவெங்கட்ராம் உம்மை எங்கெங்கே தேடறது?” மணல் நிரவும் குரல்வளம். கழுத்துவரை சால்வை போல் மேல் துண்டைப் போர்த்திக் கொண்டு கூழாங்கல் மூக்குக்கண்ணாடி அணிந்த அடர்ந்த கட்டைத் தலை முடியுடன் இலக்கியவட்டச் சூறாவளி வந்து கொண்டிருந்தது. கந்தாடை நாராயணன் சுப்ரமண்யம். தன்னைக் கூப்பிடும் குரலைக்கேட்டு எழுந்த எம்விவி விசுவனைப் பார்த்துச் சொன்னார்.

“தமிழ்நாட்டில் முழுநேர எழுத்தாளனாக வாழ்வது என்பது ஒரு மானங்கெட்ட பிழைப்பு.”

‘அவர் தனக்காகச் சொல்லிக் கொண்டாரா? இல்லை, என்னைப் பார்த்துச் சொல்லிச் சென்றாரா?’

கூறிய சொற்கள் விசுவனின் காதுகளைக் குடைந்து கொண்டிருந்தன.

★★★

20
சமூக வலைதளங்கள்: சில குறிப்புகள்

கிளிஞ்சல்காரன் ...

5 d ©

எதை வேண்டுமானாலும் எழுதுவது அவரவர்களின் கருத்துச் சுதந்திரம் சார்ந்தது. விசுவன் யார்? பேரிரைச்சல் பிரதி இத்தனை வருடங்கழித்து உலவுவது எதனடிப்படையில்? குறிப்பாக அதன் கால அளவு. எண்பத்தெட்டில் ஆரம்பித்து அனேகமாக தொண்ணூற்றேழில் முடிவது போலிருக்கும் புதினம் அல்லது சுயசரிதை அல்லது புலம்பல். எதுவாகவும் இருந்துவிட்டுப் போகட்டும். படிக்க சுவாரசியமாக இருக்கிறதா? எழுதிப் பிழைப்பது பற்றிய அடிநாதத்தைப் பேரிரைச்சல் கொண்டிருக்க அதுவோ

இன்று டெலகிராமில் பிடிஎஃப் ஆக உலவுகிறது. காலத்தின் பெரிய முரண். அதுவும் மூன்று விதமான பாணியில். தடிமன் எழுத்துக்களில் முகத்தில் அடிக்கும் விதமாக ஒன்றும் சாதாரண டைப்பிங்கில் மற்றொன்றும் இருக்க அடுத்த ஒன்றுதான் கவனத்தைக் கவருகிறது. நைந்துபோன அச்சுப் பிரதி. பலர் கைபட்டு வாசித்து நைந்துபோனது என்று கருதுவதா? இல்லை கவனிக்காமல் விட்டுவிட கால நகர்தலில் அப்படி ஆனது என்று நினைப்பதா? பல ஆயிரம் பேர் பார்வையிட்டிருக்கும் அப்பிரதி அச்சில் விற்றிருந்தால் அவன் ஒருவேளை துட்டுப் புரளும் மனிதனாக மாறியிருக்கலாம். என்ன பண்ண, காப்ரியேல் கார்சியா மார்க்கேஸ் தன் மனைவி மெர்சிடைஸ் பார்ச்சாவுக்கு ஒரு ஜெட் விமானத்தையே பரிசளித்த வரலாறு அறியாத அப்பாவியாக அவனிருக்கக் கூடும்.

யார் அந்த விசுவன்? பேரிரைச்சலை எழுதியது விசுவன்தானா? அல்லது வேறு எவராவதா? விசுவன் எனும் பிம்பத்தின் வழி கட்டமைக்கப்படும் கருத்துகள் சொல்வதை முதலில் அலசுவோம். முடிந்தால் பிறகு விசுவனை ஆராய்வோம். முதல் அத்தியாயத்தின் முடிவில் பிரபல எழுத்தாளர்களாக இரு பெரும் வெகுஜன ஆளுமைகள் வரும்போது இது என்ன காலக் குழப்பம் என்று தோன்றுகிறது. புதினம் அல்லது சுயசரிதை அல்லது புலம்பலில் வரும் காலத்தை கருத்தில் கொள்வதா? அல்லது எழுதிய காலத்தை கருத்தில் கொள்வதா? அல்லது அவர்களின் வெவ்வேறு காலங்களுக்குள் ஒரே சமயத்தில் நுழைவதா? நைந்துபோன அச்சுப் பிரதியை ரோஸீ பதிப்பகம் வெளியிட்டு இருப்பது அதில் பதிவாகியிருக்கிறது. பதிப்பாண்டு 2011 என்று இருக்கிறது. சரியென்று கடந்தால் அடுத்த அத்தியாயத்தில் முதல் அத்தியாயத்தின் இறுதியில் வந்த எழுத்தாளர்கள் குறித்த எந்தப் பதிவும் இல்லை. மாய யதார்த்தவாதம் ஒவ்வொரு அத்தியாயத்தின் இறுதியில் வருவதாகக் கொண்டால் அதிலும் அந்தப் பிடிமானம் உறுதியாக இல்லை. சில அத்தியாயங்களின் இறுதியில் நிஜ காலத்தின் எழுத்துலகப் பிம்பங்கள் உலவுகின்ற அதிசயத்தை உன்னித்தால் உணரலாம்.

ஆட்டோ சங்கர் நிகழ்வினூடாக வருகிறார். தூக்குத்தண்டனையில் சாகிறார். சந்தனக்கடத்தல் வீரப்பன் கால ஓட்டத்தில் வருவதையும் காண்கிறோம். இரண்டாயிரத்தில் அவன் நடத்திய நடிகர் ராஜ்குமார் கடத்தல். இரண்டாயிரத்திரண்டில் நடத்திய முன்னாள் அமைச்சர் நாகப்பா கடத்தலும் மர்ம மரணமும். அதன் பிறகு சிறப்பு அதிரடிப்படையின் ஆப்ரேசன் குக்கூன், அவனை இரண்டாயிரத்து நான்கில் சுட்டுக்கொன்று கணக்கை முடித்ததையெல்லாம் வாசக உள்ளம் தேடிப் படித்துதான் நிறைவு செய்து கொள்ள வேண்டும். இதென்ன புதினமா? வரலாற்று ஆய்வுக் கட்டுரையா எல்லாவற்றையும் விலாவாரியாக எடுத்துரைக்க என்றும் கேட்கலாம்தான். இருந்தாலும் ஒரு நிறைவை வாசக மனம் கேட்கும் அல்லவா?

கதையில் பாத்திரமாகவே வரும் அமைச்சர் இளவரசன் குறிப்பாக ஆயிரத்து தொள்ளாயிரத்து தொண்ணூற்றைந்து ஏப்ரல் வாக்கில் கவர்னரை எதிர்த்து வன்முறையைக் கையாண்டதை திட்டமிட்டே விசுவன் மறைத்திருப்பதாகக் கருதலாம். ஒரு வேளை சொந்த ஊர் சுந்தரபுரத்தின் பாசம் காரணமாக இருக்கலாம். சொத்துக் குவிப்பு வழக்கில் தண்டனையை இளவரசன் பெற்றிருந்தாலும் இன்றுவரை அவர் வெளியேதான் நடமாடிக் கொண்டிருக்கிறாராம். அப்படி என்றால் இளவரசன் கற்பனைப் பாத்திரம் இல்லையா என்று எவரும் வந்து பூட்டை ஆட்ட வேண்டாம். அப்புறம் அரசியல் கட்சித் தலைவர்களின் நிலை என்னவாயிற்று என்று கேட்க ஆரம்பித்தால் புதினத்தை அம்போவென்று விட்டுவிட்டு அரசியல் வரலாற்றில் புகுந்து புறப்படும் நிலைமை வந்து விடும். இவ்வளவையும் சொல்லக் காரணம் இவர்கள் புதினத்தில் ஊடுபாவாக வருவதன் பின்னணி என்னவாக இருக்கும் என்பதுதான்.

ஆதிபகவதி வழிபாட்டு மன்றம். இதுவும் குறீயீடா? கதைப்போக்கில் அமைவதா என்று மீண்டும் புதினத்தை மறுவாசிப்பு செய்தால்தான் அறியமுடியும். ஆனால் இன்று கருமானூரில் ஆதிபகவதி சக்திப் பீடம் பல வகைகளில் பிரம்மாண்டமான வளர்ச்சி பெற்று விரிந்து பரந்திருக்கிறது.

சுந்தரபுர ஏரியாவின் வழிபாட்டு மன்றமோ இன்றைக்கு பாழடைந்த நிலையில் கவனிப்பாரற்றுக் கிடப்பதாக பகவதி மன்றம் வாட்சப் குழு ஒரு பத்திரிகைச் செய்தியை மேற்கோள் காட்டுகிறது. பசுமையான வேப்ப மர அரச மர வில்வ மரங்களைத் தவிர அங்கு கண்களுக்குக் குளிர்ச்சியாக இப்போது ஒன்றுமேயில்லையாம். அதெல்லாம் வெள்ளியை ஏறக்கட்டிவிட்டு வியாழன் பீடம் ஏறிய கதை என்று பாபாவைப் பிடித்துத் தொங்கிக் கொண்டு எவரும் வரவேண்டாம். அது பக்தர்களின் கவலை. வாசகர்களின் கவலையல்ல.

எஸ்ஸார் ஹோட்டலை ரங்கராஜனின் காலமுடிவுக்குப் பின் பல கடைகளாகப் பிரித்து வாடகைக்கு விடப்பட்ட நிலையால் விடுதியறைகள் அங்கே உலவிய பல பெண்களின் மூச்சுக் காற்றுகளினால் சிதைவுற்றுக் கிடப்பதாகக் கூறப்படுகிறது. சிவாண்ணன் அருகேயிருக்கும் வேறு ஒரு சிறுநகரத்தில் தனது வாழ்வாதாரத்தை மாற்றிச் சென்றுவிட்டாராம். சன்னாசி வாடகை சைக்கிள் கடையை எடுத்துவிட்டு கம்யூனிஸ்டு பத்திரிகைகளையும் பொரிகடலை பான்பீடாக்களையும் விற்கும் பெட்டிக்கடை வியாபாரியாகத் தன் வயதான காலத்தை மாற்றிக்கொண்டதாகக் கூறப்படுகிறது. டெலிபோன் பூத்துகள் மறைந்து வீட்டுக்கு வீடு போன்கள் வந்து குதித்தன. ஒரு ரூபாய் காயின் மஞ்சள் பெட்டிகள் சிரித்த காலமும் மறைந்து கையடக்க போன்களின் பெருக்கத்தால் உலகம் சுருங்கியது. சி-ஸ்கொயர் சிஎஸ்ஸி கணினி மையங்கள் பிரவுசிங் சென்டர்களாக உருமாறிய கால கணத்தில் ஃபோர் ஜி டச் செல்களின் ஒலிஒளிப் பிம்பங்களில் ஒவ்வொரு மனிதனும் தன் சுவாசத்தை இழுத்துவிட்டுக் கொண்டிருக்கிறான். மாய விநோதங்களின் காலப் பின்னணியில் பேரிரைச்சல் சொல்ல வருவதுதான் என்ன?

மூன்றே வருடத்தில் மூன்று உயர் ரக கார்களும் பத்து லாரிகளும் வாங்கிக் குவித்த ராஜவேலுவைப் பற்றி ஒரு குறிப்பும் இல்லை. ஆற்று மணலைக் கொள்ளையடித்து திடீர் பணக்காரனானவன் 'மணல் ராஜவேலு' என்றுதான் இன்றும் குறிப்பிடப்படுகிறான். அதை லாகவமாக மறைத்ததற்குக் காரணம் சில மாதங்கள்

விசுவனும் மணலைக் கொள்ளையடித்ததுதான் காரணமா? இப்போது அரசு அல்லவா அள்ளுகிறது என்றும் பல இடங்களில் அள்ள தடையுத்தரவு இருக்கிறது என்றும் பின்னூட்டத்தை எடுத்துக்கொண்டு வக்காலத்து வாங்க யாரும் வரவேண்டாம். அப்படியென்றால் இது புதினமில்லையா? நிஜமான சம்பவங்களின் தொகுப்புதானா? கேள்விகளுக்கு விடை காண ஒருமுறை சுந்தரபுரத்திற்குப் போய்தான் பார்க்க வேண்டும்.

இந்த மணல் கதையில் இல்லை மணல் கொள்ளையடிப்பில் விசுவனின் டியுட்டர் சுகந்தி மேடத்தின் கணவன் பாத்திரம்தான் காலத்தின் ஹைலைட்டான விஷயம். முப்பது மணல் லாரிகளுடன் ஒரு இன்ஜினியரிங் காலேஜுக்கு ஓனரானார் கால வெள்ளத்தில் அந்தத் தொழில்நுட்ப உதவியாளன்.

வணிக இதழ்களின் ஓர வஞ்சனைகளையும் விசுவன் விட்டு வைக்கவில்லை என்று சொல்லப்படுகிறது. இன்றைக்கு அதில் எழுதுபவர்கள் ஒரு காலத்தில் அவற்றைக் காலில் போட்டு மிதித்து நின்றவர்களும் புறம் ஒதுக்கியவர்களும்தான். இதில் விசுவனுக்கு என்ன பிரச்னை என்று ஆராயப்போனால் 'என் போன்றவர்கள் காசுகளை இறைத்து வாங்கியதால்தான் அவைகள் இன்றைக்கும் மூச்சுவிட்டுக் கொண்டிருக்கிறது. அதில் 'அவர்கள்' சுகமாக எழுதிக்கொண்டிருக்கிறார்கள். தெரிந்தவர்களை மட்டும் உச்சிமுகரும் அவலம் வெகுஜனப் பத்திரிகையில் இல்லையென்று கூறமுடியுமா?' என்று சொன்னதாக ஒரு இலக்கியக் கட்டுரை மேற்கோள் காட்டியுள்ளது. அந்தக் கட்டுரையை விசுவன்தான் எழுதியிருக்கவேண்டும் என்கிற ஒரு பேச்சும் உண்டு.

இலக்கிய இதழ்களையும் அவன் விட்டு வைக்கவில்லை. அவன் எழுதியதாக ஒரு நண்பர் வாய் வார்த்தையாகக் கூறியது 'உயிரோடு இருக்கும்போது கண்டுகொள்ளாமல் உதாசீனப் படுத்துவதும் எதிர்பாராதவிதமாக காலமானவனுக்கு அவன் படைப்புகளை விதந்தோதி அவனுக்காகப் பல பக்கங்களை ஒதுக்கும் நன்னாரித்தனம் நிரம்பிய உலகம்யா அது.

இருக்கும்போது கவனித்திருந்தால் எழுத்தை மட்டும் நம்பியிருந்த அவனுக்கு ஒரு வேளை வயிறாவது நிறைந்திருக்கும்.'

புதினம் நீண்டிருந்தால் இன்றைக்கு மென் பொறியாளன்களின் தலையும் உருண்டிருக்கும் என்றுதான் நினைக்க வைக்கிறது. பொதுவான வாதம் அல்லது சப்பைக்கட்டாக விசுவன் எடுத்துக்காட்டுவது... 'ஆறு நாள் வேலையை இரண்டு பேரைச் சேர்த்து வச்சுக்கிட்டு மூணுநாள்ல முடின்றதும்... பணிநிரந்தரமில்லாத வேலையாக உருமாறும் நிலையும்... விடுமுறையில்லாத வேலை வாங்கும் கொத்தடிமைத்தனமும்...' என்கிற வரிகளை. விசுவன் வேறொரு பெயரில் தற்போது சமூக வலைதளங்களில் உலவுவதாக செய்தி அடிபடுகிறது. அப்படிப் பல பெயர்களில் அவன் உலவினாலும் ஏதோ ஒரு புள்ளியில் அது பேரிரைச்சலின் விசுவன்தான் என நுண்ணிய வாசகன் அறிந்து விடுவான். மேற்படி வரிகளைக் குறித்து // என்னவோ மனப்பிரச்னைகள் இவர்களுக்கு மட்டும்தான் உள்ளதாக மூக்கால் அழுகிறார்கள். வெறும் முன்னூறு ரூபாய் தின சம்பளத்தில் பத்துமணி நேரத்துக்குமேல் நின்றபடியே வேலை செய்பவனுக்கு மனப்பிரச்னைகள் மன அழுத்தங்கள் இல்லையா? பணி உறுதியில்லாதது விடுமுறையிலும் வேலைக்கு வரச் சொல்வதெல்லாம் எல்லாப் பக்கமும் இருக்கிறதய்யா. அது கொள்ளைச் சம்பளம் பெறும் கணினித் துறையில் மட்டும் இல்லையய்யா. கவனிக்கவேண்டிய விஷயம் விகிதாசாரமில்லாமல் கொடுக்கப்படும் சம்பள விகிதம்தான். இவ்வளவு கொள்ளைக் கணக்காய் சம்பளம் வாங்கினாலும் எவ்வளவு மன அழுத்தங்களில் தாங்கள் வாழ்கிறோம் என்பது தாழ்வு மனநிலையின் அறிகுறி.// என்கிறான். இதை பேரிரைச்சலின் நீட்சியில் விரித்தால் என்னவாக ஆகியிருக்கும். அது அவரவர்களின் கற்பனை சார்ந்தது. விசுவனின் இக்குறிப்புகளை வைத்து மென் பொறியியல் துறையில் இயங்கும் 'எழுத்தாளர் வட்டம்' என்கிற இணையதளப் பத்திரிகையில் காரசாரமான பதிலடிக் கட்டுரையும் வந்தது. அதில் 'விசுவனின் இயலாமையும் பொறாமையும் நைந்த மனதில் காணக் கிடைக்கும் அவலம். எழுத்துகளை மட்டும்

மதிப்பிட்டுக் கற்றுக்கொள்ள அந்த மனம் முன்வரவேண்டும். வசதியும் வசதியில்லாமையும் எழுத்தைத் தர நிர்ணயம் செய்யும் அளவுகோலாக இருக்கமுடியாது. காழ்ப்புணர்வு கொண்ட மனதிலிருந்து நல்ல படைப்பு என்றும் வெளிப்படாது' என்பது அதன் சாரம்.

இங்கே கேள்வி விசுவன் மென் பொறியாளர்களைச் சாடுவது ஏன் என்பதுதான். இன்னும் சொல்லப்போனால் எழுத்தில் ராஜ்யத்தைக் கைப்பற்றியிருக்கும் எழுத்துலக கணினிகளைத்தான் அவன் சாடுகிறான் என்றும் சொல்லலாம். 'பேனாவை மட்டும் நம்பியிருப்பவன் கேனையன். அரசு வேலை இல்லைன்னா கைநிறைய சம்பாதிக்கும் கணினி பணியில் இருக்கவேண்டும். தொட்டுக்கொள்ள ஊறுகாய்போல் இலக்கிய பிதாமகனாக உலா வரலாம். மத்தபடி பேனா சோறு போடாது' இது பிரபல எழுத்தாளர் அழகறிவனின் வலைதளப் பக்கத்தில் வந்த விசுவனின் பின்னூட்டம். பேரிரைச்சலின் பிதாமகன் என்றுதான் பின்னூட்டத்தில் குறிப்பிடப்பட்டிருக்கிறது. எனவே அது விசுவனாகத்தான் இருக்கவேண்டும்........

“ஏன் கிளிஞ்சல்காரனும் விசுவன்தான்” வெடிப்பான உரத்த சிரிப்புடன் வந்த குரலைக்கேட்டுத் திரும்பினான் அவன். முகநூல் பதிவு பாதியிலேயே நின்றது. கண்ணாடி கேபினின் கதவைப் பிடித்தபடி உயர்ந்த நெற்றியும் மின்னும் கண்களுமாக அவர் புன்னகையுடன் நின்றிருந்தார். கைகளில் மாப்பஸன் எழுதிய புத்தகமும் புகையும் ஸ்பான்ஸர் சுருட்டும் இருந்தது. ஒல்லியான தேகத்தில் கலைந்து ஒதுக்கிய தலைசீவல். வேட்டியை முட்டிவரை மடித்துக் கட்டியிருந்தார். வெற்றிலை போட்டுப் பழகிய உதடுகள்.

“ரசமட்டம் சாய்கிற மாதிரியிருக்கே?” என்றார்.

“எத்தனை கதைகளையும் எவன் பேரில் வேண்டுமானாலும் போட்டுக் கொள்ளுங்கள் எனக்கு சிகிச்சைக்குக் காசு வேண்டும் என்று நீங்கள் சொன்னது மறந்துவிட்டதா விருத்தாசலம்?”

“கோபமா இருக்கே போலிருக்கே? தமிழ் இலக்கிய உலகம் பாரிச

வாதமும் பக்க வாதமும் போட்டலையும் அவதி கொண்டது." என்றவர் அவன் தோள்பட்டையைப் பற்றினார்.

"ஆனால் இப்பல்லாம் ராயல்டி தொகையில் எழுத்தாளர்கள் ஜம்பமாய் வாழ்கிறார்கள் தெரியுமா?" என்றான்.

"என்ன இடக்கரடக்கலா? அறுபத்தேழு வருடங்கள் பதிப்புலகில் இருக்கும் பதிப்பகம் இதுவரை கொடுத்த மூன்று கோடி மதிப்பூதியத்தைச் சொல்கிறாயா? யாருக்குக் கொடுக்கப்பட்டது அரசுப்பணியும் மாசக் கொள்ளைச் சம்பளம் வாங்குபவனுக்கும் தானே அய்யா கொடுத்தீர். அவனா எழுத்தைமட்டும் நம்பி வாழ்பவன். எழுத்தை மட்டுமே நம்பி வாழ்பவன் சொல்லட்டும்.. சந்தோசப்படுவோம்."

"நான் கூறியதற்கும் நீங்கள் கூறுவதற்கும் ஏதும் வித்தியாசம் இருக்கிறதா என்ன?"

அவர் அவனை உற்றுப் பார்த்தார். பிறகு உரத்துச் சிரித்தார். அதே வெடிச்சிரிப்பு.

"அவ்வை, காமவல்லி, ராஜமுக்தி சினிமாக்களுக்கு வசனம் எழுதப்போனீரே... இலக்கியம் கசந்துவிட்டதா?"

"வேளா வேளைக்கு சாப்பிடவாவது பணம் வேண்டாமா? பெப்பர்மிண்ட் விற்கவும் பீடி விக்கவும்கூட மனசுல திட்டமிருந்துச்சு" அதே வெடிச்சிரிப்பு மீண்டும்.

"எழுதி எழுதிக் கையும் வீங்கிற்றே, உயிரும் கொடுத்தாயே" என்றான் அடிக்குரலில்.

வெளியே வாகனங்களின் இரைச்சல் கண்ணாடிக் கதவின் இடைவெளியூடே கசிந்தது. அவன் கண்ணாடிக் கதவின் வழியே வேடிக்கை பார்க்க அவர் அவனின் கணினியைத் துருவிக்கொண்டிருந்தார்.

"ஆமாம்... அப்புறம் திவ்யாவைப் பார்க்கப் போவதுண்டா? எப்படி இருக்கிறாள்?"

"'எங்கே செல்லும் இந்தப் பாதை?' 'போவோமா ஊர்கோலம்'

'கனாக் காணும் கண்கள்'னு கிட்டத்தட்ட நாற்பது நாவல்கள் எழுதிட்டாளாம் கடந்த நான்கு வருடத்தில். எழுத்துப் பக்கம் திரும்புவேன் என்று அவள் நினைத்தே பார்க்கவில்லையாம். எண்பது பக்க அளவில் வரும் வார மாத நாவல் புத்தகங்களில் அவள் பேர் பெற்றவள். நாற்பதால் பெருக்கிய தொகையில் கால் பங்குகூட இருபத்தைஞ்சு வருசமா குப்பைக் கொட்டியும் நான் தொடவில்லை."

"நான் கேட்டிருக்கக் கூடாது. விடு அவளாவது வாழட்டும்."

அவர் எழுந்தார்.

"இலக்கியத்திற்காக முழுநேர உழைப்பையும் செலவிடாதே அது உன்னைக் கொன்றுவிடும்" என்றவர் அவனிடம் மேற்கொண்டு எதுவும் கூறாது கண்ணாடிக் கதவைத் திறந்து படிக்கட்டுகளில் இறங்கிச் சென்றார். மடித்துக் கட்டிய வேட்டியுடன் முன் குனிந்த நிலையில் எட்டி நடக்கும் அவரையே பார்த்துக் கொண்டிருந்தான். திடீரென்று மனதில் தோன்றியதைக் குறித்து அவரிடம் கேட்பதற்காக "புதுமைப்பித்தன் சார்" என்று கூப்பிட்டான். கண்ணாடிக் கதவு அழுந்த சாத்திருப்பதைக் கண்டவன் விருட்டென்று கதவைத் திறந்து மீண்டும் கூப்பிட்டான். சாலையில் இரைச்சலோடு வாகனங்கள் போவதும் வருவதுமாக இருந்தன. அவன் குரல் அவர் செவிகளில் விழுந்திருக்கவில்லை என்பது அவரின் நடையில் கண்டுணர்ந்தான். இரண்டிரண்டு படிகளாக இருபது படிகளையும் தாவி இறங்கி 'ஏதோ கேட்பதற்காக' வேகநடையில் அவரை நெருங்கினான்.

முற்றும்

முத்துச்செல்வன் (1973)

முதல் சிறுகதை ஆனந்த விகடனில் எஸ்.மணிகண்டன் என்ற புனைபெயரில் 1992ல் வெளியானது. சரோஜ் எஸ்.பிரகாஷ் என்ற புனைபெயரிலும் சிறுகதை எழுதியுள்ளார். தொடர்ந்து முத்துச்செல்வன் பெயரிலேயே எழுதி வருகிறார். கல்கி நினைவு சிறுகதைப்போட்டியில் இரண்டாம் மற்றும் ஆறுதல் பரிசுகள் கிடைத்துள்ளன. தினமலர்-வாரமலர் டி.வி.ஆர். நினைவு சிறுகதைப்போட்டியில் மூன்று முறை ஆறுதல் பரிசுகளும் பல்சுவை காவியம் சிறுகதைப்போட்டியில் சிறப்புப் பரிசும் பெற்றுள்ளார். கணையாழி, இனிய உதயம், புன்னகை கவிதை இதழ், பல்சுவை நாவல், நவரச நாவல் சஹானா இணையதள இதழ்களிலும் சிறுகதை கவிதை ஆகிய படைப்புகள் பிரசுரமாகியுள்ளன. மலேயா பல்கலைக்கழகம் நடத்திய 35வது பேரவைக் கதைகள் போட்டியின் அனைத்துலகப் பிரிவில் சிறந்த கதையாக 'ராமாயி...' தேர்வு பெற்றது. பறம்பு தமிழ்ச்சங்கம் மாபெரும் சிறுகதைப்போட்டி, குவிகம் குறும்புதினம் போட்டி, தேவியின் கண்மணி நாவல் போட்டிகளில் படைப்புகள் பரிசுகள் பெற்றுள்ளன.

ஸீரோ டிகிரி - தமிழரசி அறக்கட்டளை நாவல் போட்டி(2021) நெடும்பட்டியலில் இடம்பெற்ற 'முன் பக்கங்கள்' இவரது முதல் நாவலாகும். இரண்டாம் நாவல் 'பேரிரைச்சல்'.

பெற்றோர்: சுந்தரம், சரோஜா, சகோதரன்: பிரகாஷ்சாரதா யாழினி, சகோதரிகள்: முத்துச்செல்வி புவனேஸ்வரிலோகநாதன் ஜீவிதா ரூபிணி

எஸ்.முத்துச்செல்வன்
ஆலமரத்துப்பட்டி,முசிறி-621211, திருச்சி,தமிழ்நாடு,இந்தியா.
+91-9626533250, +91-6381059367
muthsan20@gmail.com

www.ingramcontent.com/pod-product-compliance
Lightning Source LLC
LaVergne TN
LVHW060245051026
849517LV00005B/1724
* 9 7 8 9 3 9 5 5 1 1 2 0 9 *